குழந்தைப் பருவ நாட்கள்

குழந்தைப் பருவ நாட்கள்

சத்யஜித் ரே

வங்காளத்தில் இருந்து ஆங்கிலத்தில் :
பிஜோயா ரே

ஆங்கிலத்தில் இருந்து தமிழில்:
ராம் முரளி

நற்றிணை பதிப்பகம்

Kuzhanthai Paruva Natkal, a Tamil Translation of the English
Auto Biography Childhood Days - A Memoir by Satyajit Ray

Copyright © Satyajit Ray 1975, 1976, 1977, 1978, 1979, 1980, 1982, 1983, 1984, 1985, 1986

First published in Penguin Books by Penguin Random House India, 2018

Translated into Tamil by Ram Murali

Tamil translation © Natrinai Pathippagam Pvt. Ltd.

First Edition: September 2021

Published by: Natrinai Pathippagam Pvt. Ltd.
No. 6/84, Mallan Ponnappan Street,
Triplicane, Chennai - 600 005.
Mobile: +91 94861 77208
natrinaipathippagam@gmail.com
www.natrinaibooks.com

Printed at:
Sai Thendral Printers,
Chennai - 600 005.

ISBN: 978-81-940162-7-4

Price: Rs. 250

சத்யஜித் ரே

சத்யஜித் ரே 1921ஆம் ஆண்டு மே 2ஆம் தேதி கல்கத்தாவில் பிறந்தார். கல்கத்தாவில் உள்ள பிரெசிடென்சி கல்லூரியில் 1940ஆம் வருடத்தில் தனது பட்டப்படிப்பை நிறைவு செய்ததும், ரவீந்திரநாத் தாகூரின் கல்லூரியான சாந்தி நிகேதிதனில் கலை பிரிவில் பயின்றார். 1943ஆம் ஆண்டு மீண்டும் கல்கத்தாவிற்குத் திரும்பி வந்த அவர், ஒரு விளம்பர நிறுவனத்தில் மேற்பார்வையாளராகப் பணியாற்றினார். அதன் பிறகு, சிக்னெட் அச்சகத்தில் இருந்து வெளிவந்த புத்தகங் களுக்கு முன்னட்டை வடிவமைப்பு செய்வதுடன், முகப்பு ஓவியங் களையும் வரைய ஆரம்பித்தார். திரைப்படங்களின் மீது உண்டாகிய தீவிரமான ஆர்வத்தால் கல்கத்தா திரைப்பட அமைப்பை 1947ஆம் வருடத்தில் துவங்கினார். 1950வது வருடத்தில் ஆறு மாத கால பயணமாக ஐரோப்பா சென்ற சத்யஜித் ரே அங்கிருந்த லண்டன் திரைப்பட அமைப்பில் உறுப்பினராகச் சேர்ந்ததோடு, வெறும் நான்கரை மாதத்தில் தொண்ணூற்று ஒன்பது திரைப்படங்களைப் பார்த்திருக்கிறார்.

1955ஆம் வருடத்தில் நெருக்கடிகளுக்கு மத்தியில், மேற்கு வங்க அரசின் உதவியுடன் சத்யஜித் ரே தனது முதல் திரைப்படமான பதேர் பாஞ்சாலியை இயக்கி முடித்தார். அந்தத் திரைப்படம் சத்யஜித் ரேவை சர்வதேச அளவில் ஒரு அபாரமான படைப்பாளியாக அடையாளப்படுத்தியது. பதேர் பாஞ்சாலியுடன் சேர்ந்து அபராஜிதோ மற்றும் அபூர் சன்சார் ஆகிய மூன்று படங்களும் அப்புவின் வாழ்க்கையின் வெவ்வேறு காலகட்டங்களாக பதிவு செய்து, அப்பு முத்தொகுதி திரைப்படங்களாக உருவாக்கினார். அவரது மிகச் சிறந்த உருவாக்கமாக அப்பு முத்தொகுதி திரைப்படங்கள் நிலைபெற்றிருக் கின்றன. சத்யஜித் ரே பல்வேறு ஆவணப்படங்களையும் இயக்கி இருக்கிறார். அதில் ஒன்று தாகூரைப் பற்றியது. 1987இல் புகழ்பெற்ற எழுத்தாளரான தனது தந்தையின் நூற்றாண்டை நினைவுகூரும் வகையில் “சுகுமார் ரே” என்றொரு ஆவணப்படத்தை உருவாக்கினார். சத்யஜித் ரே தனது திரைப்படங்களுக்காக ஏராளமான விருதுகளைப் பெற்றிருக்கிறார். பிரிட்டிஷ் திரைப்படக் கழகமும், மாஸ்கோ திரைப்பட விழா குழுவினரும் சத்யஜித் ரேவை இருபதாம் நூன்றாண்டின் பிற்பகுதியில் உதயமான தலைசிறந்த இயக்குனர்களில் ஒருவர் என

புகழாரம் சூட்டியுள்ளார்கள். 1992ஆம் வருடத்தில் வாழ்நாள் சாதனையாளருக்கான ஆஸ்கார் விருது சத்யஜித் ரேவுக்கு அளிக்கப் பட்டது. அதே வருடத்தில் பெருமைக்குரிய பாரத ரத்னா விருதும் ரேவுக்கு கொடுக்கப்பட்டது.

திரைப்படப் படைப்பாளியாக மட்டுமல்லாமல், சத்யஜித் ரே எழுத்தாளராகவும் புகழ் பெற்றிருந்தார். தனது தாத்தா உபேந்திர கிஷோர் ரேவால் துவங்கப்பட்ட, தனது தந்தையின் தொடர் பங்களிப்பை பெற்றிருந்த சிறுவர்களுக்கான இதழான சந்தேஸை 1961ஆம் வருடத்தில் மீண்டும் புத்துருவாக்கம் செய்தார். சத்யஜித் ரே ஏராளமான கவிதைகளையும், கதைகளையும், கட்டுரைகளையும் 'சந்தேஸ்' இதழில் எழுதியிருக்கிறார். வங்க மொழியில் மிகச் சிறப்பான விற்பனை அடைந்த நாவல்களையும் ரே எழுதியிருக்கிறார். 1978ஆம் வருடத்தில் ஆக்ஸ்போர்டு பல்கலைக்கழகம் அதன் டி.லிட் பட்டத்தை சத்யஜித் ரேவுக்கு வழங்கியது.

1992ஆம் வருடத்தில் சத்யஜித் ரே கல்கத்தாவில் மரணத்தை எய்தினார்.

*

பிஜோயா ரே (1918)

1918ஆம் வருடம் பாட்னாவில் பிறந்த பிஜோயா ரே தனது வாழ்க்கையின் முதல் பதிமூன்று வருடங்களை அங்கேயே கழித்தார். அவரது தந்தை பாட்னாவில் வழக்கறிஞராகப் பணியாற்றினார். கல்கத்தாவிற்கு தனது குடும்பத்துடன் 1931ஆம் வருடத்தில் குடிபெயர்ந்த பிஜோயா, அங்கு சத்யஜித் ரே வசித்த அதே வீட்டிலேயே தங்க நேர்ந்தது. நல்ல குரல்வளம் பெற்றிருந்த அவர் மிகச் சிறந்த பாடகியாக மெல்ல வளர்ந்து ஹிந்துஸ்தான் ரெக்கார்ட்ஸுக்கு நிறைய பாடல்களை பாடி பதிவுசெய்திருக்கிறார். பட்டப்படிப்பை நிறைவு செய்ததற்கு பிறகு, வங்க திரைப்படத் துறையில் இணைந்து கொண்ட அவர், பம்பாய்க்கும் சென்றிருக்கிறார். அவர் பம்பாயில் இருந்த காலத்தில்தான், 1948ஆம் வருடத்தில் அவருக்கும் சத்யஜித் ரேவுக்கும் திருமணம் நடைபெற்றது. சத்யஜித் ரே 'சந்தேஸ்' இதழை மீண்டும் புதுப்பித்ததும், பிஜோயா அதில் அவ்வப்போது தனது பங்களிப்பை வழங்கி வந்தார். 1992இல் சத்யஜித் ரேவின் மரணத்திற்குப் பின்பாக, 'சந்தேஸ்' இதழின் ஆசிரியர்களில் ஒருவராக பிஜோயாவும் இணைந்துகொண்டார். அதோடு, வேறு சில இதழ்களிலும் அவரது படைப்புகள் வெளியாகியிருக்கின்றன.

பிஜோயா ரே தற்போது கல்கத்தாவில் தனது மகன் சந்தீப்புடன் வாழ்ந்து வருகிறார்.

மொழிபெயர்ப்பாளரின் குறிப்புகள்

என் கணவரை, அவரது படைப்புகளின் மூலமாகவோ அல்லது தனிப்பட்ட வகையிலோ அறிந்தவர்களுக்கு, அவர் சட்டென பிரமிப்பை உண்டாக்கி விடக்கூடியவர் என்பதும் ஆர்வத்தைத் தூண்டக் கூடிய மனிதர் என்பதும் புரியும்.

தனது உயரத்தால் மட்டும் இல்லாமல் பிற கூர்உணர்வுகளின் மூலமாக, உயர்ந்தவராகவும், வெளி உலகில் இருந்து ஒதுங்கிய வராகவும் அவர் அறியப்படுகிறார். ஆனால், உண்மையில் அவருடன் மிக நெருக்கமாகப் பழகியவர்கள் அவர் இதற்கு நேரெதிர் குணங்களை உடையவர் என்பதை உணர்ந்துள்ளனர். அவர் வெகு சராசரியானவராகத்தான் குடும்பத்தாரிடமும் நெருக்கமான நண்பர் களிடமும் இருந்துள்ளார். இயல்பான அன்பு, நேசம், உபசரிப்பு மட்டு மல்லாமல் நகைச்சுவை உணர்வும் உடையவர். அவரது இயல்பான சிரிப்புதான் அனைவருக்கும் அவரைப் பற்றி முதலில் நினைவுக்கு வரும் விஷயமாக இருக்கும். அதுபோலவே, சில அரிதான சமயங் களில் வெடித்துச் சிரித்து பிறரை மகிழ்விக்கும் குணமும் அவருக் குண்டு.

தொடர்ச்சியான வேலைகளுக்கு இடையிலும், மாணிக் (சத்யஜித் ரே) நகைச்சுவை உணர்வுமிக்கவராகவும், வாழ்க்கையை நேர்மறையாக எதிர்கொள்ளக்கூடியவராகவும் இருந்ததற்கு நிச்சயமாக ஆசீர்வதிக்கப்பட்டவராகத்தான் இருக்க வேண்டும். உபேந்திர கிஷோரின் பேரனும், சுகுமார் ரேயின் மகனுமான அவர் மனிதநேய காப்பாளராக பணி புரியாமல் இருந்தது ஆச்சர்யமளிப்பதாக இருக் கலாம். எனினும், அவரது திரைப்படங்கள் அனைத்தும் மனிதாபி மானத்தைப் போற்றுவதாகவும், அதனை வலியுறுத்துவதாகவும்தான் அமைந்திருந்தன.

இவையெல்லாம் 1961ஆம் வருடத்தில் இருந்து 'சந்தேஸ்' இதழில் அவர் எழுதத் துவங்கியதற்குப் பிறகு அவருக்குள் உண்டான மாற்றங்கள்தான். அவர் யாரை எல்லாம் வியந்து பார்த்தாரோ, அவர் களுடன் எல்லாம் 'சந்தேஸ்' இதழில் எழுதத் துவங்கியதற்குப் பிறகு பழகும் சந்தர்ப்பம் கிடைத்தது. வயதில் மூத்தவர்கள் தொலைவில்

இருந்தே அவர் மீது மதிப்புடன்தான் பழகி வந்தார்கள் என்றாலும், அவர்களது குழந்தைகள் மாணிக் உடன் மிக நெருக்கமாகப் பழகி வந்தார்கள். அவர்கள் தங்களது மகிழ்ச்சிகளையும், துயரங்களையும் உணர்ந்திருந்ததோடு, எல்லா காலங்களிலும் ஒருவருக்கு ஒருவர் ஆதரவாக இருந்து வந்தார்கள்.

இதன் காரணமாகத்தான், மாணிக்கின் குழந்தைப் பருவத்தை பற்றி அறிந்துகொள்வதன் மீதான ஆர்வம் அதிகரித்தபடியே இருந்தது. பொதுவாக, மாணிக் தன்னைப் பற்றி பேசுவதற்கு அதிகம் விரும்புவதில்லை. அவரிடம் ஒருவர் நேரடியான கேள்விகளை எழுப்பினால், அவற்றிற்கு அவர் பதில் அளித்திருக்கிறார் என்றாலும் முடிந்தவரையில், அந்தப் பதிலில் இருந்து தன்னை அவர் ஒளித்துக் கொள்வார். அதனால் எல்லோரும், அவர் எங்கு எப்போது பிறந்தார், எங்கு வாழ்ந்தார், எந்தப் பள்ளியில் படித்தார் என்பதை மட்டுமே தெரிந்து வைத்திருக்கிறார்கள். ஆனால், இந்தத் தகவல்கள் மட்டுமே, அவர் குழந்தைப் பருவத்தில் என்ன செய்து கொண்டிருந்தார், எவ்விதமான கல்வியைக் கற்றார், அவரது நண்பர்கள் யார், குடும்ப அமைப்பை அவர் எவ்வாறு கருதினார், எது அவருக்கு சுவாரஸ்யம் மிக்கதாக இருந்தது, ஒரு படைப்பாளியாக அவர் உருவானதற்கான விதை எவ்வாறு ஊன்றப்பட்டது என்பதையெல்லாம் தெரிவித்து விடாது.

‘சந்தேஸ்’ இதழில் வெளியான, ‘குழந்தைப் பருவ நாட்கள்’ இந்தக் கேள்விகளுக்கு எல்லாம் பதிலளித்தது. இந்த ஒரேயொரு நூலில் மட்டும்தான் அவர் தன்னைப் பற்றியும், தனது குடும்பத்தைப் பற்றியும் விவரித்துள்ளார். அதனால்தான், அவை தொடராக வெளியானபோது, பெரும் வரவேற்பினைப் பெற்றது. இந்தத் தொடர் எவருக்காக எழுதப்பட்டதோ (‘சந்தேஸ்’ வாசகர்கள்) அவர்கள், ‘சந்தேஸ்’ இதழின் ஆசிரியரும், பெலுடா மற்றும் ஷோங்கு முதலிய கதாபாத்திரங்களை உருவாக்கியவருமான மாணிக், மற்ற குழந்தை களைப்போலவே மிக இயல்பான வாழ்க்கையைத்தான் வாழ்ந்திருக் கிறார். தங்களைப் போலவே, இவரும் பல்வேறு சந்தர்ப்பங்களில் பெரியவர்களின் அழுத்தங்களை எதிர்கொண்ட நிலையிலும், எதிர்த்து குரலெழுப்பாத குணத்தையே பெற்றிருந்தார் என்பதை அறிந்து மிகுந்த வியப்படைந்தனர். அதேபோல, பல சிறுவர்களைப் போலவும், ஆசிரியர்களை எதிர்கொள்வதில் பயமும், தனது தனித் தன்மை வாய்ந்த குடும்பப் பின்னணியின் காரணமாக சக மாணவர் களால் தன்னைக் கேலிக்குரியவராக உணர்ந்த தருணங்களும் உள்ளன. இந்தத் தொடரை வாசித்த பெரியவர்களுக்கு, மிகச் சிறந்த திரைப்படப் படைப்பாளியான சத்யஜித் ரேயின் ஆரம்ப கால

வாழ்க்கையில் உண்டான சிந்தனைகளும், கருத்துக்களும் ஆழமான பாதிப்பை ஏற்படுத்தின. சத்யஜித் ரேயை பற்றிய கட்டுரைகளையும், புத்தகங்களையும் எழுத நினைப்பவர்களுக்கு "குழந்தைப் பருவ நாட்கள்" புத்தகம் ஆதாரப் புள்ளியாக விளங்கும்.

இவை வெளியானவுடன் பலர் ஆங்கில மொழியாக்கத்தையும் வெளியிடும்படி வற்புறுத்தினர். சிலர், தாங்களாக ஆங்கிலத்தில் மொழியாக்கம் செய்து அவருக்கு அனுப்பியும் வைத்தனர். சத்யஜித் ரேவை அவர்களது செயல் கவர்ந்துவிடும் என்பதுதான் அவர்களுடைய எண்ணம். அந்த மொழியாக்கங்கள் நல்ல தரத்தில் அமைந்திருந்தால், நிச்சயமாக அவைகளில் ஏதேனுமொன்றை சத்யஜித் ரே ஏற்றுக்கொண்டிருப்பார். ஆனால், அப்படி எதுவும் நிகழவில்லை. எங்கள் இருவருக்குமே இதன் ஆங்கில மொழியாக்கம் செறிவாகச் செய்யப்பட வேண்டுமென்கின்ற உந்துதல் உருவாகி விட்டது. பலர் ஆர்வத்துடன் காத்திருந்ததுதான் காரணம்.

இறுதியில், சத்யஜித் ரே தாமாக ஆங்கில மொழியாக்கத்தையும் செய்துவிடலாம் என்று முடிவெடுத்தார். ஆனால், திரைப்பட உருவாக்கங்களில் அவருக்கு இருந்த வேலைப்பளு மற்றும் உடல் நலக் குறைப்பாடும் அவ்வேலையை செய்துமுடிக்க அவரை அனுமதிக்கவில்லை. 1992இல் அவர் உயிரிழந்ததற்குப் பிறகு பல வருடங்கள் கடந்திருந்த நிலையிலும் நான் அவரது குழந்தைப் பருவ நினைவுகள் பற்றி எண்ணியிருக்கவில்லை. 'அப்புவுடனான என் வருடங்கள்' எனும் சத்யஜித் ரே எழுதியிருந்த திருத்தப்படாத கைப்பிரதியில் அப்போது நான் வேலை செய்து கொண்டிருந்தேன். அதன் பணி முழுவதுமாக நிறைவுபெற்ற உடன்தான் மிகத் தற்செயலாக குழந்தைப் பருவ நினைவுகள் புத்தகத்துக்கான மிகச் சரியான தருணம் அதுதான் என்கின்ற எண்ணம் உருவானது. சத்யஜித் ரே இந்தப் புத்தகத்தை எவ்வளவு முக்கியத்துவம் வாய்ந்தது எனக் கருதினார் என்பது மற்றவர்களை விட எனக்கு நன்றாகத் தெரியும். உண்மையில், இந்தப் புத்தகப் பணி எனக்கும் மிகுந்த முக்கியத்துவம் வாய்ந்ததாக இருந்தது. காரணம், அது என் காலத்தையும், எனக்கு அறிமுகமான மனிதர்களையும் பற்றிப் பேசியிருந்தது. அதன் காரணமாகத்தான், வேறொருவருக்கு இந்த மொழியாக்க வேலையைத் தருவதை விட, நானே முடிப்பது நல்லது என்று முடிவெடுத்தேன்.

உண்மையில், நானும் மாணிக்கும் ஒன்றாக வளர்ந்தோம் என்பது மட்டுமே இதற்கு காரணமல்ல. ஆனால், எங்களுக்கிடையில் குழந்தைப் பருவம் தொடர்பான நினைவுப் பகிர்வுகள் இருந்திருக் கின்றன. அதில் சிலவற்றை அவர் பகிர்ந்திருக்கிறார். மற்றவை என்

இதயத்தில் புதைந்திருக்கிறது. இந்தப் புத்தகத்தைப் புரட்டும்போதும், அவரது ஆரம்ப கால நினைவுகளை வாசிக்கும்போதும், என் மனம் மிக நீண்ட காலம் பின்னோக்கி பயணிக்கத் துவங்கியது. நாங்கள் இருவரும் சிறுவர்களாக இருந்தபோது நிகழ்ந்த ஒரு தருணத்தை எனக்கு அவை நினைவூட்டுகின்றன. அதைப் பற்றி விவரிக்கிறேன்.

மாணிக் பாட்னாவில் இருக்கும் எங்கள் வீட்டுக்கு ஒருதடவை வந்தார். ஒருநாள், எங்களது அத்தைகளில் ஒருவரான (கானக் தாஸ்) எனக்கும், மாணிக்குக்கும் இடையில் ஓவியப் போட்டி ஒன்றை நடத்தினார். அந்த ஆண்டில் நடந்த ஓவியப் போட்டி ஒன்றில் நான் முதல் பரிசு பெற்றிருந்ததால், என் அத்தை ஓவியப் போட்டியை எங்களுக்கிடையில் நடத்தினார். (மாணிக் இளையவராக இருந்த தால், நிச்சயமாக பரிசு எனக்குதான் கிடைக்கப் போகிறது என்று நினைத்திருந்தேன்.) எங்கள் இருவருக்கும் ஒரு ஓவியம் கொடுக்கப் பட்டிருந்தது. என்னால் இப்போதும் அதைத் துல்லியமாக நினைவுப் படுத்த முடிகிறது. அந்தப் படத்தில் சிறப்பான உடை உடுத்தியிருக்கும் பெண் ஒருத்தி, கூண்டில் அடைக்கப்பட்டிருக்கும் கிளிக்கு உணவூட்டுகிறாள். அவளது கருநிறக் கூந்தல் ரிப்பனால் சுற்றப்பட்டி ருக்க, அவளது ஒரு கையில் ஒரு பொம்மை இருந்தது. நாங்கள் இருவரும் ஓவியத்தை வரைந்து முடித்திருந்ததும், எல்லோரும் என் திறமையைப் பாராட்டினார்கள். ஆனால், என் அம்மா அந்த ஓவியத்தைப் பார்த்ததும், முகத்தில் அடித்தாற் போல "என்னைப் பொருத்தளவில் மாணிக்குக்குதான் பரிசு வழங்கப்பட்டிருக்க வேண்டும்" என்று கூறிவிட்டார். என் கண்களில் நீர் கோர்த்துக் கொண்டது. "அழாதே" என்று கூறிய அம்மா, "இந்த ஓவியத்தைப் பார். மாணிக் எவ்வளவு அழகாக வரைந்துள்ளான் என்பதை நீயே பார்" என்றார். ஆனால் என் அழுகை நின்றபாடில்லை. மெல்ல தலை உயர்த்தி மாணிக் வரைந்திருந்த ஓவியத்தைப் பார்த்தேன். என் கண்ணீர் உடனே நின்றது. உண்மையில், நான் வரைந்ததை விடவும் அருமையாக இருந்தது. நான் பலமுறை ரப்பரைப் பயன் படுத்தி இருந்தேன். அதனால் என் ஓவியம் விகாரமாகத் தோற்ற மளித்தது. ஆனால், மாணிக் ஒருமுறைகூட ரப்பரைப் பயன்படுத்த வில்லை. அவரது கோடுகள் மிகத் துல்லியமாக இருந்தது. உண்மை யைச் சொல்ல வேண்டுமென்றால், அவரது ஓவியம் மூலப் படத்தை விடவும் மிகச் சிறப்பாக இருந்தது. அதன்பின், பரிசுக்குரிய ஓவியம் சந்தேகமில்லாமல் அவருடையதுதான் என்று தோன்றியது. மாணிக்கிற்கு அப்போது ஐந்து வயதுதான் ஆகியிருந்தது.

மாணிக் தனது புத்தகத்தில், கானக் தாஸ் பற்றிக் குறிப்பிட்டி ருக்கிறார். அவள் தனது முதல் பாடல் பதிவின்போது எவ்வளவு பதற்றத்துடன் இருந்தாள் என்பதை மாணிக் பதிவு செய்திருக்கிறார்.

அதுவொரு வேடிக்கையூட்டும் பகுதி என்பதையும் கடந்து, ஒவ்வொருமுறை அப்பகுதியைப் படிக்கும்போதும், என் முதல் பாடல் பதிவின்போது உண்டான பதற்றம் எனக்கு நினைவுக்கு வருகிறது. நினைவு தெரிந்த நாளில் இருந்தே இசை எனக்குப் பிடித்த கலையாக இருந்தது. சொல்லப் போனால், இசைதான் என்னையும், மாணிக்கையும் ஒன்றிணைத்தது எனலாம். இளம் வயதில் நானும் பல பாடல் பதிவுகளில் பங்கேற்றுள்ளேன். ஒவ்வொரு பாடல் பதிவின் முன்பும், என் குரல் கட்டுப்படுத்த முடியாத அளவுக்கு வறண்டு, பாடும் திறனை இழந்து உலர்ந்து போகும். மாணிக்கிற்கு என் அத்தையின் தவிப்பு நிலை கேலிக்குரியதாக இருந்திருக்கலாம். ஆனால், எனக்கு அவள் மீது பரிதாபகரமான உணர்வே மேலிடுகிறது.

குழந்தைப் பருவ நாட்கள் புத்தக வேலையை நான் தொடங்கிய போது, இன்னொரு அனுபவம் கிடைத்தது. 'சந்தேஸ்' இதழில் வெளியான வேறு சில பகுதிகள் தொகுக்கப்பட்டு 'திரைப் படங்களை உருவாக்குதல்' என்று மற்றுமொரு புத்தகம் வெளியாகியிருக்கிறது. அந்தப் புத்தகத்தில், தனது பதேர் பாஞ்சாலி அனுபவங்களையும், கூப்பியும் பாஹாவும் பங்கேற்ற இரண்டு திரைப்படங்களின்போது ஏற்பட்ட அனுபவங்களையும், பெலுடா வரிசை திரைப் படங்கள் உருவானபோது நிகழ்ந்த சில சம்பவங்களையும் மாணிக் விவரித்திருந்தார். இந்தப் புத்தகத்தில், ஒரு திரைப்படப் படைப்பாளியாக தனது இளைய தலைமுறை வாசகர்களுக்கு தான் வாழ்ந்த உலகம் சார்ந்த புரிதலை உண்டாக்கும் விதமாக எழுதியிருக்கிறார். அவை அச்சாகும் வரையில், மக்களுக்கு ஒரு திரைப்படம் உருவாகும் விதம் குறித்தோ, அதற்கு என்னென்ன திட்டமிடல்கள் படம் உருவாகும் காலத்தில் மேற்கொள்ளப்படுகின்றன என்பது குறித்தோ எந்தவொரு தெளிவும் இருக்கவில்லை, மேலும் ஒரு இயக்குனர் தன்னிச்சையாகப் படப்பிடிப்பு காலத்தில் நிகழும் குளறுபடிகளை, எப்படிக் கையாள வேண்டுமென்பதைப் பற்றியெல்லாம் யாரேனும் அறிந்திருப்பார்களா என்பது சந்தேகமே. இந்தப் பகுதிகளையும் குழந்தைப் பருவ நாட்கள் புத்தகத்தில் இணைத்துவிட்டால் வாசகர் களுக்கு கூடுதல் நிறைவையும் மகிழ்வையும் அவை ஏற்படுத்தும் என்று நினைத்தேன்.

என்னளவில், இந்த நினைவலைகள் பல அற்புதமான நினைவு களை என்னுள் கிளர்த்திவிட்டன. எல்லாவற்றையும்விட, அப்புவாக நடிக்கப்போகும் சிறுவனைத் தேடி அலைகின்ற பயணத்திலும், பெலுடா மற்றும் அவரது குழுவினருடன் ராஜஸ்தானில் சுற்றி அலைந்துகொண்டிருந்த நாட்களிலும் நானும் அந்தப் பயணத்தில்

மாணிக்குடன் இணைந்திருந்தேன். வாரணாசியில் மகன்லால் சிறைபிடிக்கப்படும்போதும் நான் கூட இருந்தேன். அதேபோல, ஹிராக் ரஜார் தேஷே திரைப்படத்தில் கூப்பியும், பாஹாவும் புலியை கடக்க முடியாமல் படும் அவஸ்தைகளை பதிவாக்கும்போதும் நான் உடனிருந்தேன். அதனால், 'திரைப்படங்களை உருவாக்குதல்' மற்றும் 'குழந்தைப் பருவ நாட்கள்' இரண்டு பகுதிகளையும் மொழி பெயர்ப்பது எனக்கு மிகவும் சந்தோஷமான செயலாக இருக்கும் என்று எனக்குத் தெரியும்.

அதனால், மிகுந்த உற்சாகத்துடன் இந்த வேலையைத் தொடங்கிய நான், இடையிடையே உடல்நலக் குறைபாடுகளின் காரணமாக நிறுத்த வேண்டியிருந்தது. அதனால், இவை முடிக்க கிட்டத்தட்ட ஓராண்டு காலத்துக்கு மேலானது. ஒருவழியாக அந்த வேலையை முடித்து பென்குயின் பதிப்பகத்துக்கு அனுப்பியபோது, ஒரு விடுதலை உணர்விலும், வார்த்தைகளில் விவரிக்க முடியாத பெரும் சந்தோஷத்தாலும் நான் சூழப்பட்டிருந்தேன். துரதிர்ஷ்டவசமாக என் உடல்நிலை இன்னமும் சீராகாமல் இருந்தது. அதனால் பென்குயின் பதிப்பாளரிடம் அந்த இறுதி வடிவத்தை என்னால் விரைவாகக் கொடுக்க முடியாமல் இருந்தது. நான் என்ன செய்திருக்க வேண்டுமோ அதை நான் செய்யவில்லை. எவ்வளவு நீண்ட காலதாமதம் ஆனது என்பதை விவரிப்பது கடினமானது. ஆனால், கடந்த ஆண்டு இரண்டு சந்தோஷமான விஷயங்கள் எதிர்பாராமல் நிகழ்ந்தது. கடினமான வேலையான பெலுடா கதைகளின் மொழியாக்கத்தைச் செய்து கொண்டிருந்த கோபா மஜூம்தார் ஐந்து வருட தொடர் உழைப்பின் பயனாக அந்தப் பணியை நிறைவு செய்திருந்தார். அதே தருணத்தில், வங்க மொழி பரிச்சயமும், பெலுடா கதைகளை மூல வடிவத்தில் வாசித்திருந்த சுதேஷ்னா ஷோம் கோஷ் பென்குயின் பதிப்பகத்தின் பதிப்பாளராக ஆகியிருந்தார். அதனால், கோபாவும், சுதேஷ்னாவும் இணைந்து நான் முடித்திருந்த புத்தகத்தைச் செறிவூட்டும் வேலையை மிக நேர்த்தியாகவும், சுலபமாகவும் செய்து முடித்தார்கள். அவர்களுடைய உதவிக்கு நான் நன்றிக்கடன் பட்டுள்ளேன். அதுபோலவே, பொறுமையுடன் எனக்காகக் காத்திருந்த பென்குயின் பதிப்பகத்தை சேர்ந்த டேவிட் டேவிதருக்கும் என் நன்றிகள்.

இறுதியில், இந்தப் புத்தக உருவாக்கம் சார்ந்த இறுதி முடிவுகளை வாசகர்கள்தான் எடுக்க வேண்டும். என் பங்களிப்பு, மாணிக்கிற்கு நியாயம் செய்திருப்பதாக உறுதியாக நம்புகிறேன்.

கல்கத்தா

பிஜோயா ரே
அக்டோபர் 1998

மூலப்பிரதியுடன் ஒப்பிட்டு
இப்பிரதியை மேம்படுத்திய
உமா ஷக்திக்கு
நற்றிணை தன் மனமார்ந்த நன்றிகளைத்
தெரிவித்துக் கொள்கிறது.

உள்ளே...

குழந்தைப் பருவ நாட்கள்

அறிமுகம் 17

கோர்பூர் 18

போவனிப்பூர் 38

விடுமுறை தினங்கள் 66

பள்ளிக் கால அனுபவங்கள் 85

திரைப்படங்களை உருவாக்குதல்

அறிமுகம் 109

அப்புவுடன் இரண்டரை வருடங்கள் 111

புராஜெக்ட் டைகர் 123

ஹுந்தி ஜுந்தி ஷுந்தி 135

ரயிலுக்கு எதிராக ஒட்டகங்கள்! 147

ஹாலா ராஜாவின் படை வீரர்கள்! 157

பெலுடாவுடன் வாரணாசியில் 173

ப்ளீஸ் ப்ளீஸ் புலி மாமா 211

அறிமுகம்

பால்ய நினைவுகளின் எந்தப் பகுதி கடைசிவரை நம் நினைவுகளில் தங்கி இருக்கப் போகிறது என்றும், எவை எவ்விதமான சிறு தடயமும் இன்றி மறைந்து போகும் என்பதையும் தெளிவாகக் கூற முடியாது. நம் ஞாபகங்களைக் கட்டுப்படுத்தக்கூடிய விதிகள் என்று எதுவும் இல்லை. அதனால்தான் நினைவுகள் என்பது எப்போதும் புதிர்த் தன்மையுடன் உள்ளது.

நான் பிறந்த கோர்பூர் நகரத்திலிருந்த வீட்டைக் காலி செய்து விட்டு நாங்கள் போவனிப்பூருக்கு என் ஐந்து வயதில் குடி பெயர்ந்தோம். எங்கள் வீட்டைக் காலி செய்த நாள் பற்றிய எதையும் என்னால் ஞாபகப்படுத்தி விவரிக்க முடியாது. ஆனால், கோர்பூர் பகுதியில் நாங்கள் குடியிருந்த வீட்டில் எனக்கு ஏற்பட்ட கனவு ஒன்றை மட்டும் நான் இன்னமும் நினைவில் வைத்திருக்கிறேன். அந்தக் கனவில் எங்களது சமையல்காரரின் மகன் ஹரனின் முகம் ஆழப் பதிந்திருக்கிறது. அந்தக் கனவு பற்றி வேறு சுவாரஸ்யங்கள் இல்லை என்றாலும் அந்தக் கனவு சம்பந்தமாக மிகச் சிறிய காட்சிப் பதிவை நான் நினைவில் வைத்திருக்கின்றேன்.

என் சிறுவயது நினைவுகளைப் பற்றிய இந்தப் புத்தகத்தில், மிக சாதாரண மனிதர்களையும், எவ்வித முக்கியத்துவமும் இல்லாத சம்பவங்களையும், அதே சமயத்தில் சில அசாத்தியமான அனுபவங் களையும் விவரித்துள்ளேன். நிகழ்வுகளில் முக்கியத்துவமானவை, அவசியமில்லாதவை என சிறுவர்கள் ஒருபோதும் வகைப்படுத்துவ தில்லை. பெரியவர்கள்தான் அதனைச் செய்கிறார்கள். இதன் காரணமாகத்தான், சிறுவர்கள் தமது நண்பர்களைக் கறாரான மதிப்பீடுகளை வளர்த்துக்கொண்டு தேர்ந்தெடுத்துப் பழகுவதில்லை. அவர்கள் பெரியவர்களுக்கு கீழ்ப்படிந்தபடியும், அவர்களது சொல்லுக்குக் கட்டுப்பட்டவர்களாகவும் வளருகிறார்கள்.

இந்த நினைவுத் தொகுப்புகள் மாதாந்திர இதழான “சந்தேஸ்” பத்திரிகையில் இரு வேறு காலகட்டங்களில் எழுதப்பட்டது. பின்னர், என் சிறுவயது நினைவுகள் தொடர்பாக மேலும் சில மனிதர்களையும், சம்பவங்களையும் நினைவுகூர்ந்து இதில் கூடுதல் விவரங்களுடன் சேர்த்து எழுதியிருக்கிறேன்.

கோர்பூர்

நான் இளம் வயதில் பார்த்த பெரும்பாலான காட்சிகள் இப்போது சுத்தமாக மறைந்துவிட்டது. இப்போதெல்லாம் வீட்டின் பால்கனியில் தொங்கிக் கொண்டிருக்கும் "டூலெட்" போர்டுகளைப் பார்க்க முடிகிறதா? அந்தக் காலத்தில் அது எல்லா இடங்களிலும் பார்க்கக் கிடைக்கும் மிகச் சாதாரணமான காட்சி. அதுபோலவே மேற்கூரை இல்லாத இரண்டு அடுக்குகளால் அமைந்திருந்த வால்போர்டு நிறுவனத்தின் பஸ்கள் எங்கும் நிரம்பியிருந்தன. அந்த பஸ்ஸின் மேல்தளத்தில் உட்கார்ந்துகொண்டு முகத்திலும், தலைமுடியிலும் வருடிச் செல்லும் காற்றின் ஸ்பரிசத்தை அனுப விப்பது அலாதியான ஒன்றாக இருந்தது. சாலையில் அதிகளவில் மனிதர்களைப் பார்க்க முடியாது. இப்போது பெரும் இரைச்சலை உண்டாக்கிக் கொண்டிருக்கும் போக்குவரத்து நெரிசலையும் நான் எதிர்கொண்டதே இல்லை. இன்றைய காலத்தில் சாலையில் நேர்ந்திருக்கும் மாற்றங்களில் முக்கியமானது என நான் கருதுவது கார்களின் வடிவமைப்பில் உண்டாகியிருக்கும் மாற்றங்களைத்தான். பல்வேறு நாடுகளில் உருவாக்கப்பட்டு அந்தக் காலத்தில் கல்கத்தா நகரச் சாலையில் பரபரப்பாக இயங்கிக் கொண்டிருந்த கார்கள், சாலையில் எத்தகைய வித்தியாசத்தை உண்டாக்கியிருந்தது என்பது கடவுளுக்கே வெளிச்சம். ஒவ்வொரு காரும் பிரத்யேகமான தோற்றத்தையும், தனித்துவமான ஹார்ன் ஒலிகளையும் கொண்டி ருந்தன. போர்ட், செவ்ரோலெட்ஸ், ஹம்பர்ஸ், வாக்ஸ்ஹால்ஸ், வோல்செலஸ், டாட்ஜஸ், பியூக்ஸ், ஆஸ்டின்ஸ், ஸ்டட்பேக்கர்ஸ், மோரிஸஸ், ஓல்ட்ஸ்மொபைலஸ், ஓபெல்ஸ், சிட்ரோயென்ஸ் என வகை வகையான அந்தக் கார்களும் இப்போது கிட்டத்தட்ட முழுமையாக மறைந்தேவிட்டன. அதே போல மேற்புறத்தில் திறந்து மூடிக்கொள்ளும் வசதிகொண்ட கார்களும் மறைந்துவிட்டன. பாம்பின் வாயைப் போன்ற தோற்றத்திலிருக்கும் லேசல் கார் மற்றும் பேபி ஆஸ்டின்ஸ் கார்களை இப்போது மிக அரிதாகவே நம்மால் காண முடிகிறது. ஒரு காலத்தில் கம்பீரமான அடையாளமாகக் கருதப்பட்ட கார்கள் இக்காலத்தில் முற்றிலுமாக மறைந்து கனவுகளில்

மட்டும் பார்க்கக்கூடிய அரிதான பொருளாகி விட்டது. அதன்பிறகு, வரையறுக்கப்பட்ட கச்சிதமான வடிவத்தில் கார்கள் அறிமுகப் படுத்தப்பட்டன. ஆமை ஓட்டைப் போன்ற வடிவத்தில் அந்தக் கார்கள் இருந்தன. ஆனால், இவை அனைத்தும் நிகழ்ந்து பல வருடங்கள் உருண்டோடி விட்டன.

இந்தக் காலத்தில் மறைந்துவிட்ட இன்னொரு விஷயம், குதிரை வண்டிகள். நாங்கள் கோர்பூரில் வசித்துக் கொண்டிருந்தபோது, எங்களிடம் கார் இல்லை. அதனால், அடிக்கடி நாங்கள் இந்த குதிரை வண்டிகளில்தான் பயணிப்போம். மேற்புறம் மூடப்பட்ட வண்டிகளை விடவும், திறந்த நிலையில் அமைந்திருந்த குதிரை வண்டிப் பயணங்களை நினைவில் வைத்துள்ளேன். மிகவும் பரவசமான அனுபவங்களை அந்தக் குதிரை வண்டிப் பயணங்கள் அளித்தன.

இப்போது மிக இயல்பாகிவிட்ட, ஆகாயத்தில் இடி முழக்கம் போல சப்தம் எழுப்பி பறக்கும் ஜெட் விமானங்களை அக்காலத்தில் நாங்கள் அறிந்தே இருக்கவில்லை. வெகு அரிதாக ஓரிருவர் மட்டும் பயணம் செல்லும் அளவிலான விமானங்களை மட்டுமே நாங்கள் பார்த்திருக்கிறோம். டம் டம் மற்றும் பெஹ்ஹாலா விமான சேவை மையங்கள் இப்போதுதான் துவங்கப்பட்டிருக்கிறது. மெல்ல வங்கத்தைச் சேர்ந்த மக்கள் பறக்க பயின்று வருகிறார்கள். எங்கள் நகரத்தில் ஆயிரக்கணக்கான துண்டுப் பிரசுரச் சீட்டுகளை விநியோகம் செய்ய விமானங்கள் பயன்படுத்தப்பட்டன. வானத்தி லிருந்து குவியல் குவியலாக காகிதச் சீட்டுகள் பறந்து நகரத்தின் பல்வேறு பகுதிகளில் விழுந்து கிடக்கும். ஒருமுறை, எங்கள் வீட்டின் கூரையின் மீது சில துண்டுப் பிரசுரங்கள் விழுந்து கிடந்தன. நான் அதனைக் கையிலெடுத்துப் பார்த்து, அவை பாட்டா ஷூ கம்பெனியின் விளம்பரச் சீட்டுகள் என்பதைத் தெரிந்துகொண்டேன்.

ஆச்சர்யப்படும் வகையில் தினசரி உபயோகப் பொருட்கள் பலவும் இத்தனை வருடங்களில் மாறிவிட்டன. நைலானின் வருகைக்கு முன்பான காலத்தில், நாங்கள் கோலிநோஸ் பற்பசையை யும், டூத் பிரஷையும் பயன்படுத்தினோம். குட்டபெர்சா என்கின்ற இறுக்கமான பொருளினால் செய்யப்பட்ட ஸ்வான் மற்றும் வாட்டர்மேன் ஃபவுண்டெயின் பேனாக்களை வைத்திருந்தோம். அந்தப் பேனாவை தீயில் எரித்தால், மிகவும் அருவருப்பூட்டக் கூடிய வாசனை எழும். ஆனால், அத்தகைய பேனாக்கள், இக்காலத்தில் தயாரிக்கப்படும் பேனாக்களை விடவும் அதிக நாள் பயன்பட்டது என்பதை நான் ஒப்புக்கொண்டுதான் ஆகவேண்டும்.

குவாலிட்டியும், ஃபாரினியும் ஐஸ்கிரீம் விற்பனையில் சாதனை புரிந்து கொண்டிருக்கும் இக்காலத்தில் யார் வீட்டில் ஐஸ் கிரீம்களை செய்யப் போகிறார்கள்? ஆனால், என் பால்ய காலத்தில் வீட்டிலேயே வெண்ணிலா ஐஸ்கிரீம்களைச் செய்வார்கள். இரும்புக் கைப்பிடியை கொண்ட மர வாளியைப் பயன்படுத்தி ஐஸ்கிரீமை தயாரிப்பார்கள். அந்த இரும்புக் கைப்பிடி எழுப்பும் ஒலியைக் கேட்கும்போதெல்லாம், ஐஸ்கிரீம் வாசனை நினைவு வந்து, என் மனம் மகிழ்ச்சியில் துள்ளும். வீட்டிலேயே தயாரிக்கப்பட்ட ஐஸ்கிரீம்கள் இன்று நாம் தள்ளுவண்டிகளில் வாங்கிச் சாப்பிடும் ஐஸ்கிரீம்களை விடவும் சுவை கூடியதாக இருந்தது.

சிறுவயதில் எனக்கு இருந்த உடல்நலக் குறைபாட்டை நினைவுபடுத்துவது மருத்துவக் குறிப்புகளின் அடிப்படையில் மருந்தாளர்களில் ஒருவர் தயாரித்துக் கொடுத்த மருந்து பாட்டில் தான். அந்தப் பாட்டிலின் ஒரு பக்கத்தில் அளவுகோல் குறிக்கப் பட்டு, வெள்ளைத் தாள் ஒன்றும் ஒட்டப்பட்டிருக்கும். இது எனக்கு மிகவும் புதிரான உணர்வைக் கொடுத்திருந்தது. மிகச் சாதாரண காய்ச்சலுக்குக் கூட, வெந்நீர் கால் குளியல் அவ்வப்போது பரிந்துரைக்கப்படும். அதாவது, குளியலறையின் அனைத்து கதவு, ஜன்னல்களும் இறுக்கமாக மூடிய பின்னர் கால்களை மட்டும் வெந்நீரில் அமிழ்த்திய நிலையில் குளிப்பது. என்னால் இப்போது நினைவுகூர முடியாதது என்னவென்றால், இத்தகைய குளியல் முறை என் உடல்நலக் குறைவைப் போக்க எந்த விதத்திலாவது உதவி செய்ததா என்பதைத்தான். அந்த நாட்களில் மலச்சிக்கலைச் சரி செய்ய எங்களுக்கு இருந்த ஒரே மருந்து ஆமணக்கு எண்ணெய் மட்டுமே. மலேரியா காய்ச்சலுக்கு கொய்னா எனும் கசப்பு மாத்திரைகள் மட்டுமே உபயோகத்தில் இருந்தது. சிறுவனாக என்னால் அந்தக் கசப்பு மாத்திரைகளை முழுமையாக விழுங்க முடியவில்லை.

ஒருமுறை டாக்காவுக்குச் செல்ல புறப்பட்டுக் கொண்டிருந்த போது, அந்தக் கசப்பு மாத்திரைகளை நான் சாப்பிட்டே ஆக வேண்டுமென்று கட்டாயப்படுத்தப்பட்டேன். இத்தனை ஆண்டுகள் கடந்துவிட்ட பின்பும், இன்னமும் கொய்னா மாத்திரைகளின் முகம் சுளிக்கச் செய்யும் கசப்புச் சுவையை என்னால் உதடுகளில் உணர முடிகிறது. கேப்ஸ்யூல் மாத்திரைகளின் வருகைக்குப் பின்னர், மருந்துகள் உண்டாக்கியிருந்த அருவருப்பான கசப்புச் சுவையைக் கிட்டத்தட்ட மறந்தேவிட்டோம்.

* * *

யாரும் தங்களுடைய குழந்தைப் பருவத்தின் ஆரம்ப நாட்களை நினைவில் வைத்திருக்க மாட்டார்கள். என் தந்தை இறந்தபோது, எனக்கு இரண்டரை வயதுதான் ஆகியிருந்தது. எங்களுக்கு நேர்ந்த துயரங்களைப் பற்றி முழுமையாக என்னால் பகிர்ந்துகொள்ள முடியாமல் இருக்கலாம். ஆனால், என் தந்தை நோய்வாய்ப்பட்டு படுக்கையில் வீழ்ந்துகிடந்த நாட்களில் நடந்த இரண்டு சம்பவங்களை இன்னமும் நான் நினைவில் வைத்திருக்கின்றேன். அப்போது என் வயது இரண்டைக் கூட கடந்திருக்க வாய்ப்பில்லை.

நான் பிறந்த சில நாட்களிலேயே என் தந்தை நோயுற்று படுக்கையில் விழுந்துவிட்டார். அதன்பிறகு அவர் மீண்டு வரவில்லை. ஆனால், அவ்வப்போது தனது உடல் நிலை சீராக இருப்பதாகக் கருதினால், அவரை வெளியூருக்கு அழைத்துச் செல்வார்கள். கல்கத்தாவிலிருந்து வெளியேறி புதிதான சூழலுக்கு பயணம் செய்வது அவரது உடலுக்கு அதிக நன்மையை உண்டாக்கும் என்பதால் இத்தகைய பயணங்கள் அவ்வப்போது ஏற்பாடு செய்யப்பட்டன. நான் அவருடன் சோத்பூர் மற்றும் கிரிதிக் பகுதிகளுக்குச் சென்ற தினங்களை நினைவில் வைத்திருக்கிறேன். சோத்பூர் இல்லம் கங்கையின் கரையில் அமைந்திருந்தது. அதோடு அவ்வீட்டோடு பெரிய முற்றமும் சேர்ந்திருந்தது. ஒருநாள் என் தந்தை ஜன்னலின் அருகில் அமர்ந்து ஓவியம் வரைந்து கொண்டிருந்தார். "அதோ அங்கே ஒரு கப்பல் போகிறது!" என்ற அவரது குரலைக் கேட்டு நான் முற்றத்திற்கு ஓடிச் சென்று பார்த்தேன். அங்கு ஒரு நீராவிக் கப்பல் ஒலியெழுப்பியபடி போய்க் கொண்டிருந்தது.

என் கிரிதிக் பகுதி நினைவுகளில், எங்கள் வீட்டில் வேலை செய்த பிரயாக்தான் நிறைந்திருக்கிறான். என்னால் என் தந்தையை அவ்வீட்டில் நினைவுபடுத்தி பார்க்க முடியவில்லை. நானும் அவரும் உசிரி ஆற்றின் கரையில் இருந்த மணல்படுக்கையில் அமர்ந்திருக்க, அவர் என்னிடம், "இந்த மணலைத் தோண்டினால், நீரை உன்னால் பார்க்க முடியும்" என்று சொன்னார். நான் மிகுந்த உற்சாகத்துடன், பொம்மைக் கடையில் இருந்து எனக்கு யாரோ வாங்கி வந்திருந்த மரப்பலகை ஒன்றை வைத்து மணலைத் தோண்டத் துவங்கி விட்டேன். ஒரு நிலையை அடைந்ததும், மெல்ல மணலின் அடியில் இருந்து நீர் கசியத் துவங்கியது. ஆனால், அதே தருணத்தில், அருகில் இருந்த கிராமம் ஒன்றினைச் சேர்ந்த பெண் ஒருத்தி திடீரென அங்கு வந்து, நாங்கள் கண்டுபிடித்த நீரில் எவ்விதத் தயக்கமும் இன்றி தன் கைகளைக் கழுவினாள். வேற்று மனுசியின் வருகையால் அப்போது எனக்கு ஏற்பட்ட அதீதமான கோப உணர்வை இப்போதும் நினைவில் வைத்திருக்கிறேன்.

* * *

நான் கல்கத்தாவில் இருக்கும் கோர்பூர் சாலையில் 100ஆம் எண் வீட்டில் பிறந்து, என் ஐந்தாவது வயது வரையில் அவ்வீட்டில் வளர்ந்தேன். அதன்பிறகு, கல்கத்தாவின் தென் பகுதியில் பல வீடுகளில் வசித்திருக்கிறேன் என்றாலும், நான் பிறந்த வீட்டைப் போன்ற சிறப்பு வாய்ந்த வீடு எதுவுமில்லை.

அது வெறுமனே வீடு மட்டுமல்ல. அதுவொரு அச்சகமாகவும் இருந்தது. என் தாத்தா உபேந்திர கிஷோர், தானே பிரத்யேகமாக கவனம் செலுத்தி அந்த வீட்டினை வடிவமைத்தார் என்றாலும், அந்த வீட்டில் அவர் வாழ நேர்ந்தது வெறும் நான்கே ஆண்டுகள் தான். நான் பிறப்பதற்கு ஐந்தரை ஆண்டுகள் முன்பாகவே அவர் இறந்துவிட்டார். எங்கள் வீட்டின் சுவரில் உயரத்தில், "உ ரே அண்ட் சன்ஸ், பிரிண்டர்ஸ் மற்றும் பிளாக் மேக்கர்ஸ்" என்ற எழுத்துக்கள் பெரியளவில் எழுதப்பட்டிருக்கும். அச்சகத்திற்கு ஒருவர் நுழைய வேண்டுமானால், முதலில் வாயிற்கதவைக் கடந்து, சௌகிதர் ஹனுமன் மிஷ்ஷிரின் அறையைக் கடந்துதான், அச்சகத்தின் வாயிற்புற மிதியடிகளை அடைய முடியும். அச்சகத்தின் வாசலில் மிகப் பெரிய கதவொன்று அமைக்கப்பட்டிருக்கும். அச்சகம் தரைத்தளத்திலும், எழுத்துருக்களை உருவாக்கும் அறை அதற்கு மேலே, முதல் தளத்திலும் அமைந்திருக்கும். நாங்கள் அவ்வீட்டின் பின்புறத்தில் குடியிருந்தோம். இடப்புறத்தில் இருந்த மிகக் குறுகலான பாதையின் வழியாகத்தான் எங்களது குடியிருப்பு அமைந்திருந்த பகுதியின் நுழைவாயிலை அடைய முடியும். வாசலில் சில மிதியடிகள் போடப்பட்டிருக்கும். அச்சக வேலை தொடர்பாக அங்கு வருபவர்கள், நுழைவாயிலில் இருந்து இடதுபுறம் திரும்பி அச்சகத்தின் கதவை அடைய, எங்களைப் பார்க்க வருகின்ற உறவினர்கள் மற்றும் நண்பர்கள் வலதுபுறம் திரும்பி நாங்கள் குடியிருந்த பகுதிக்கு வருவார்கள். இடதுபுறக் கதவு அச்சகத்துக்கான எழுத்துருக்களை தயாரிக்கும் இடத்திற்கும், வலதுப்புறக் கதவு எங்களது ஓவிய அறைக்கும் அழைத்துச் செல்லும்.

எங்களுடைய வீட்டிற்கு மேற்குப் புறத்தில் இருந்த பக்கத்து கட்டிடம் வாய் பேச மற்றும் காது கேளாதவர்களுக்குமான பள்ளி யாகச் செயல்பட்டுக் கொண்டிருந்தது. கிழக்கில், தோட்டச் சுவரின் எதிர்த் திசையில் அறிவியல் ஆய்வு நிறுவனம் ஒன்று இருந்தது. பேரமைதி நிலவக்கூடிய மதியப்பொழுதுகளில், சாலையில் பயணிக்கும் வாகனங்களின் இரைச்சலும் முழுவதுமாக அடங்கி யிருக்கும் வேளையில் நம்மால், அந்த ஆய்வு நிறுவனத்தில் இருக்கும் மாணவர்கள், உரக்கக் குரலெழுப்பி தங்களது புத்தகத்தில் இருந்து வாய்ப்பாட்டை வாசிப்பதைக் கேட்க முடியும். சில சமயங்களில்

மாணவர்களின் குரல்களைத் தொடர்ந்து, கடும் கோபத்துடன் உறுமும் ஆசிரியர்களின் அதட்டலையும் கேட்க முடியும். மாலை வேளைகளில், அந்த மாணவர்கள் ஆய்வு நிறுவனத்திலிருந்து வெளியேறி அருகில் இருக்கும் மைதானத்தில் விளையாடுவதை எங்கள் வீட்டின் மாடியில் இருந்து என்னால் பார்க்க முடியும். சுவாரஸ்யமான விளையாட்டு நிகழ்வு என்றால், ஆண்டு இறுதியில் நடக்கும் விளையாட்டுத் தினத்தை மட்டுமே குறிப்பிடுவேன்.

வீட்டின் மொட்டை மாடியில்தான் நாங்கள் கண்ணாமூச்சி ஆடுவோம். அதோடு, காகிதப் பட்டங்களையும் அங்கிருந்து காற்றில் பறக்க விடுவோம். என் தாத்தாவின் படிக்கும் அறை இரண்டாவது தளத்தில் இருந்தது. நான் பார்த்த பெரும்பாலான பொழுதுகளில் அவ்வறை யாருமற்று அனாதரவாகத் தான் இருந்தது. கால மாற்றத்தில், அவ்வறையின் ஒரு பொருள் என் உடமையாக ஆகிவிட்டது. மரப் பெட்டகமான அதில்தான் தாத்தா தனது பெயிண்ட், பிரஷ்கள் மற்றும் ஓவியம் வரையப் பயன்படும் ஆலிவ் விதை எண்ணெய் பாட்டில்கள் முதலியவற்றை வைத்திருந்தார்.

என்னையும், அம்மாவையும் தவிர்த்து அந்த வீட்டில் என் தந்தையின் தம்பிகளான சுபீனாய் மற்றும் சுபீமல் ரே, என் மாமா (உபேந்திர கிஷோரின் சகோதரர்) குலதரஞ்சன் மற்றும் என் பாட்டி ஆகியோரும் வசித்து வந்தார்கள்.

சுபீனாய் இரண்டாவது தளத்தில் வசித்துக் கொண்டிருந்தார். நான் அவரை கக்காமொனி என அழைப்பேன். என் தந்தையின் இறப்பிற்குப் பிறகு, அவர்தான் அச்சகத்தின் தலைமைப் பொறுப்பை ஏற்றுக்கொண்டவர். வெவ்வேறு விதமாக காகித மாதிரிகள் ஜெர்மனியில் இருந்து அந்த நாட்களில் வந்து கொண்டிருந்தன. மெலிதான, பருமனான, வழுவழுப்பான, சொரசொரப்பான என அனைத்து வகையான காகிதங்களும் காணக்கிடைத்தன. நான் கக்காமொனியின் அறைக்குள் சென்றால், அவர் என்னிடம் மாதிரி பேப்பர்கள் அடங்கிய புத்தகத்தைக் கொடுத்து, "அனைத்தையும் பார்த்துவிட்டு எந்த வகை பேப்பரை நாம் வாங்க வேண்டும் என்று சொல்" என்பார். நான் இத்துறையில் ஒரு தேர்ந்த நிபுணனைப்போல, ஒவ்வொரு வகை பேப்பரையும் தடவிப் பார்த்து, என் கருத்துக்களை அவரிடம் பகிர்ந்துகொள்வேன். மாமாவும் நான் தேர்ந்தெடுத்துக் கொடுக்கின்ற மாதிரித் தாளையே ஜெர்மனியில் இருந்து இறக்குமதி செய்வார்.

கக்காமொனியின் மகன், ஷரோல் மட்டும்தான் எனக்கு இருந்த ஒரேயொரு தந்தை வழி உறவினன். அவனும் அவனது அம்மாவும் ஜபல்பூரில் இருந்த அவர்களது தாயாரின் குடும்பத்துக்குச் சொந்த மான வீட்டில்தான் பெரும்பாலான நேரங்களைச் செலவிட்டு வந்தார்கள். ஷரோல் அங்கிருந்த ஆங்கில வழிப் பள்ளியொன்றில் படித்து வந்தான். அங்கிருந்த ஆங்கிலேய மாணவர்கள் அவனுக்கு சிரில் எனப் பெயரிட்டு அழைத்தார்கள்.

சுபீமல் ரேவும் இரண்டாம் தளத்தில்தான் வசித்து வந்தார். பிற்காலங்களில்தான் அவருடன் மிகவும் நெருக்கமாகப் பழகும் வாய்ப்பு எனக்குக் கிடைத்தது. அவரைப் பற்றிய நினைவு என்றால், எப்போதும் சுபீமல் ரே உணவருந்தும்போது, நாங்கள் எல்லோரும் சாப்பிட்டு முடித்து ஒரு மணி நேரம் கடந்த பிறகுதான் சாப்பிட்டு முடித்துவிட்டு எழுவார். ஏனெனில், ஒவ்வொரு வாய் உணவையும் முப்பத்தி இரண்டு முறையாவது மென்று விழுங்கவில்லை என்றால், அந்த உணவு நிச்சயமாக ஜீரணம் ஆகாது என்று அவர் கருதுவது தான் தாமதமாக உணவு அருந்துவதற்கான காரணம்.

நானும் அம்மாவும் கக்காமொனியின் அறையின் நேர் கீழே முதல் தளத்தில் வசித்து வந்தோம். என் பாட்டியின் அறையும் முதல் தளத்தில்தான் இருந்தது. 'சந்தேஸ்' இதழுக்காகப் பயன்படுத்தப்பட்ட மிகப் பழைய புகைப்படத் தொகுதிகளை அப்புறப்படுத்தும் பணியில் நான் பாட்டியுடன் இணைந்து நீண்ட நேரத்தைச் செலவிட்டிருக் கிறேன். நாங்கள் கோர்பூரை விட்டு இடம்பெயரும் முன்பாகவே பாட்டி இறந்து விட்டாள்.

கோர்பூர் வீட்டில் வசித்த தினங்களில், நான் மிகத் தெளிவாக நினைவில் வைத்திருக்கும் நபர் என் முதிய மாமாவான குலதரஞ்சன் தான். நான் அவரை டான் டாடூ என அழைப்பேன். அவரது அறை எங்கள் அறையின் நேர் கீழே தரைத்தளத்தில் அமைந்திருந்தது. அவர் தனது நாட்களை பெரிய பெரிய சங்கங்களை வளர்த்தெடுப்பதிலும், இறந்துபோன மனிதர்களின் புகைப்படங்களைப் பெரிதுபடுத்து வதிலும், இந்தியப் புராணக் கதைகளை என்னிடம் பகிர்ந்துகொள் வதிலும், கிரிக்கெட் விளையாட்டில் அதீத ஈடுபாட்டைச் செலுத்து வதிலும் செலவிட்டு வந்தார். நான் அவரை அறிந்திருந்த தினங்களில், அவர் கிரிக்கெட் விளையாடுவதற்கு இயலாத நிலையில் தளர்ச்சி அடைந்திருந்தார். ஆனால், இளம் வயதில் அவரது ஆட்டத் திறன் எப்படி இருந்தது என்பதைப் பலமுறை பரவசத்துடன் விவரித்து இருக்கிறார். ஒருமுறை டவுன் கிளப்பில் பெங்காலி அணிக்காக, மிகச் சிறந்த ஆங்கிலேய வீரர்களைக் கொண்ட அணி

ஒன்றுடன் விளையாடியதை விவரிக்கும்போது, தான் எடுத்திருந்த 99 ரன்கள் பற்றி கடகடவெனச் சொல்லிவிட்டு, சட்டென நிறுத்தி விட்டார். மிகுந்த ஆவலைத் தூண்டிவிட்டு, எப்படி தான் சதத்தை நிறைவு செய்தேன் என்பதை மாமா விவரித்த விதம் என்னை வெகுவாகக் கவர்ந்தது. மெட்ராஸ் கிரிக்கெட் கிளப் அல்லது ஆஸ்திரேலியன் கிரிக்கெட் அணி கல்கத்தாவிற்கு வருகை புரிந்திருந்தால், மாமாவின் மனம் முழுக்க முழுக்க ஈடன் கார்டன் மைதானத்தையே வட்டமடித்துக் கொண்டிருக்கும்.

மாமாவின் முதன்மை வருமானம் புகைப்படங்களைப் பெரிது படுத்திக் கொடுக்கும் தொழிலைச் சார்ந்தே இருந்தது. அந்த வேலையைத் துவக்கத்திலிருந்து இறுதி வரையில் முழுமையாக தனது சொந்த அறைக்குள்ளாகவே மாமா செய்து முடிப்பார். நான் அவரது அறையில் நின்று கொண்டு அவரையே பார்த்துக்கொண்டு இருப்பேன். அவரிடம் ஒரு மரப் பலகை இருந்தது. அதன் மேல்தான் மாமா பெரிதுபடுத்தப்பட்ட புகைப்படங்களைச் சாய்த்து வைப்பார். கால்களால் அந்தப் பலகையை அழுத்தமாகப் பிடித்துக்கொண்டு, கையில் வைத்திருக்கும் சிறிய குழாயின் வழியாக அந்தப் புகைப் படங்களின் மீது வண்ணக் கலவையைப் பீய்ச்சி அடித்து, அதற்கு இறுதி வடிவத்தை உருவாக்கிக் கொண்டிருப்பார். முடிவில் பெரும்பாலான புகைப்படங்கள் கறுப்பு வண்ணத்தைக் கொண்டி ருக்கும், அல்லது அடர் பழுப்பு நிறத்தில் இருக்கும். ஒரே ஒரு சமயத்தில் மட்டும், படத்தில் இருந்த செடிகளில் பச்சை வண்ணத் தையும், அந்தப் புகைப்படத்தில் இருந்த ஆண் உடுத்தியிருந்த காஷ்மீரி ஷாலில் சிவப்பு வண்ணத்தையும் மாமா கொண்டு வந்திருந்ததை நினைவில் வைத்திருக்கிறேன். அது நட்டூர் மகாராஜா வான ஜகதீந்திர நாராயணின் புகைப்படம். அதோடு அந்த மகாராஜாவின் மகனான, புதிய மகாராஜா ஜோகீந்திர நாராயண் என் அருகில் அமர்ந்துகொண்டு மாமா செய்து கொண்டிருக்கும் வேலையை முழுமையாகப் பார்வையிட்டுக் கொண்டிருந்ததும் என் நினைவில் தங்கியுள்ளது.

எங்களுக்கு மிக நெருக்கமான நட்பு வட்டாரங்களில் யாராவது உயிர் இழந்துவிட்டால், மாமாவிடம்தான் இறந்தவர்களின் புகைப்படத்தைப் பெரிதுபடுத்தி தரச் சொல்லி அணுகுவார்கள். பெரும்பாலான குடும்ப உறுப்பினர்களுடன் மொத்தமாக எடுத்துக் கொள்ளப்பட்ட புகைப்படங்களில் மிகச் சிறியதாக மட்டுமே முகம் தெரியும்படி இருக்கும் புகைப்படங்கள் அவை. எனினும், மாமா அந்தப் பணியினை சிரத்தையுடன் மேற்கொள்வார். உண்மை யிலேயே நமக்கு எதிரில் அமர்ந்துகொண்டு நம்மைத் தீர்க்கமாக

பார்ப்பதைப் போன்ற உணர்வை மாமா உருவாக்கிக் கொடுக்கும் புகைப்படம் உண்டாக்கிவிடும். சம்பந்தப்பட்ட நபர் இறந்த சில தினங்களுக்குள்ளாகவே மாமா தனது பணியினைத் துவங்கி விடுவார். அவரது கக்கத்தில் பழுப்பு வண்ணக் காகிதங்கள் கத்தை யாக சொருகியிருப்பதை நம்மால் பார்க்க முடியும். புகைப்படம் முழுவதும் நிறைவடைந்து பார்வைக்கு வைக்கப்படும்போது, நெருக்கமான உறவுகளும், நண்பர்களும் உணர்ச்சிவயப்பட்டு கண்ணீர் சிந்துவார்கள். நானே இத்தகைய உருக்கமான காட்சி களைப் பலமுறை பார்த்திருக்கிறேன்.

டாடூ குழந்தைகளுக்காகவும் எழுதியிருக்கிறார். உ ரே அண்ட் சன்ஸ் அவருடைய பல கதைகளை – நாங்கள் கோர்பூரிலிருந்து வெளியேறும் முன்பாகவே – வெளியிட்டிருக்கிறது. தி இலியாட், தி ஒடிசி, புனைவுகளும் கதைகளும், இருபத்தைந்து பீடால் கதைகள், முப்பத்தி இரண்டு சிம்ஹாசன் கதைகள் மற்றும் கதசரிஸ்ட்சாகர். இந்தப் புத்தகங்கள் குவியல் குவியலாக அலமாரியில் அடுக்கி வைக்கப்பட்டிருந்தது. அவற்றில் பெரும்பாலான கதைகள் முன்ன தாகவே ‘சந்தேஸ்’ இதழில் வெளியானவை.

என் தந்தை இறந்து இரண்டு வருடங்கள் கடந்த பின்பும், ‘சந்தேஸ்’ இதழ் தொடர்ந்து வெளிவந்து கொண்டிருந்தது. எங்கள் வீட்டில் இருந்த அச்சகத்தில், ‘சந்தேஸ்’ இதழ்கள் அச்சிடப் பட்டதையும், அதன் முன் அட்டை மூன்று வண்ணங்களில் உருவானதையும் இன்னமும் நினைவில் வைத்திருக்கிறேன். பொதுவாக, நான் அச்சகத்திற்கு மதிய வேளையில்தான் செல்வேன். அச்சகத்திற்கு நுழையும் ஒருவருக்கு முதலில் எதிர்படுவது, அங்கு வரிசையாக அமர்ந்து வரிவரியாக சொற்களைக் கோர்த்துக் கொண்டிருக்கும் பக்கங்களை வடிவமைப்பவர்கள்தான். அவர்களது முகங்கள் விரைவிலேயே எனக்கு மிகவும் பரிச்சயமாகி விட்டது.

நான் அங்கு செல்லும்போது, அவர்கள் ஒவ்வொருவரும் தலை உயர்த்தி என்னைப் பார்த்து நட்புடன் சிரிப்பார்கள். நான் அவர்களைக் கடந்து, பின்னால் இருக்கும் அறைக்குச் செல்வதை வழக்கமாகக் கொண்டிருந்தேன். இப்போதும் டர்பென்டைன் எண்ணெய் வாசனையை எங்காவது நுகரும் சந்தர்ப்பம் உண்டா னால், உடனடியாக, உ ரே அண்ட் சன்ஸ் அச்சகத்தின் வேலை சூழலின் ஒரு காட்சித் துணுக்கு இயல்பாக என் நினைவில் வந்து போகும். அந்த அறையின் மையத்தில் மிகப் பெரிய கேமிரா ஒன்று இருந்தது. ஒருவர் அதனை மிகச் சிறப்பாக கையாளப் பழகிக் கொண்டார். அவர் பெயர் ரம்டாஹீன். பிஹாரில் இருந்து வந்திருந்த

அவர், ஆரம்பத்தில் பொருட்களைச் சுமந்து செல்வதற்கும், இடம் மாற்றுவதற்கும் மட்டுமே பயன்படுத்தப்பட்டார். என் தாத்தா அவருக்கு கேமிராவை எப்படிக் கையாள வேண்டுமென கற்றுக் கொடுத்தார். ரம்டாஹீன் கிட்டத்தட்ட எங்களது குடும்ப உறுப்பின ரைப் போன்றவர் என்பதால், நான் என் சிறுசிறு கோரிக்கைகள் அனைத்தையும் அவரிடமே முன்வைத்துக் கொண்டிருப்பேன். நான் காகிதமொன்றை எடுத்து, என் இஷ்டப்படி கேளிக்கை சித்திரத்தை அதில் கிறுக்கி, "இது சந்தேஸ்" இதழில் வெளியாக வேண்டும் எனச் சொல்வேன். என்னைப் பார்த்து தலையசைக்கும் அவர், "கண்டிப்பாக கொக்காபாபு, கண்டிப்பா!" என்று சொல்வார். நான் வரைந்து கொடுத்த படத்தை கேமிரா லென்ஸின் அடியில் வைத்துவிட்டு, என்னை அவரது கைகளால் அணைத்து, கேமிரா பின்னால் இருந்த வழுவழுப்பான கண்ணாடியில் தெரியும் அதன் தலைகீழ் உருவத்தைக் காட்டுவார்.

கோர்பூர் இல்லத்தில், என் படிப்பு சார்ந்த விஷயங்களை என்னால் நினைவுகூர முடியவில்லை. புலு பிஷி என்ற அத்தை ஒருத்தி எனக்கு ஆங்கிலப் பாடம் சொல்லிக் கொடுத்த சோர்வூட்டும் நினைவுகள் சிறிய அளவில் இருக்கின்றன. அவள் எனக்கு படித்துக் காண்பித்த ஆங்கிலப் புத்தகத்தின் பெயர் "ஸ்டெப் பை ஸ்டெப்". அந்தப் புத்தகம் எப்படி இருந்தது என்பது கூட மங்கலாக என் நினைவில் இருக்கிறது. என் அம்மாவும் எனக்கு பாடங்கள் சொல்லிக் கொடுத்து இருப்பார் என்று நினைக்கிறேன். ஆனால், என்னிடம் அம்மா எனக்கு பாடம் சொல்லிக் கொடுக்கும் நினைவு கள் எதுவும் இல்லை. எதை என்னால் நினைவுகூர முடிகிற தென்றால், அம்மா ஒரு ஆங்கிலப் புத்தகத்தில் இருந்த கதைகளைப் படித்தபடியே, பெங்காலியில் அதனை உச்சரித்துக் கொண்டி ருப்பாள். அவற்றில் இரண்டு கதைகள் அமானுஷ்ய கதைகள். கோனான் டோயலின் "ப்ளூஸ் ஜான் கேப்" மற்றும் "தி பிரேசிலியன் கேப்" எனும் அந்த இரண்டு கதைகளை என்னால் ஒருபோதும் மறக்க முடியாது.

புலு பிஷிக்கு தங்கை ஒருத்தி இருந்தாள். அவரது பெயர் டுட்டு. அப்பர் சர்க்குளர் பகுதியில் இருந்த அவளது வீட்டிற்கு, எங்கள் வீட்டிலிருந்து மூன்று நிமிட நடையில் சென்றுவிட முடியும். எங்கள் குடும்பத்தில் எவருக்காவது உடல்நிலை சரியில்லாது போகு மென்றால், அம்மாதான் உடல் நலிவுற்றவரை கவனித்துக்கொள் வாள். இத்தகைய தருணங்களில் நான் டுட்டு வீட்டிற்கு அனுப்பி வைக்கப்படுவேன். வண்ணமயமான ஜன்னல் சாளரங்களும், சிவப்பு வண்ண மொசைக் தரையும் கொண்டிருந்த அவ்வீட்டை நான்

வெகுவாக நேசித்தேன். அந்த வீட்டு வாயிற்புறத்தின் வராண்டா மையச் சாலையைப் பார்த்தபடி அமைந்திருந்தது. அதோடு, பக்கத்திலேயே ரயில் தடமும் இருந்தது. மிகச் சிறிய சரக்கு ரயில்கள் மட்டுமே அந்தத் தடத்தில் பயணித்துக் கொண்டிருந்தன. பொதுவாக நகரத்தில் இருந்து சேகரிக்கப்பட்ட குப்பைகளை, தாபா எனும் பகுதியில் கொட்டுவதற்காக, அந்த ரயில் வண்டிகள் சுமந்து செல்லும். அதனால், மக்கள் அந்த ரயிலுக்கு விளையாட்டாக, "தாபா ரயில்" எனப் பெயரிட்டிருந்தார்கள்.

டுட்டு பிஷி அவளுடன் தங்கியிருக்கும் நாட்களில் எனக்கு பாடங்களை விரும்பிச் சொல்லிக் கொடுப்பாள். அவளது கணவர் மாலையில் பணி முடிந்து வீடு திரும்பியதும், என்னைத் தனது காரில் ஏற்றி சிறிது தூரம் அழைத்துச் செல்வார். என் வீட்டில் நோயுற்றவர் குணமடைந்ததும், உடனடியாக நான் டுட்டு பிஷி வீட்டி லிருந்து கிளம்பி மீண்டும் எங்கள் வீட்டிற்குச் சென்றுவிடுவேன்.

சமயங்களில், நாங்கள் சர் ஜகதீஸ் போஸ் அவர்களின் வீட்டிற்குச் சென்று வருவோம். அவருடைய வீடும் அப்பர் சர்க்குளர் பகுதியில்தான் இருந்தது. டுட்டு பிஷியின் வீட்டிற்கு மிக நெருக்கத்தில்தான் அவருடைய வீடும் இருந்தது. ஜகதீஸ் போஸ் மிகப் பிரபலமான விஞ்ஞானி. தாவரங்களுக்கும் உயிர் உண்டு என்பதை நிறுவி, அதற்காக மிக உயரிய கௌரவப் பட்டங்களைப் பெற்றிருந்தார். எனினும், நாங்கள் அவரது வீட்டிற்குச் சென்றது அவரைப் பார்ப்பதற்காக அல்ல, அவரது வீட்டின் தோட்டத்தில் அவர் அமைத்து வைத்திருந்த சிறிய விலங்கியல் பூங்காவைப் பார்ப்பதற்காகத்தான்.

பெரும்பாலான மாலை வேளைகளை எங்கள் கோர்பூர் வீட்டின் மொட்டை மாடியின் மீது அமர்ந்துதான் நாங்கள் கழித் திருக்கிறோம்.

எனக்கு உடன்பிறந்தவர்கள் யாரும் இல்லை என்றாலும், விளையாட்டுத் தோழர்களுக்கு ஒருபோதும் பஞ்சம் இருந்ததில்லை. எங்கள் சமையல் ஊழியரின் மகன் ஹரனுக்கும் என் வயதுதான் ஆகியிருந்தது. ஷியாமா என்ற பெண் ஊழியரின் மகன் செஹெடி இருந்தான். செஹெடி என்னை விட ஐந்து வயது மூத்தவன். ஷியாமா பீகாரில் உள்ள மோடிஹரி எனும் பகுதியில் இருந்து வந்தவன். அவனால் ஓரளவுக்கு பெங்காலியை பேச முடிந்தது என்றாலும், எதாவது ஒரு தொந்தரவு அவனுக்கு உண்டானால், உடனடியாக தனது கைகளால் தாடையைப் பிடித்துக்கொண்டு அவனது தாய்மொழியில் சரளமாகப் பொறிந்து தள்ளுவான்.

செஹெடி பெங்காலியை சரளமாகப் பேசப் பழகிக் கொண்டான். அவனுக்கு இருந்த பல திறன்களில் ஒன்று பட்டம் விடுவது. பட்டத்தில் பிணைந்திருக்கும் நூலினை மாஞ்சாவால் மொழுகி இருக்க வேண்டும். மாஞ்சா என்பது கண்ணாடி துகள்கள் மற்றும் பிசின்களால் இணைந்த கலவை. இந்த வேலையை நாங்கள் வீட்டின் மொட்டை மாடியில் அமர்ந்து மூன்று இரும்புத் தூண்களில், நூலினைச் சுற்றுவதன் மூலமாகச் செய்து கொண்டிருப்போம். என் முக்கியமான வேலையே நூலைச் சுற்றப் பயன்படுத்தப்படும் சட்டத்தைக் கையில் பிடித்திருப்பதுதான். விஸ்வகர்மா பூஜை தினமொன்றில் செஹெடியின் பட்டம் விடும் ஆற்றல் முழு வீரியத்தை அடைந்திருந்தது. பக்கத்து வீடுகளில் வசித்தவர்கள் குரல்கள் எங்கும் நிரம்பியிருந்தது. “அசிங்கம், அசிங்கம்”, “என்னால் இதனைச் செய்ய முடியவில்லை” போன்ற வாசகங்களை எங்கும் கேட்க முடிந்தது. அக்கம்பக்கத்தில் இருந்த நிறைய பட்ட விரட்டி களால் அப்போது போட்டி நிலைமை உண்டாகியிருந்தது. ஒவ்வொருமுறையும் நூல் ஒன்று அறுக்கப்பட்டு, பட்டம் வீழ்த்தப் படும்போதும், மற்றொரு திசையிலிருந்து வெற்றிக் கூப்பாடு போடப் படும், “உனது பட்டம் அறுந்துவிட்டது”.

பட்டம் செய்வதில் மட்டும் செஹெடி சாதுர்யமானவன் அல்ல. அவனுக்கு பல திறன்கள் இருந்தது. அவனுக்கு பத்து வயது இருக்கும்போதே, காளி பூஜையின்போது எங்கள் வீட்டில் பறக்க விடும் வண்ண டிஷ்ஷு பேப்பரை வைத்து பலூன்கள் செய்யும் திறமையைப் பெற்றிருந்தான். இது மட்டுமில்லாமல், செஹெடிக்கு மேலும் இரண்டு திறன்கள் இருந்தது. இதுவரையிலும் நான் வேறு எவரிடமும் காணாதவை அவை.

அதில் முதலாவது சாவி வெடிகுண்டு. தனது கை அளவு நீளத்திற்கு மூங்கில் கழியை எடுத்துக்கொள்ளும் செஹெடி, அந்த மூங்கிலின் ஒருமுனையில் லேசாக பிளவு ஒன்றை ஏற்படுத்துவான். பின்னர் அந்தப் பிளவின் வழியே மூங்கிலுக்குள் சாவியொன்றைச் சரியான வகையில் செலுத்துவான். அந்தச் சாவி சிறிய துளையை அதன் முனையில் கொண்டதாக இருக்க வேண்டும். அந்தத் துளையில்தான் வெடி மருந்தைச் செலுத்த முடியும். செஹெடி வெடி மருந்துகளை, தீப்பெட்டிகளின் அட்டையில் இருந்து வழித்து சேகரித்து வைத்துக் கொள்வான். அதன்பிறகு, ஆணி ஒன்றை அந்தத் துளையில் பொருந்தும் அளவில் தேர்வு செய்து, மூங்கிலுக்குள் வைப்பான். ஆணியின் கீழ்ப்புறத்தில் இருக்கும் வெடி மருந்துக்கும், ஆணியின் மேல் முனைக்கும் மிகச் சரியாக ஒரு இன்ச் இடைவெளி இருக்கும் வகையில் அதனை மிகக் கவனமாக வடிவமைப்பான்.

இந்தப் பணி முடிந்ததும், மூங்கிலின் ஒரு முனையை கையில் இறுக்கமாகப் பிடித்துக்கொண்டு, மறுமுனையை சுவரில் ஓங்கி அடிப்பான். சாவியில் அழுத்தம் கொண்டிருக்கும் காற்று, உடனடி யாக வெடிமருந்தை வெளியேற்ற, உண்மையான வெடிகுண்டைப் போலவே பெருத்த அலறலுடன் வெடித்துச் சிதறும்.

இரண்டாவது அதிஅற்புதமான அவனது திறன், மண் பானையில் பிரகாசமான ஒளி எழுப்பும் விளக்குகளை உருவாக்கு வது. இது உண்மையிலேயே பிரமிப்பூட்டக்கூடியது. அவன் பானை யின் வட்ட வடிவிலான கீழ்ப் பகுதியை நீக்கிவிட்டு, அவ்விடத்தில் வண்ணக் கண்ணாடியைப் பொருத்தி விடுவான். அதன்பிறகு, அந்தப் பானைக்குள் ஒரு விளக்கை வைத்து அதன் திரியில் தீ மூட்டு வான். அந்தப் பானையின் வாய்ப் பகுதியில் சிறிய அட்டையைக் கொண்டு தடுப்புப் போல செய்துவிடுவான். அந்தத் தடுப்பில் சிறிய துளை ஒன்றிருக்கும். காற்று உள் நுழைவதற்காக ஏற்படுத்தப்படுவது. அந்தத் துளை இல்லையென்றால், உள்ளே இருக்கும் விளக்கு அணைந்துவிடும்.

இறுதியாக, செஹெடி பானையின் வாய்ப்புறத்தைச் சுற்றி மெலிதான கயிற்றால் கட்டி, கையில் பிடித்துக்கொண்டு, இருள் இருக்கும் பக்கமாக அதனைச் சுழற்றித் திருப்புவான். வெதுவெதுப் பான வண்ணகரமான வெளிச்சம் அந்தப் பானையில் இருந்து கிளம்பி பிரகாசமான, வசீகரமூட்டக்கூடிய ஒளியை அந்தப் பானை விளக்கு ஏற்படுத்திக் கொடுக்கும்.

* * *

என் தாத்தாவுக்கு நான்கு சகோதரர்கள் இருந்தார்கள். அவர் களில் இருவர் பிரம்ம சமாஜ் இயக்கத்தில் உறுப்பினர்களாக சேர்ந்து விட்டார்கள். ஹிந்துக்களாகவே இருந்துவிட்ட இருவர் சரதரஞ்சன் மற்றும் முக்திதரஞ்சன். வீட்டில் இருந்த பெண்கள் தலை வகிட்டில் குங்குமம் வைத்துக்கொண்டு, சேலையால் தலையைச் சுற்றி வித்தியாசமான முறையில் மூடி இருப்பார்கள். ஆண்கள் தோளில் தாயத்து கட்டியிருப்பார்கள். சங்கு மற்றும் மணியடிக்கும் சப்தங்கள் பூஜை அறையிலிருந்து வெளியே வரும்.

என் அத்தை எனக்கு பூஜை முடிந்ததும் பிரசாதம் கொடுப்பார். இவையெல்லாம் என் வீட்டில் ஒருபோதும் நடந்ததில்லை என்றாலும், ஹிந்துக்கள் குழுமியிருக்கும் அவ்விடத்தில் என்னை நான் வேற்றுலக வாசியாகவும் உணர்ந்ததில்லை. உண்மையைச் சொல்ல வேண்டுமானால்,

என் தாத்தாவுக்கும் அவரது சகோதரர்களுக்கும் இடையில் இருந்த ஒரே வேறுபாடு மதம் மட்டும்தான். அவர்களது மற்றைய விருப்பங்கள் ஒன்றுபோலவே இருந்தன. ஹிந்து சகோதரர்களும், பிரம்ம சமாஜ் சகோதரர்களைப் போலவே மீன் பிடிக்கும் விளையாட்டுகளில் அலாதியான ஈடுபாடு கொண்டிருந்தார்கள். சரதரஞ்சன்தான் முதல் முதலில் அவர்களது குடும்பத்தில் கிரிக்கெட் விளையாடத் துவங்கியவர். அவருக்குப் பிறகுதான், மெல்ல மெல்ல குடும்பத்தில் இருந்த எல்லோருக்கும் கிரிக்கெட் விளையாட்டின் மீதான மோகம் தீவிரமாகப் பற்றிக் கொண்டது.

ஆனால், கிரிக்கெட் விளையாட்டை இன்னமும் அதிகமாக நேசித்தது அவர்களுடைய தங்கையின் குடும்பத்தில்தான். நான் என் தாத்தாவின் சகோதரியை ஷோனா தக்குமா என்று அழைப்பேன். வாசனை திரவியங்களை உற்பத்தி செய்யும் தொழிலில் ஈடுபட்டிருந்த அவளது கணவரின் பெயர் ஹேமன் போஸ். அவர் தான் தயாரிக்கும் எண்ணெய், வாசனை திரவியம், பான் மசாலா ஆகியவற்றை நான்கு வரிகளில் பாடலைப் போல விளம்பரப்படுத்தி இருப்பார். அவருடைய விளம்பரங்கள் பெரும்பாலும் அனைத்துப் பத்திரிகைகளிலும் வெளியாகும்.

அதோடு அவர் மற்றொரு தொழிலிலும் சிலகாலம் ஈடுபட்டி ருந்தார். பிரெஞ்சு கம்பெனி ஒன்றின் கூட்டிணைவுடன் கிராமபோன் இசைத் தட்டுகளை உற்பத்தி செய்யும் நிறுவனத்தில் பங்குதாரராக இருந்தார். நாங்கள் சிறுவயதில் அந்தச் சுழலும் இசைத் தட்டுகளில் பதிவாகியிருந்த இசையைக் கேட்டிருக்கிறோம். அவை கடிகார முள்ளின் இயங்குதலுக்கு எதிர் திசையில் சுழல, அந்த மியூசிக் பாக்ஸும், அதிலிருந்து முள்ளும் உள்ளும் புறமுமாக சுழன்றபடி இருக்கும்.

ஷோனா தக்குமாவுக்கு மொத்தம் பதினான்கு குழந்தைகள். அவள் எண்பது வயது வரை வாழ்ந்திருக்கிறாள். அந்த வயது வரையிலும் அவளது தலைமுடி கறுப்பு நிறத்திலேயேதான் இருந்தது. அவளது பற்களும் அதிக உறுதியுடன் இருந்தது. உடலின் நிறமும் துளியும் மங்காது மாநிறத்திலேயே இருந்தது. அவளுக்கு நான்கு பெண் பிள்ளைகள் இருந்தார்கள். அவர்களின் மூத்த பெண் மாலதி, மிகப் புகழ்வாய்ந்த பாடகி. அவளது இளைய மகன் ஹிட்டன், கர்நாடக இசையின் தீவிர ரசிகனாகவும், ஓவியம் வரையும் திறன் பெற்றவனாகவும், பெர்சிய மொழி அறிந்தவனாகவும், அம்மொழியின் மிக அரிதான புத்தகங்களைச் சேகரித்தவனாகவும் இருந்தான். அவனது அம்மாவைப் போலவே அவனும் மாநிறத்தில் பொலிவான முக அமைப்பைக் கொண்டவனாக இருந்தான்.

நிதின் போஸ் (நான் அவரை புட்டுல் கக்கா என்று அழைப் பேன்) அவளுடைய சகோதரர்களுள் ஒருவர். அவர் காலப்போக்கில் திரைத்துறையில் ஓரளவுக்கு அறியப்பட்ட கேமிராமேனாகவும், இயக்குனராகவும் விளங்கினார். அவர் சிறிய கேமிரா ஒன்றை எடுத்துக் கொண்டு அசாமிற்கு சென்றதையும், திரும்பி வரும்போது யானைகளின் படங்களைப் பதிவு செய்துகொண்டு திரும்பியதையும் நினைவு வைத்திருக்கிறேன். அவர் அந்த யானைப் படங்களை ஆங்கில கம்பெனி ஒன்றிற்கு அனுப்பிவிட்டார்.

அவருக்கு இளையவர் நிதின். அவருடைய ஒரு காலில் ஏதோ பிரச்சனை இருந்தது. அதனால் அவர் தாங்கி தாங்கித்தான் நடப்பார். அவருடைய பள்ளிக் கல்வி சரிவர இல்லை என்றாலும், அவருக்கு இயந்திரங்களின் இயங்குதலை பற்றி அறிந்து கொள்வதில் பெரியளவில் ஆர்வமிருந்தது. பிரபல தாவரவியலாளரான ஜகதீஸ் போஸ், கல்கத்தா நகரத்திலேயே நிதினின் மீது மட்டும்தான் அதீத நம்பிக்கை வைத்திருந்தார். அவர் ஆய்வுகளுக்குப் பயன்படுத்தும் மென்மையான கருவிகளைப் பழுது பார்க்கும் வேலையை நிதின் ஒருவர்தான் செய்து கொண்டிருந்தார். பின் காலங்களில், நிதின் திரைப்படத் துறையில் இணைந்து, வெற்றிகரமான ஒலிப்பதி வாளராக சிறந்து விளங்கினார்.

முகுலுக்குப் பிறகு பிறந்த நான்கு சகோதரர்களான கார்த்திக், கணேஷ், பாப்பி, பாபு எல்லோரும் கிரிக்கெட் விளையாடினார்கள். நான் சிறுவனாக இருந்தபோது, கார்த்திக்கிற்கு கிரிக்கெட் வட்டாரங் களில் நல்ல பெயர் உருவாகியிருந்தது. அவர் அளவுக்கு மிகச் சிறப்பாக கிரிக்கெட் விளையாடக்கூடிய பெங்காலி ஆட்டக்காரர் ஒருவரும் இல்லை என்பதை பெரும்பாலானோர் ஏற்றுக் கொள்ளும் மனநிலையில் இருந்தனர்.

ஆர்ம்ஹெஸ்ட் தெருவில் இருந்த அவர்களது வீட்டிற்கு மாலைவேளையில் செல்லும் எவரும், கார்த்திக்கும், கணேஷும் நிலைக் கண்ணாடியின் முன் நின்று பயிற்சி மேற்கொள்வதைப் பார்க்க முடியும். அவர்களது வீட்டின் பின்புறத்தில் கான்கிரீட் கிரிக்கெட் பிட்ச் ஒன்று இருந்தது. அவர்கள் பயிற்சிக்கென்றே விஷேசமான பேட் ஒன்றை வைத்திருந்தார்கள். அந்த பேட்டின் பக்கவாட்டில் இரு பக்கமும் அகற்றப்பட்டு வெறும் மையம் மட்டுமே விளையாடுவதற்கு உகந்த முறையில் செய்யப்பட்டிருக்கும். எனக்கு தெரிந்து ஆர்ம்ஹெஸ்ட் தெருவில் போஸ் சகோதரர்களின் வீட்டைப் போல அத்தனை மகிழ்ச்சியும், சிரிப்பும், குறும்புத்தனங்களும் நிரம்பியிருந்த வீடு வேறெதுவும் இல்லை.

பிரம்மோ வீட்டுச் சூழலில் வளருகையில், நான் ஒரு விஷயத்தை மட்டும் கவனித்திருந்தேன். மகோஸ்தவ் என்கின்ற பிரம்மோ ஆண்டு

விழாவில் குறைவான ஆரவாரமே அது. ஹிந்து பூஜைகளில் நிரம்பி யிருக்கக்கூடிய இரைச்சல் மற்றும் உற்சாகம் போல எதுவுமில்லாமல், வெறும் பக்திப் பாடல்களும், கிட்டத்தட்ட இரண்டு மணிநேரம் நீளக்கூடிய ஆன்மீகச் சொற்பொழிவுகள் என மிகவும் சாந்தமான முறையிலேயே அந்த விழா கொண்டாடப்பட்டது. எங்கள் குடும்பத்தில் யாராவது இறந்து விட்டால், நினைவுக் கூட்டம் ஒன்றை வீட்டில் நடத்துவது வாடிக்கையாக இருந்தது. ஓவிய அறையில் இருந்து சேர்களும், டேபிள்களும் அகற்றப்பட்டு, மார்பிள் தரையில் கம்பளம் விரித்து விடுவார்கள். பாடல்களும், வேண்டு தல்களும் அவ்விடத்தில் நிரப்பும். என் அம்மா பாட்டு பாடும் திறன் கொண்டவர் என்பதால், ஒவ்வொரு முறையும் அவரே அத்தகைய தருணங்களில் பாட நேரும். சில தருணத்தில், பாடவே தெரியாது என்றாலும் சிலர், டான் டாடூ மற்றும் கக்காமொனி அம்மாவுடன் இணைந்து பாடுவார்கள். தரையில் தலைகுனிந்து அமர்ந்து, அந்தக் கம்பளத்தையே வருடாவருடம் பார்த்துப் பழகியதால், அந்தக் கம்பளத்தின் வடிவமைப்பும், அதிலிருந்த டிசைன்களும் மனதுக்குள் ஆழமாகப் பதிந்து இருக்கிறது.

என்னால் மறக்கவே முடியாத மற்றுமொரு நிகழ்வு சமஸ் கிருதத்தில் பாடப்படும் பிரார்த்தனைப் பாடல்களும், உரக்கப் படிக்கப் படும் பாசுரங்களும். அந்தப் பாடலின் அர்த்தங்களை வங்க மொழி யில் புரோகிதர் ஒருவர் தனித்துவமான முறையில் விளக்கிக் கூறுவார். ஒவ்வொரு வார்த்தையும் சில காரணங்களுக்காக நீட்டி முழக்கப் பட்டது. உதாரணத்துக்கு அசத்தோ மா சத்கமய பாடலின் மூன்று வரிகளும் இவ்வாறு விளக்கப்பட்டது:

> எங்களை வழி நடத்துங்கள்
> பொய்மையில் இருந்து மெய்மைக்கு
> இருட்டிலிருந்து வெளிச்சத்துக்கு
> எங்களை வழி நடத்துங்கள்
> மரணத்தில் இருந்து நித்தியத்தை அடைய
> எங்களை வழி நடத்துங்கள்

அனைத்து புரோகிதர்களும் இந்த வார்த்தைகளை ஒரேவிதத்தில் தான் உச்சரித்தார்கள். ஏன் அவர்கள் இவ்வாக்கியங்களை சாதாரண மாக உச்சரிக்கவில்லை என்பதை என்னால் எப்போதுமே புரிந்து கொள்ள முடியவில்லை.

கல்கத்தாவில் இரண்டு பிரம்மோ கோவில்கள் இருந்தன. ஒன்று கார்ன்வாலீஸ் தெருவிலும், மற்றையது போவனிப்பூரிலும் இருந்தது. நாங்கள் போவனிப்பூர் பகுதியில் குடி பெயர்ந்ததற்கு பின்பும்கூட முந்தைய பகுதியில் இருந்த கோவிலுக்கு மகோஸ்தவ் திருவிழாக்

களின்போது சென்று வருவோம். திருவிழா ஒவ்வொரு வருடத்திலும் ஜனவரி மாதத்தில் நிகழும். அதிகாலையில் நான்கு நான்கரை மணிக்கெல்லாம் எழுந்து குளித்துவிட்டு, கோவிலுக்குச் செல்வோம். கோவிலில் முதல் ஒரு மணி நேரத்திற்கு பிரம்ம கீர்த்தனைகள் பாடப்படும். அதன்பிறகு மேலும் சில பாடல்களும், வேண்டுதல் களும் நிகழும். நாங்கள் கோவிலில் இருந்த மர இருக்கைகளில் எவ்வித சௌகர்யமும் இல்லாமல் முதுகு வளையாமல் நேராக நிமிர்ந்து கூர்ந்து கவனித்தபடி உட்கார வேண்டும்.

திருவிழா காலத்தின் மூன்று தினங்களில் மட்டுமே நாங்கள் கொண்டாட்டமான மனநிலையில் இருப்போம். முதல் நாள், பிரார்த்தனை முடிந்ததும் உணவுப் பண்டமான கிச்சுரி கொடுப் பார்கள். இரண்டாவது நாளில், சுற்றுலாவுக்கு அழைத்துச் செல் வார்கள். மூன்றாவதில், சிறுவர்கள் முழுக்க முழுக்க சுதந்திரமாக விடப்படுவார்கள். அன்று பிரார்த்தனைகள் இருக்காது. நாங்கள் எங்களுக்கு விருப்பப்பட்ட விளையாட்டுகளை விளையாடலாம். ஆனாலும், பிரம்மோ திருவிழாக்கள் துர்கா பூஜையைப் போலவோ, காளி பூஜையைப் (தீபாவளி) போலவோ ஆர்ப்பாட்டங்களைக் கொண்டிருக்கவில்லை. நாங்கள் காளி பூஜையைப் பெருத்த ஆரவாரத்துடன் கொண்டாடி மகிழ்வோம்.

இன்றைய காலத்தில் பட்டாசுகள் காது ஜவ்வுகளைக் கிழிக்கக் கூடிய வகையிலும், இருதயத் துடிப்பினை அதிகரிக்கும் வகையிலும் உருவாக்கப்படுகிறது. இது தவிர்க்கவே இயலாத வகையில் நமது பண்டிகைகளில் கலந்துவிட்டது. ஆனால், வெறும் சிறிய சிறிய பட்டாசு வகைகளை மட்டுமே வைத்துக்கொண்டு நாங்கள் கொண்டாடிய தீபாவளிப் பண்டிகைகளும் எங்களுக்கு மிகப் பெரிய சந்தோஷத்தை அளித்தது என்பதைப் பகிர்ந்துகொள்ள விரும்பு கின்றேன். ஆனால், பிரம்மோ திருவிழாக்களை ஒருபோதும் நகர மக்கள் எல்லோரையும் ஒன்றிணைக்கச் செய்யும் வல்லமையைப் பெற்றிருக்கவில்லை. கிருஸ்துமஸ் பண்டிகையைக் கொண்டாடவும், அந்தப் பண்டிகையை எங்களது வாழ்க்கையின் ஒரு அங்கமாகவும் மாற்றிக்கொள்ளவும் இதுவும் ஒரு காரணமாயிற்று.

வொயிட்வே லெய்ட்லாதான் அந்நாட்களில் கல்கத்தா நகரத்தின் மிகப்பெரிய கடை. அதுவொரு நவீன பலசரக்குக் கடையைப் போல இருந்தது. சௌரங்கியில் இன்று மெட்ரோ திரையரங்கம் இருக்குமிடத்தில்தான் முன்பு ஸ்டேட்ஸ்மேன் பத்திரிகை அலுவலகம் இருந்தது. அதற்கு அடுத்தாற்போல, சுரென் பானர்ஜி சாலை திருப்பத்தில் அமைந்திருக்கும் கட்டிடம்தான் வொயிட்வே லெய்ட்லா. அந்தக் கட்டிடத்தில் கடிகாரம் ஒன்று

இருக்கும். கிருஸ்துமஸ் பண்டிகை சமயத்தில், இந்தக் கட்டிடத்தின் முதல் தளம் முழுக்க முழுக்க பொம்மைகளால் நிரம்பியிருக்கும். என் அம்மா என்னை ஒருமுறை அங்கு அழைத்துச் சென்றிருக்கிறார்.

அந்தக் காலகட்டத்தில், இந்தியாவில் பிரிட்டிஷ் ஆட்சி நடந்து கொண்டிருந்தது. வொயிட்வே லெய்ட்லா வளாகத்தை அவர்கள் தான் உரிமம் கொண்டிருந்தார்கள். அந்தக் கடை ஊழியர்கள் மற்றும் அங்கு பொருட்களை வாங்கிச் செல்ல வருகிறவர்கள் என எல்லோருமே பிரிட்டிஷ் மக்கள்தான். அந்த கவர்ச்சிகரமான வெள்ளை இனத்து மக்கள் என் பார்வையை முழுதாக விழுங்கி விட்டார்கள். நான் அவர்களையே ஆச்சர்யத்துடன் பார்த்துக் கொண்டு இருப்பேன். நாங்கள் முதல் தளத்திற்கு செல்ல வேண்டும். எங்களால் படிக்கட்டு களை அங்கு பார்க்க முடியவில்லை. ஆனால் அங்கு ஒரு லிஃப்ட் இருந்தது. அதுதான் நான் முதல் முதலாக லிஃப்ட்டைப் பார்த்த தருணம். கிட்டத்தட்ட கல்கத்தாவில் பிரயோகிக்கப்பட்ட முதல் லிஃப்ட் வொயிட்வே லெய்ட்லாவில் அமைந்திருந்ததுதான்.

தங்க முலாம் பூசப்பட்டிருந்த இரும்புக் கூண்டு எங்களை முதல் தளத்திற்கு அழைத்துச் சென்றது. நாங்கள் அங்கிருந்த பொம்மை கடைக்குள் நுழைந்ததும், உடனடியாக கனவு நிரம்பியிருக்கும் அறையினுள் புகுந்துவிட்டதாக எனக்குத் தோன்றியது. அந்தத் தளம் முழுக்க மலைகளும், ஆறுகளும், பாலங்களும், சுரங்கங்களும், போக்குவரத்து நிலையங்களும், சிக்னல்களும், அதோடு சிறிய ரயிலடி தடத்தில் பயணிக்கும் பொம்மை ரயிலும் நிரம்பியிருந்தது. அதோடு, அங்கு கூடுதலாக பலூன்களும், காகிதச் சுருள்களும், நீராவி இயந்திரங்களும், செயற்கைப் பூக்களும், பழங்களும், சீனத்து அலங்கார விளக்குகளும் இருந்தன. பிரகாசமான ஒளி பரப்பியபடி கிருஸ்துமஸ் மரம் ஒன்று நின்றிருந்தது. அதன் இலைகள் முழுக்க பந்துகளாலும், சில்வர் நட்சத்திரங்களாலும் அலங்கரிக்கப்பட்டிருந்தது. ஆனால், இவை எல்லாவற்றையும் விடவும் என்னை வெகுவாக வசீகரித்தது கிருஸ்துமஸ் தாத்தாதான். பருமனான உடலமைப்பும், ரோஸ் நிறக் கன்னங்களும், வெண்ணிறத் தாடியும், சிவப்புக் கோட்டும், சிவப்பு நிறத் தொப்பியும் அணிந்தபடி பெரிதாகச் சிரித்தபடியே நின்றிருந்த அந்த மனிதர் என்னை மிகவும் கவர்ந்துவிட்டார்.

அங்கிருந்த பொம்மைகள் எல்லாமே வெளிநாடுகளில் தயாரிக்கப்பட்டவை. எங்களால் அவ்விடத்தில் வாங்க முடிந்த தெல்லாம் பட்டாசுகள் அடங்கிய ஒரே ஒரு பெட்டி மட்டும்தான். அதில் இருந்த பட்டாசு வகைகளை இன்றைக்கு யாரும் பார்க்க முடியாது. அவை வெடித்துச் சிதறும்போது வசீகரமான ஓசையை

எழுப்புவதுடன், வெடிக்கையில் மிகச் சிறிய பரிசுகளையும் நமக்கு அளிக்கும்.

மிகப் பெரிதான அழகான தோற்றத்தில் பல கடைகள் சௌரங்கியில் அமைந்திருந்தன. ஆனால், வொயிட்வே லெய்ட்லாவுக்கு அருகில் ஒரு இந்தியக் கடை இருந்தது. அதன் பெயர் கார்ர் மற்றும் மஹாலானபிஸ். அந்தக் கடை கிராமபோன்களையும், விளையாட்டுப் பொருட்களையும் விற்பனை செய்து வந்தது. அந்தக் கடையின் உரிமையாளர்களில் ஒருவரை நாங்கள் அறிந்து வைத்திருந்தோம். நான் அவரை புலா கக்கா என்று அழைப்பேன். அந்தக் கடையில் ஒரு விஷேசமான நாற்காலி ஒன்று இருந்தது. நமது உடல் எடையை காட்டும் நாற்காலி அது. அந்தக் கடையை கடக்கும் தருணமெல்லாம், உள்ளே சென்று அந்த நாற்காலியில் அமர்ந்து உடல் எடையை தெரிந்துகொள்வதை வழக்கமாகக் கொண்டிருந்தோம். என் தந்தை இறந்த பிறகு, புலா கக்காதான் எனக்கு ஒரு கிராமபோன் கொடுத்தவர். அதன் வழியாகவே, எனக்கு கிராம போன்களின் மீதும், பாடல் பதிவுகளின் மீதும் ஆர்வம் உண்டானது. அதோடு என்னிடம் சிறிய அளவிலான இரண்டு பொம்மை கிராம போன்களும் இருந்தன. அவற்றில் ஒன்றின் பெயர் பிக்மிபோன். மற்றதன் பெயர் கிடிபோன். பூரி அளவுக்கு சிறிய வடிவில் இருந்த இசைத்தட்டுகளை அதில் பொருத்தி ஒலிக்கச் செய்யலாம். மேற்கத்திய இசைத் துணுக்குகளையே இந்தச் சிறிய கிராமபோன்கள் கொண்டிருந்தன.

புலா கக்கா மேலும் எனக்கு பிரத்யேகமான பொருள் ஒன்றை வழங்கினார். என் பிறந்த நாள் ஒன்றின்போது எனக்கு ஒரு ரேடியோ பெட்டியைப் பரிசளித்தார். அது கல்கத்தாவில் வானொலி நிலையம் துவங்கப்பட்டிருந்த சமயம். இன்றைய நவீன ரக ரேடியோக்களில் இருந்து அது முற்றிலும் மாறுபட்டது. அதனை ஹெட்போனின் உதவியால் மட்டும்தான் நம்மால் கேட்க முடியும். அதாவது ஒரு சமயத்தில் ஒருவர் மட்டுமே அந்த ரேடியோவை கேட்க முடியும். அதனை கிரிஸ்டல் செட் என்று கூறுவார்கள்.

ஒருமுறை புலா கக்கா எங்களை அவுட்ராம் உணவகத்துக்கு அழைத்துச் சென்றார். அவுட்ராம் உணவகம் படித்துறையில் இருந்த நீரின் மீது மிதக்கும் வகையில் உருவாக்கப்பட்டிருந்தது. கிட்டத்தட்ட கப்பலொன்றின் மேல் தளத்தைப் போல அது தோற்றமளித்தது. அவுட்ராம் படித்துறை இப்போது வெகுவாக மாற்றம் அடைந்து விட்டது. அதனால், அது முற்காலத்தில் எப்படித் தோற்றமளித்தது என்பதைக் கற்பனை செய்து பார்ப்பது மிகக் கடினமானது. படித்துறையின் எதிரில் இருக்கும் ஈடன் தோட்டம் முழுக்க முழுக்க

வண்ண வண்ண காஸ் விளக்குகளால் அலங்கரிக் கப்பட்டிருக்கும். அதன் நடுவில் நின்று ஆங்கிலேய இசைக் குழுவினர் இசைத்துக் கொண்டிருப்பார்கள்.

அந்த அவுட்ராம் உணவகத்தில்தான் முதல் முதலாக ஐஸ்கிரீம் ஒன்றைச் சாப்பிட்டேன். என்னால் அதன் சுவையை நீண்ட நாட் களுக்கு அசைபோட முடிந்தது. அந்த ஐஸ்கிரீமின் முதல் துகளை வாயில் வைத்தபோது என் பற்கள் நடுங்கத் துவங்கி விட்டன. நான் உணவுக்கு முன் சாப்பிடத் தயாராகும் விதமாகத்தான் ஐஸ்கிரீமை அப்போது கேட்டிருந்தேன் என்று நினைக்கிறேன்!

போவனிப்பூர்

உ ரே அண்ட் சன்ஸ் நிறுவனத்தின் வணிக செயல்பாடுகள், 'சந்தேஸ்' இதழ் நிறுத்தப்பட்ட உடனேயே கைவிடப்பட்டது. நான் அதன் முழு காரணங்களைப் புரிந்துகொள்ள இயலாத வயதில் அப்போது இருந்தேன். என் நினைவில் பதிந்திருப்பது என்ன வென்றால், என் அம்மா என்னிடத்தில் நாம் கோர்பூர் வீட்டை விட்டு விரைவாகவே போகப் போகிறோம் என்று சொன்னது மட்டும்தான்.

நாங்கள் போவனிப்பூருக்கு இடம்பெயர்ந்தோம். கோர்பூர் மற்றும் வட கல்கத்தாவில் இருந்து விலகியிருந்த என் அம்மாவின் தாயார் குடும்பம் வசித்து வந்த பகுதிக்கு நாங்கள் வசிக்கச் சென்றோம். எனக்கு அப்போது கிட்டத்தட்ட ஆறு வயது. என்னைச் சுற்றி நிகழ்ந்து கொண்டிருக்கும் மாற்றங்களைப் பற்றிய போதிய விழிப்புணர்வு இல்லாமல் இருந்தேன். வசதியான வாழ்க்கை முறையி லிருந்து விலகி, நாங்கள் மிகச் சிறிய வீட்டில் வசிக்க வேண்டி யிருக்கும் என்பதை நான் உணர்ந்திருக்கவில்லை. சிறுவர்கள் அத்தகைய விஷயங்கள் குறித்து பெரிய அளவில் அக்கறை செலுத்துவதில்லை என்று கருதுகிறேன். பெரியவர்களே இதனை யெல்லாம் தீர்மானம் செய்கிறவர்கள். சிறுவர்களுக்கு இத்தகைய வசதியில் ஏற்படுகின்ற மாறுபாடுகள் பெரிய வித்தியாசங்களை உண்டாக்குவதில்லை.

நான் சோகத்தில் இருக்கவில்லை. ஆனால், போவனிப்பூரில் அமைந்திருந்த போகுல்பாகன் பகுதியில் வசித்து வந்த என் மாமாவின் வீட்டில் பார்த்த சில விஷயங்களால் நான் சோர்வுக் குள்ளாகி இருந்தேன். அதில் முதல் விஷயம் என்னவென்றால், அந்த வீட்டின் தரை சீனக் கற்களால் பதிக்கப்பட்டிருந்தது. என் வாழ்க்கையில் அதற்கு முன்பு அப்படியொரு தரை அமைப்பை நான் பார்த்ததில்லை. நான் அந்தத் தரையைப் பார்த்து எனக்குள்ளாக நினைத்துக் கொள்வேன், "அடக் கடவுளே, எத்தனை பாத்திரங் களையும், தட்டுகளையும், சிறிய கோப்பைகளையும் உடைத்து, அதன் பகுதிகளை கொண்டு இந்தத் தரையை உருவாக்கியிருப்பார்கள்?".

பெரும்பாலான பகுதிகள் வெண்மை நிறத்தில் இருந்தன. சில இடங்களில் மட்டும் பூக்களையோ அல்லது நட்சத்திரங்களையோ என்னால் பார்க்க முடிந்தது. நான் மணிக்கணக்காக சீனக் கற்களால் அமைந்த அந்தத் தரைத் தளத்தைப் பார்த்துக் கொண்டிருப்பேன்.

மற்றொரு விஷயம், எங்களது கோர்பூர் வீட்டில் இல்லாத, இவ்விடத்தில் நான் பார்த்தது என்னவென்றால், இங்கு அமைந் திருந்த பால்கனி. இங்கிருந்தபடியே முழுத் தெருவையும் பார்க்க முடிந்தது. அதோடு, என் படுக்கையறைக்கு வெகு அருகாமையில் இந்தப் பால்கனி அமைந்திருந்தது. நான் எங்கள் வீட்டைக் கடந்து செல்லும் பலவிதமான மனிதர்களைப் பால்கனியில் நின்றபடியே வேடிக்கை பார்த்துக் கொண்டிருப்பேன். மதிய நேரத்தில் தெருவில் அலையும் வியாபாரிகள், தங்கள் வண்ணமயமான பொருட்களை சுமந்தபடியே வீடுகளைப் பார்த்து உரக்கக் குரலெழுப்புவார்கள், "ஜெர்மன் பொருள் இரண்டு அணாவுக்கு கிடைக்கும்! ஜப்பானிய பொருள் இரண்டு அணாவுக்கு கிடைக்கும்!"

வாரத்தில் இரண்டு அல்லது மூன்று முறை மிஸஸ் வுட் கம்பெனியைச் சேர்ந்த மனிதரொருவர் கையில் ஒரு பெட்டியை சுமந்தபடி தெருவில் வந்து செல்வார். என் அம்மாவோ அல்லது வேறு யாரேனும் உறவினர்களோ அந்த மனிதரைப் பார்த்து, "உங்கள் பெட்டியை இங்கே கொண்டு வாருங்கள், பாக்ஸ் வாலா!" என்று அழைப்பது என் காதில் விழுந்தால், என் மனது குதூகலத்துடன் நடனமிடத் தொடங்கிவிடும். இதன் மூலம், அன்றைய மாலைப் பொழுதில் தேனீர் நேரம் மிக அற்புதமான ஒன்றாய் அமையப் போகிறது என்பதை நான் உணர்ந்து கொள்வேன். அந்த மனிதரின் பெட்டி எப்போதும் சுவை மிகுந்த கேக்குகளாலும், இனிப்பு உணவுப் பண்டங்களாலும் நிரம்பி இருக்கும்.

அந்திப்பொழுதில் ஒரு மனிதர் பாடலொன்றை முணுமுணுத்த படியே எங்கள் தெருவினுள் வருவார். அவரிடமிருக்கும் சூடான இனிப்பு பண்டங்களுக்காக நாங்கள் ஆர்வத்துடன் காத்திருப்போம். அவர் விலகிச் சென்றதும், எங்கள் தெருவில் இருந்த சாட்டர்ஜியின் வீடுகளில் ஒன்றிலிருந்து ஒருவர் ஹார்மோனியம் இசைத்தபடியே சகித்துக்கொள்ள முடியாத குரலில் பாடத் துவங்கிவிடுவார்.

கோடைக்கால மதியப்பொழுதுகளில், எங்கள் வீட்டின் அனைத்து அறை மற்றும் ஜன்னல் கதவுகளும் இறுக மூடிவிட்ட பின், சில குறிப்பிட்ட அரிதான சந்தர்ப்பங்களில் கதவுகளின் இடுக்குகளில் இருக்கின்ற சிறு சிறு இடைவெளிகளின் மூலமாக வெளிச்சம் மெல்ல ஊடுருவி அறைக்குள் புகும். தெருவில் நடந்து செல்கின்ற மனிதர்கள், சைக்கிள்கள், கார்கள் எனப் பலவற்றின்

நிழலும் அந்தச் சிறு துளைகளின் வழியாக உள்நுழைந்து அந்த இறுக்கமான அறையின் சுவர்களில் தலைகீழாகத் தோற்றம் கொள்ளும். ஒரு அதிசயத்தைப்போல இந்த நிகழ்வு பல தருணங்களில் உண்டாகி யிருக்கிறது. நான் என் அறையில் படுத்தபடியே, இத்தகைய அலாதி யான இலவசத் திரையிடலை அனுபவித்துக் கொண்டிருப்பேன்.

எங்கள் வீட்டின் வாசல் கதவில் சிறு துளை ஒன்று இருக்கும். அந்தக் கதவு இறுக்கமாக மூடப்படும் சந்தர்ப்பங்களில், அந்தச் சிறிய துளையின் முன்னால் சின்ன கண்ணாடி துண்டொன்று வைக்கப்படும். அதன் வழியே நாம் தெருவில் நிகழும் காட்சிகளைக் காண முடியும். தலைகீழாகவும், மிகச் சிறிய அளவிலும் அவை காட்சிக்குப் புலனாகும். இதில் வியப்பிற்குரியது என எதுவுமில்லை. உண்மையில், ஒளிப்பதிவின் அடிப்படை விதி இதுதான். எங்கள் வீட்டில் உள்ள யார் வேண்டுமானாலும், இதனைப் பரிசோதித்துப் பார்க்கலாம். ஆனால், சிறுவனாக நான் இதை முதல் முதலாகப் பார்த்தபோது எனக்கு அது பெரிய அதிசயமாகப் பட்டது.

என் தாய்க்கு நான்கு சகோதரர்கள். அவர்களுள் இளைய சகோதரர் நான் பிறப்பதற்கு முன்பே இறந்துவிட்டார். அவளுடைய இரண்டு சகோதரர்கள் பாட்னாவிலும், லக்னோவிலும் வழக்கறிஞர் களாகப் பணியாற்றி வந்தார்கள். நாங்கள் என் தாயாரின் மூன்றாவது சகோதரரான ஷோனா மாமாவின் வீட்டில்தான் வசிக்கத் துவங்கி யிருந்தோம். அவர் மிகப்பெரிய காப்பீட்டு நிறுவனமொன்றில் வேலை செய்து கொண்டிருந்தார். அந்தக் காப்பீட்டு நிறுவனம் எங்களது உறவினர் ஒருவரால் நிர்வாகம் செய்யப்பட்டது. ஷோனா மாமா தனது வாழ்நாளில் ஒருபோதும் இங்கிலாந்துக்குச் சென்ற தில்லை என்பதால், அவர் மேற்கத்திய சிந்தனைகளின் மீது ஆர்வ மில்லாதவராகவே இருந்தார்.

கணிதத்தின் மீது அவருக்கு மிகப்பெரிய அளவில் ஈடுபாடு இருந்தது. நான் பள்ளியில் பயின்று வந்த காலத்தில், எனக்கு சிக்கலாகத் தோற்றமளித்த கணக்கு புதிர் ஒன்றைப் பார்வையிட்ட ஷோனா மாமா, எவ்விதக் குழப்பமுமின்றி சாதாரணமாக, "இதன் விடை எட்டுதானே? நான் சொல்வது சரியா?" என்றார். எனக்கு அவரது செய்கை மிகப்பெரிய மாயாஜாலம் ஒன்றைப்போல தோன்றியது.

மிகுந்த அமைதியில் ஆழ்ந்திருக்கக்கூடிய மனிதரான ஷோனா மாமா, குழந்தைத்தனமான இயல்புகளைக் கொண்டவர். அவருக்கு வயது அப்போது கிட்டத்தட்ட முப்பதை நெருங்கியிருந்தது. ஆனால், அவர் ஒவ்வொரு ஞாயிற்றுக்கிழமைகளிலும், கேரம் ஆடுவதிலும்,

பிற விளையாட்டுகளிலும் நேரத்தைச் செலவிட்டுக் கொண்டிருப்பார். அவரது வயதுடைய பல நண்பர்களும், உறவினர்களும் அவருடன் அன்றைய தினத்தில் இணைந்து கொள்வார்கள். நான் அறையின் உள்ளிருந்து அவர்களைப் பார்த்துக் கொண்டிருப்பதை அவர்கள் அறிந்து கொண்டால், என்னைப் பார்த்து சத்தமாக, “இங்கிருந்து வெளியேறு சிறுவனே, பெரியவர்கள் விளையாட்டில் உன்னை ஈடுபடுத்திக் கொள்ளாதே” என்று விரட்டுவார்கள். இந்தத் தருணத்தில் நான் உடனடியாக அங்கிருந்து வெளியேறியாக வேண்டும். ஆனால், என்னால் புரிந்து கொள்ள முடியாதது என்னவென்றால், என் மாமாவும் அவரது நண்பர்களும் தங்களுடைய விளையாட்டுத்தனங்களைப் பெரியவர்களின் செய்கைகள் என்று என்னிடத்தில் குறிப்பிட்டதைதான்.

நான் பல மணி நேரங்கள் தனிமையில் இருக்க வேண்டியிருக்கும். குறிப்பாக, மதியப்பொழுதுகளில். ஆனால், நான் ஒருபோதும் சோர்வு அடைந்ததில்லை. அங்கு “தி புக் ஆஃப் நாலெட்ஜ்” பத்து தொகுதிகள் இருந்தன. அதன் பக்கங்களைப் புரட்டிக் கொண்டிருப்பதில் எனக்கு ஒருபோதும் சோர்வு உருவாவதில்லை. அதோடு, என் தாயாரும் எனக்கு “தி ரொமான்ஸ் ஆஃப் பேமஸ் லைவ்ஸ்” என்கின்ற புத்தகத்தின் நான்கு தொகுதிகள் வாங்கிக் கொடுத்தார். அவை மிகப் பிரபலமான வெளிநாட்டவர்களைப் பற்றிய புத்தகம். அதில் வண்ணப் புகைப்படங்களும், ஓவியங்களும் மிகுதியாக இருந்தன.

அதோடு, அல்லாமல் வேறு ஒன்றும் என் நேரத்தைப் போக்குவதற்கு பெரிதும் உதவியது. விநோதமான வடிவத்தில் அமைந்திருந்த அதனை ஸ்டீரியோஸ்கோப் என்று அழைப்பார்கள். அந்நாட்களில் பல குடும்பங்கள் இந்த ஸ்டீரியோஸ்கோப்பை உடன் வைத்திருக்க விரும்பினர். ஆனால், அந்த விக்டோரியன் காலத்து கண்டுபிடிப்பை இக்காலத்தில் எங்குமே நம்மால் பார்க்க முடிவதில்லை. அதன் கீழ்ப் பகுதியில் கைப்பிடிப்பு ஒன்றிருக்கும். ஒரு சிறிய சட்டகமும் அதில் இரண்டு எஃகு கண்ணாடிகளும் பொருத்தப்பட்டிருக்கும். அந்தக் கைப்பிடியை இறுக்கமாகப் பிடித்தபடியே இந்த இரு கண்ணாடிகளின் வழியே கூர்ந்து கவனிக்கவேண்டும். சட்டகத்தின் பின்னால் பொருத்தப்பட்டிருக்கும் திரையில் படம் நமக்கு புலனாகும். ஒரே படம் அல்லாமல், ஒரே அட்டையில் அருகருகே பொருத்தப்பட்ட இரண்டு படங்கள் அதில் இருக்கும். அவை கிட்டத்தட்ட ஒரே படத்தைப்போலவே ஒத்த பண்புகளில் அமைந்திருந்தாலும், உண்மையில் அவை வேறு வேறானவை. ஒரே காட்சியை,

வெவ்வேறு லென்ஸ்களில் பதிவுசெய்து அதில் பொருத்தியிருந் தார்கள். இடதுபக்க லென்ஸ் இடது கண் பார்வை கோணத்தையும், வலதுபக்க லென்ஸ் வலது கண் பார்வை கோணத்தையும் அதில் பதிவு செய்திருந்தது. கண்ணாடிச் சட்டகத்தின் வழியே பார்க்கையில், அவை இரண்டும் ஒன்றுடன் ஒன்று இணைந்து முப்பரிணாம படத்தைப் போன்ற தாக்கத்தை நமக்கு உண்டாக்கும். வெவ்வேறு நாடுகளில் வெவ்வேறு படங்கள் இந்த ஸ்டீரியோஸ்கோப்பில் பொருத்தப்பட்டிருந்தன.

என்னை வியப்பில் ஆழ்த்திய மற்றுமொரு பொருள் என்ன வென்றால் அவ்வீட்டில் இருந்த மாய விளக்கு ஒன்று. இவையும் இப்போது முற்றிலுமாக மறைந்துவிட்டன. சிறிய பெட்டியைப் போல காட்சியளித்தன. அதில் ஒரு லென்ஸும், சிம்னியும், ஒரு கைப்பிடியும் இருக்கும். அதோடு இரண்டு ரீல்களும் அதில் இருந்தன. அந்தக் கைப்பிடிப்பை பிடித்து ஒருவர் சுழற்றும் போது ஒரு ரீலில் இருந்து மற்றொரு ரீலுக்கு இயல்பாக காட்சி நகரும். அந்தப் படம் லென்ஸுக்கு பின்னால்தான் ஒளிபரப்பாகிக் கொண்டிருந்தது. ஒரு மண்ணெண்ணெய் விளக்கு அந்தப் பெட்டிக்குள் எரிந்துகொண்டி ருக்கும். அதன் புகை படர்ந்து சிம்னியின் வழியே வெளியேறும். விளக்கில் சுடரும் வெளிச்சம் பிலிம் சுருளில் இருக்கும் காட்சியை ஒளி வழியே வெளியேற்றி சுவரில் அதனைக் காண்பிக்கும். யாருக்குத் தெரியும்? திரைப்படங்களின் மீதான என் பெரும் ஆர்வம் மாய விளக்குடன் நான் கழித்த நாட்களில் இருந்துகூட துவங்கியிருக் கலாம்.

ஷோனா மாமாவின் நண்பர்களில் காலு என்றொருவர் நாங்கள் வசித்திருந்த போகுல்பாகன் வீட்டிலேயே வசித்து வந்தார். அவர் எங்களுக்கு உறவுக்காரர் இல்லை என்றாலும், நான் அவரையும் மாமா என்றே அழைத்து வந்தேன். டாக்காவில் ஷோனா மாமாவும் அவரும் ஒன்றாக வசித்திருக்கிறார்கள். கல்கத்தாவிற்கு அவர் வேலை தேடி வந்திருந்தார். ஆறு மாதத்திற்குள் ஏதாவது ஒரு வேலையில் சேர்ந்துவிட வேண்டும் என்பதற்காக, முப்பது ரூபாய் செலவிட்டு ரெலெக் சைக்கிள் ஒன்றை வாங்கியிருந்தார். அந்த சைக்கிளை மிக அதிகக் கவனத்துடன் பராமரித்து வந்தார். ஆறு மாதங்கள் கடந்து விட்ட பின்னரும்கூட அந்த சைக்கிள் அப்படியே பொலிவுடன் புதியதுபோலவே இருந்தது.

ஷோனா மாமாவுக்கு கேளிக்கைகளில் அதிகளவில் நாட்டம் இருந்தது. நான் அவரது வீட்டிற்கு குடி வந்ததற்குப் பின்னர்தான் சர்க்கஸ்களையும், மாயாஜால நிகழ்ச்சிகளையும், திருவிழாக்களையும் காணும் வாய்ப்பினைப் பெற்றேன். ஒருமுறை எம்பையர் தியேட்டரில்

42 ◆ குழந்தைப் பருவ நாட்கள்

நடைபெற்ற ஐரோப்பியரான ஷெஃப்பல்லோ நிகழ்த்திய மாயாஜால காட்சியொன்றைக் காணச் சென்றிருந்தேன். அவர் ஒவ்வொரு மாயாஜாலமாகத் தொடர்ச்சியாக நிகழ்த்தியபடியே இருந்தார். எனினும், பார்வையாளர்களுடனான அவரது உரையாடல் தடையின்றி தொடர்ந்தபடியே இருந்தது. சில காலத்திற்குப் பிறகுதான், ஒரு மாயாஜாலக் கலைஞனின் இடைவிடாத தொடர் உரையாடலை, “ஆரவாரமான” பேச்சாகக் கருதப்படுவதை அறிந்து கொண்டேன். அவரது இத்தகைய ஆரவாரப் பேச்சுதான் பார்வையாளர்களை அவரது செய்கைகளில் கவனத்தைக் குவிக்க விடாமல், அவரது முகத்தையே கவனித்திருக்கும்படி செய்திருக்கிறது. இதன் மூலமாக அவரால் பல்வேறு வித்தைகளை சிறு தயக்கமும் இன்றிச் செய்ய முடிகிறது. ஆனால், ஷெஃப்பல்லோவைப் பின்தொடர்ந்து பெண் மாயாஜால கலைஞர் ஒருவர் மேடையில் தோன்றினார். அவரது பெயர் மேடம் பேலர்மோ. அவர் தனது வித்தைகளை நிகழ்த்தும் போது முற்றிலுமாக அமைதியாகவே இருந்தார். எந்தவித வார்த்தைகளையும் அவர் உச்சரிக்காமல் தனது வித்தைகளைச் செய்து காட்டியது எனக்கு மிகப்பெரிய பிரம்மிப்பை உண்டாக்கியது. அதைப் போன்ற நிகழ்வை அதன்பிறகு ஒருபோதும் நான் என் வாழ்நாளில் பார்த்ததேயில்லை.

சில நாட்களுக்குப் பிறகு, திருமண விழா ஒன்றில் மற்றொரு மாயாஜால கலைஞர் ஒருவரைப் பார்த்தேன். அவர் ஒரு பெங்காலி. அவரது வித்தைகள் ஷெஃப்பல்லோவின் வித்தைகளை முழுவதுமாக என் நினைவுகளில் இருந்து மங்கி மறையச் செய்துவிட்டது. ஒரு மாயாஜாலக் கலைஞர் மேடையில் தனது வித்தைகளைச் செய்கிறார் என்றால், அதிநவீனக் கருவிகளையும் அதற்குரிய அலங்கார விளக்குகளையும் பிரயோகிப்பதன் மூலமாக பார்வையாளர்களின் கண்களைக் கட்டிப்போட்டுவிடுவார். ஆனால், இந்தத் திருமண விழாவில் நான் பார்த்த கலைஞர் மெத்தை ஒன்றில் அமர்ந்திருந்தார். அவரைச் சுற்றிலும் ஏராளமான மனிதர்கள் குழுமியிருந்தார்கள். அப்படியான சூழலில்கூட அவர் தொடர்ச்சியாக எண்ணற்ற வித்தைகளைச் செய்துகாட்டி எல்லோரையும் பரவசத்தில் ஆழ்த்தினார். பல வருடங்களுக்குப் பிறகு, இந்த மனிதரை என் சிறுகதையொன்றில் கதாபாத்திரமாகப் பயன்படுத்தினேன்.

அவர் நிறைய தீக்குச்சிகளை தான் அமர்ந்திருந்த மெத்தையின் மீதிருந்த அட்டையில் அடுக்கி வைத்துவிட்டு, காலி தீப்பெட்டியை தன் கையில் வைத்திருந்தார். பிறகு அவர், அந்தக் காலி தீப்பெட்டியை திறந்து, “வாருங்கள், ஒவ்வொருவராக வாருங்கள்!” என்று சொல்ல, ஒவ்வொரு தீக்குச்சியாக உருண்டு வந்து அந்தப் பெட்டிக்குள் தாமாக

புகுந்துகொண்டுவிட்டன. அதன்பிறகு அவர், ஒரு வெள்ளி நாணயத்தை ஒருவரிடம் இருந்தும், சிறிய மோதிரம் ஒன்றை வேறு ஒருவரிடம் இருந்தும் எடுத்துக்கொண்டார். நான்கு அடி இடைவெளியில் மோதிரத்தையும் நாணயத்தையும் அவர் வைத்தார். அந்த மோதிரத்திடம், "போய் அந்த நாணயத்தை எடுத்துக்கொண்டு வா!" என்று சொல்ல, அந்த மோதிரம் அவரது மந்திரச் சொற்களுக்கு கட்டுப்பட்டதைப்போல உருளத் துவங்கிவிட்டது. நாணயத்தை நெருங்கியதும் அதனது ஓட்டம் நின்றுவிட்டது. பிறகு இரண்டும் ஒன்றாகச் சேர்ந்துகொண்டு அந்த மாயாஜாலக் கலைஞரின் கைகளுக்குள் சரண் புகுந்தன.

மூன்றாவது வித்தை சீட்டு அட்டைகளை வைத்துக்கொண்டு செய்தார். அந்த சீட்டு அட்டைகளைப் பார்வையாளர்களில் ஒருவரிடத்தில் கொடுத்துவிட்டு, நடைக்கு உபயோகப்படுத்தப்படும் குச்சி ஒன்றை வேறொருவரிடத்தில் இருந்து வாங்கிக்கொண்டார். அந்தக் குச்சியை சீட்டு அட்டைகளை வைத்திருக்கும் மனிதரை நோக்கி நீட்டி, "வெளியே வாருங்கள் ஸ்பேட் அட்டைகளே" என்று சொல்ல, அதைப்போல, அந்தச் சீட்டுக்கட்டிலிருந்து ஸ்பேட் அட்டைகள் வெளியே வந்தன. அந்தக் குச்சியின் நுனியில் அவை ஒட்டிக் கொண்டு விட்டன.

சில தினங்களுக்குப் பிறகு, எங்கள் வீட்டின் அருகில் இருக்கும் மற்றொரு மாயாஜாலக் கலைஞர் என்னை வெகுவாக கவர்ந்திருந்தார். அவர் ஐம்பதுகளின் துவக்க நிலையிலான வயதில் இருந்தார். மிக சராசரியான உடைகளை அணிந்துகொண்டு, மற்றைய எந்தவொரு குடிமகனைப்போலவும் வெகு சாதாரணமாக இருந்தார். இவரை மிகச் சிறந்த திறன்களை உடைய மனிதரென்று எப்படிச் சொல்ல முடியும். அதற்குள்ளாக நானும் மாயாஜால வித்தைகளின் பால் ஈர்க்கப்பட்டு இந்த மனிதரை என் குருயென்றே கருதத் துவங்கி விட்டேன். "நான் உங்களிடமிருந்து மாயாஜாலங்களைக் கற்றுக் கொள்ள விரும்புகிறேன்" என்று அவரிடம் சொன்னேன்.

"நிச்சயமாக" என்று பதிலுரைத்த அவர், உடனடியாக தனது மேற்சட்டையில் இருந்த சீட்டு அட்டைகளை எடுத்து மிக எளிமையான வித்தை ஒன்றை எனக்குப் பயிற்றுவித்தார். ஆனால் அவரை அதன்பிறகு என் வாழ்நாளில் பார்க்கவேயில்லை. அவர் மீது உண்டாகிய மிகப் பெரிய வியப்பில் ஆழ்ந்திருந்த நான், அவரது முகவரியைக் கேட்டு வாங்க மறந்துவிட்டேன். பிறகு, மாயாஜால வித்தைகள் குறித்த புத்தகம் ஒன்றை வாங்கிவந்து நானே சுயமாக சிலவற்றை நிலைக்கண்ணாடியின் முன்நின்று முயற்சித்துப் பார்த்தேன். மாயாஜால வித்தைகளின் மீதான என் வியப்பு என் கல்லூரிக் காலம் வரையில் தொடர்ந்தபடியே இருந்தது.

சர்க்கஸ் குழுக்கள் இப்போதும் கல்கத்தாவில் முகாமிடுகின்றன என்றாலும், அவை பெரும்பாலும் தென்னிந்தியர்களால் நடத்தப் படுகின்றன. எங்கள் காலத்தில், ஐரோப்பியர்கள் ஹார்மெஸ்டோன் சர்க்கஸில் பணியாற்றிக் கொண்டிருந்தார்கள். ஆனால், இக்காலத்தில் முற்றாக அழிந்துவிட்டது எதுவென்றால் திருவிழாக்கள் தான். நான் சிறுவனாக இருந்தபோது சென்ட்ரல் அவென்யூவின் இருபக்கமும் ஏக்கர் கணக்கான நிலங்கள் காலியாக இருக்கும். பத்து மாடிக் குடியிருப்பு, அதேபோல விக்டோரியா மாளிகையும் அப்போது கட்டப்பட்டிருக்கவில்லை. இப்போது அந்தக் கட்டிடம்தான் மின்சாரத்தை வழங்கிக் கொண்டிருக்கிறது. திருவிழாக்கள் இந்தக் காலி மைதானங்களில் ஏதேனும் ஒன்றில் நிகழ்வதுதான் வழக்கம். சர்க்கஸும் இதன் அருகில்தான் நடந்து கொண்டிருக்கும்.

இன்றைய நவீன உலக குழந்தைகளிடம் திருவிழாக்கள் எத்தகைய கிளர்ச்சியை எங்களுக்கு அளித்தது என்பதையோ அல்லது திருவிழாக்கள் எவ்வாறு விமர்சையாக நடைபெற்றுக் கொண்டி ருந்தன என்பது பற்றியோ தெளிவாக விளக்குவது கடினம். இப்போது கண்காட்சிகளில் இருப்பது போலவே, அப்போதும் மிகப்பெரிய அளவிலான ராட்டினங்கள் இருந்தன. ஆனால், இன்றைய வடிவத்தை விட அவை பெரியவை. ஐந்து மாடிக் கட்டிடம் அளவுக்கு உயரம்கொண்ட ராட்டினங்கள் அவை. அவற்றின் ஒளிரும் பிரகாசமான ஒளியை வெகு தொலைவில் இருந்தே ஒருவரால் பார்த்து உணர முடியும். ராட்டினத்தைத் தவிர்த்து, சுழலும் நாற்காலிகளும், விரையும் கார்களும், மேலும்கீழுமாக சுருள்சுருளாக விரைந்து நகரும் ரயிலும், மற்றும் பல கேளிக்கைப் பொருட்களும்கூட இருக்கும். அதோடு அந்த அரங்கத்துக்குள் பல சூதாட்டங்களும் ஒருபுறம் உண்டு. அங்கே குவித்து வைக்கப் பட்டிருக்கும் பரிசுப் பொருட்கள் நம்மை இயல்பாக அவ்விடத்திற்கு உந்தித்தள்ளும். பரிசுப் பொருட்கள் உண்டாக்கும் பரவச உணர்வைக் கட்டுப்படுத்துவது மிகச் சிரமமானது. வெளிப்படையாக சூதாட்டங் கள் நிகழ்த்துவதை அரசு தடை செய்திருந்ததால், இத்தகைய திருவிழா அரங்கத்தை அவை பயன்படுத்திக் கொண்டு விட்டன. சூதாட்டம்தான் பணம் சம்பாதிக்கும் வாய்ப்பை அவர்களுக்கு உருவாக்கிக் கொடுத்திருந்தது.

**

நாங்கள் போவனிப்பூருக்கு இடம்பெயர்ந்திருந்த காலத்தில் பேசும் படங்கள் உருவாக்கப்பட்டிருக்கவில்லை. ஆங்கிலேய

பியானோ கலைஞர்கள் குரலுக்கு மாறாக, இசையால் முழு திரைப்படத்தையும் வழிநடத்துவார்கள். ஒரேயொரு தியேட்டரில் மட்டும் 'சினிமா ஆர்கன்' என்று ஒன்றை வைத்திருந்தார்கள். அவ்விடத்தின் பெயர் மதன் அல்லது பேலஸ் ஆஃப் வெரைட்டீஸ். இப்போது அது எலைட் என்று அழைக்கப்படுகிறது. அந்த சினிமா ஆர்கனை அவர்கள் வெர்லிட்ஸர் என்று பெயரிட்டு அழைத்து வந்தார்கள். அதில் சப்தம் அற்புதமாக இருந்தது. அதை இயக்கிய ஆங்கிலேயரின் பெயர் பிரையன் ஹோப்பர். ஒவ்வொரு நாளும், மிஸ்டர் ஹோப்பர் என்னென்ன இசையை அன்றைக்கு வாசிக்கப் போகிறார்கள் என்கின்ற பட்டியல் வெளியாகியிருக்கும்.

அக்காலத்தில் நான் பார்த்திருந்த திரைப்படங்களில் நான்கு படங்களை மட்டும் குறிப்பாக நினைவில் வைத்திருக்கிறேன். அவை, பென் ஹெர், தி கவுண்ட் ஆஃப் மோண்டி கிரிஸ்டோ, தி தீஃப் ஆஃப் பாக்தாத், அங்கிள் டாம்ஸ் காபின். குளோப் தியேட்டர் திரைப்படங்கள் மட்டுமல்லாது நடன நிகழ்ச்சிகளையும், இசைக் கச்சேரிகளையும் நிகழ்த்தியது. பொதுவாக திரைக்கு முன்னால் படர விடப்பட்டிருக்கும் துணிக்கு முன்னால் இன்னொரு துணியும் பாதுகாப்புக்காகத் தொங்கவிட்டிருந்தார்கள். அதில் ஏராளமான விளம்பரக் குறிப்புகள் ஒட்டப்பட்டிருக்கும். இந்தத் திரை மேலே உயர்ந்த பிறகுதான், வழக்கமான திரை மேலே உயரும். அதன்பிறகு மேடை காலியாக இருக்கும். திரைப்படங்கள் ஒளிபரப்பாகும் வெண்திரை, மேடையில் இவ்வகையிலான நடன நிகழ்வுகள் முடிந்த பின்னர்தான் மேலிருந்து மெல்ல கீழிறங்கி வரும். அதன்பிறகுதான் திரைப்படங்கள் துவங்கும். ஒரு பியானோ கலைஞர் திரையின் முன்னால் நின்றுகொண்டு, படத்தின் உணர்வுகளுக்குத் தகுந்தாற் போன்ற இசையை முழு திரைப்படத்துக்கும் இசைத்துக் கொண்டிருப்பார்.

அங்கிள் டாம்ஸ் காபின் திரைப்படத்தைப் பார்க்க நாங்கள் சென்றிருந்தபோது வேடிக்கையான சம்பவம் ஒன்று நிகழ்ந்தது. எங்கள் குடும்ப உறுப்பினர்கள் அனைவரும் ஒன்றாக அத்திரைப் படத்தைக் காணச் சென்றிருந்தோம். ஒரு காட்சியில், கறுப்பின அடிமையான அங்கிள் டாம், படிகளில் உருண்டு விழுந்து இறந்து விடுவார். அவரை மிகக் கொடூரமான எண்ணம்கொண்ட சைமன் லெகரி சாட்டையால் அடித்துக் கீழே தள்ளியிருப்பான். பிறகு, திரைப் படம் முடிவை நோக்கி நகருகையில், அங்கிள் டாம் ஆவி உருவில் தோன்றி லெகரியைப் பழிவாங்க முயற்சிப்பார். அப்போது மீண்டும் லெகரி தனது சாட்டையால் தொடர்ச்சியாக டாமை விளாசிய படியே இருப்பார். ஆனால், அவரது அடியில் இருந்து டாம்

சிரித்தபடியே விலகி நகர்ந்துகொண்டிருப்பார். சரியாக அந்தத் தருணத்தில், எங்களுடன் திரைப்படத்தைப் பெரும் ஆர்வத்துடன் பார்த்துக்கொண்டிருந்த காலு மாமா, தனது இருக்கையில் இருந்து கோபத்துடன் எழுந்து, ஒட்டுமொத்தப் பார்வையாளர்களையும் பொருட்படுத்தாமல், "அந்த அயோக்கியன் இன்னமும் டாமைச் சாட்டையால் விளாசுகிறான். எப்படி அவன் அவ்வாறு செய்ய லாம்? பொறு அரக்கனே! விரைவில் உனக்குரிய தண்டனையை நீ அனுபவித்தே தீருவாய்!" என்று சத்தமாக குரல் எழுப்பிவிட்டார்.

1928இல் ஹாலிவுட் தனது முதலாவது பேசும் படத்தைத் தயாரித்தது. கல்கத்தாவில் அதிலிருந்து ஓராண்டுக்குப் பிறகு பேசும் படம் திரையிடப்பட்டது. இந்தத் திரைப்படங்களின் தொடர்ச்சியாக வெளியான படங்களில் பலவும் ஒருபாதி திரைப்படம் ஒலியைக் கொண்டதாகவும், மற்றொரு பகுதி ஊமைப்படமாகவும் வெளியாகிக் கொண்டிருந்தது. அதனால் முழுமையாக சப்தங்களைக் கொண்டி ருந்த திரைப்படங்களை, "100% டாக்கி திரைப்படம்" என்று விளம்பரப்படுத்தினார்கள். நான் பார்த்த முதல் திரைப்படம் 'டார்ஸான் தி ஏப் மேன்'. அந்தத் திரைப்படம் குளோப் திரை யரங்கில் வெளியாகி இருந்தது. ஆனால் முதல்நாள் எங்களுக்கு டிக்கெட் கிடைக்கவில்லை. என்னுடன் வந்திருந்த மாமாவுக்கு ஒரே ஏமாற்றமாகிவிட்டது. சோர்ந்த முகத்துடன் ஏதாவது ஒரு படத்தைப் பார்க்காமல் வீடு திரும்பப் போவதில்லை என்கின்ற மனநிலையில் அவர் இருந்தார்.

ஆல்பியன் திரையரங்கம் (இப்போது லீகல் எனும் பெயரில் அழைக்கப்படுகிறது) குளோப் திரையரங்கத்துக்கு அருகில்தான் இருந்தது. எங்களுக்கு அங்கு டிக்கெட்டு கிடைத்துவிட்டது என்றாலும், அந்தத் திரையரங்கில் அப்போது ஒரு பெங்காலி திரைப்படம்தான் ஓடிக்கொண்டிருந்தது. சபிக்கப்பட்ட திருமணம் என்பது அதன் பெயர். படம் ஒளிபரப்பு செய்யப்பட்ட சில நிமிடங்களிலேயே அது சிறியவர்கள் பார்ப்பதற்கு உகந்த திரைப்படம் அல்ல என்பது புரிந்துவிட்டது. என் மாமா என்னிடத்தில் மீண்டும் மீண்டும், "நாம் வீட்டிற்குப் போய்விடலாமா?" என்று கேட்டபடியே இருந்தார். ஆனால், நான் அவரிடத்தில் பதில் ஏதும் சொல்லாமல் அமைதியாக திரைப்படத்தில் என் கவனத்தை முழுமையாக குவித்திருந்தேன். அவ்வகையில், அந்தத் திரைப்படத்தை முழுமையாக பார்க்காமல் வீடு திரும்பப் போவதில்லை என்பதில் நான் உறுதியாக இருந்தேன். எனினும், அந்தத் திரைப்படம் மிக மோசமாக உருவாக்கப் பட்டிருந்ததால், அதன்பிறகு சில காலத்துக்கு நான் பெங்காலி திரைப்படங்களைப் பார்ப்பதையே தவிர்த்து விட்டேன்.

திரைப்படத்துக்கு என்னை அழைத்துச் சென்றிருந்த மாமா என் தாயாருக்கு நெருங்கிய உறவினர். காலு மாமாவைப் போலவே இவரும் டாக்காவில் இருந்து கல்கத்தாவுக்கு வேலை தேடி வந்திருந்தார். அதனால் ஷோனா மாமாவின் வீட்டில் இவரும் வசிக்க நேர்ந்தது.

இங்கு நான் என் மற்றுமொரு மாமாவைப் பற்றி கூற விரும்புகிறேன். நோனி என்கின்ற பெயருடைய அவரைப்போல வேறொருவரை நான் பார்த்ததில்லை. ஆறடி உயரமுடைய அவர், சிறிய வேட்டியையும், குர்தாவையும் அணிந்திருப்பார். அவரது நடை ஒரு ராணுவ வீரனைப்போல உறுதிமிக்கதாகவும் மிடுக்குடனும் இருக்கும். கிழக்கு வங்காள மொழி உச்சரிப்பில் அதிக சப்தத்துடன் அவர் உரையாடுவார். பொதுவாக, புறநகர் பகுதிகளில் வசிக்கின்ற மனிதர்கள் சப்தமாகப் பேசுவது வழக்கம். மிக அதிக தொலைவில் இருக்கின்ற மனிதர்களுடனும் தொடர்பேற்படுத்திக் கொள்வதற்காக அவர்கள் அவ்வகையில் பேசுவார்கள். சிலர் அந்தப் பழக்கத்தை நகரம்வரை கொண்டுவந்து விட்டார்கள். அவர்களில் நோனி மாமாவும் ஒருவர். ஆனால், என்னதான் அவர் கம்பீரமான தோற்றத்தில் உரக்கக் குரல் எழுப்புகிறவராக இருந்தாலும், அவரது குரலில் ஒருவித பெண்தன்மை இருந்ததை உணர்ந்திருக்கிறேன். அதேபோல அவர் திருமணமும் செய்துகொள்ளவேயில்லை. ஒருவேளை அவர் திருமணம் செய்திருந்தால் அந்தப் பெண்ணிற்கு வீட்டு பராமரிப்பு வேலைகளில் மிகுந்த மேதமைமிக்க மாமாவுடன் ஒத்துப்போவதில் மிகுந்த சிரமம் உண்டாகியிருக்கும். தையல் வேலையிலும், சமையல் வேலையிலும் மாமா திறன்மிக்கவராக இருந்தார். அவரது வாழ்க்கையின் பிற்காலத்தில் தோல் தைக்கும் பணிகளில் ஈடுபட்டிருந்த மாமா அது சார்ந்து புத்தகம் ஒன்றையும் எழுதியிருக்கிறார். அதோடு, "ஸ்வீட்ஸ் ஆஃப் பெங்கால்" எனும் பெயரில் மற்றொரு புத்தகமும் எழுதியிருக்கிறார். ஆனால் சில காரணங்களால் அந்தப் புத்தகம் வெளியிடப்படவில்லை.

என் அம்மா நோனி மாமாவிடமிருந்து தோல் தொழிலை கற்று, அவரும் அதில் தேர்ச்சி அடைந்துவிட்டார். அவர் சில தருணத்தில் மதிய நேரத்தில் முழுமையாக தோல்களைக் கத்தரிப்பதும், அதன்மீது வண்ணக் கலவையைப் பூசுவதுமாக நேரத்தைச் செலவிடுவார். அதனால் எங்கள் அறையில் தோல் வாசனை மிகுதியாக வீசிக் கொண்டிருக்கும். அவரே செய்த சில கைவினைப் பொருட்களையும் அவர் விற்றிருக்கிறார். அதன்பிறகு, என் தாயார் மண்பானை தயாரிப்பதில் பெரும் விற்பன்னரான நிட்டாய் பாலிடமிருந்து அத்தொழிலையும் கற்றுக்கொண்டார். எங்களது பல உறவினர்களின்

வீட்டில் இன்றும்கூட என் அம்மா செய்துகொடுத்த புத்தர் சிலைகளும், பிரக்ய பிரமிதா சிலையும் இருக்கிறது.

இவை எல்லாவற்றையும்விட, என் அம்மா மிகச் சிறந்த குடும்பத் தலைவியாக விளங்கினார். அவரது ஆங்கில மற்றும் வங்க மொழி கையெழுத்தும் பிரமாதமாக இருக்கும்.

* * *

ஷோனா மாமாவிடம் எர்க்ஸ்கைன் கார் ஒன்று இருந்தது. ஃபியட்ஸ் மற்றும் அம்பாசிடர் கார்களின் ஆதிக்கம் வெகுவாக இருந்த அந்தக் காலத்தில், எர்க்ஸ்கைன் கார்கள் பற்றி அரிதாகவே சிலர் அறிந்து வைத்திருந்தார்கள். சில தருணங்களில் நாங்கள் அந்த காரில் மெய்டன் (விக்டோரியா நினைவு மண்டபத்தின் அருகில் இருக்கும் பரந்த வெற்றுவெளி. இன்றும் அவ்விடம் இருக்கிறது) வரையில் செல்வோம். ஏராளமான ஆங்கிலேயர்கள் அங்கு கோல்ஃப் விளையாடிக் கொண்டிருப்பார்கள். அதனால், கோல்ஃப் பந்துகளின் தாக்குதலில் அகப்பட்டு விடக்கூடாது என்பதில் மிக கவனமாகவே அந்த இடத்தைக் கடப்பவர்கள் இருந்தனர். ஒரு சமயம், கோல்ஃப் பந்து ஒன்று என்னைத் தாக்கிவிட்டது. நான் அதைச் சற்றும் எதிர்பார்த்திருக்கவில்லை. நல்லவேளையாக, எங்களது கார் ஓட்டுநர் சுதீர் பாபு, பந்து வருவதைக் கவனித்து சரியான கணத்தில் என்னைப் பின்னுக்கு இழுத்துவிட்டார். இதனால், மிக மோசமான பாதிப்புகளில் இருந்து என்னால் தப்பிக்க முடிந்தது. கோல்ஃப் பந்து என் காது மடல்களை உரசியபடியே பறந்து விக்டோரியா நினைவு மண்டபத்தின் சுவர்களின் மீது மோதி தெறித்தது.

சுதீர் பாபு எங்களின் வீட்டில் மேல்மாடி அறையில் தங்கி இருந்தார். அது மகாத்மா காந்தியின் ஒத்துழையாமை இயக்கம் தீவிரமாகச் செயல்பட்டுக் கொண்டிருந்த காலகட்டம். சுதீர் பாபு தனது ஆதரவை ஒத்துழையாமை இயக்கத்துக்கு தெரிவிக்கும் விதமாக நூல் கோர்க்கும் ராட்டினத்தையும், அதிகளவில் பருத்தி நூற் தண்டுகளையும் வாங்கிவந்து, நூல்களைக் கோர்க்கத் துவங்கி விட்டார். மிக விரைவாக, தீவிரமாக இந்தத் தொழில் நகரம் முழுவதும் பரவிவிட்டது. பிற குடும்பங்களைப் போலவே, நாங்களும் இந்தத் தொழிலில் மிக முனைப்புடன் ஈடுபட்டு வந்தோம். நானும் இதில் ஆர்வத்துடன் பங்கு கொண்டிருந்தேன். எனினும், சுதீர் பாபுவைப் போல யாராலும் மிக விரைவாக நூல்களைக் கோர்க்க முடிந்ததில்லை. அவர் தனக்கென சிறியளவில் குர்தா ஒன்றையும் கோர்த்துக்கொண்டார்.

மிகப்பெரிய சுதேசி அலை பெருகியிருந்த அக்காலத்தில் நடைபெற்ற ஊர்வலம் ஒன்றில் நாங்களும் பங்கேற்றிருந்தோம். எல்கென் சாலையின் அருகில் அப்போது பரந்த அளவிலான மைதானம் ஒன்று இருந்தது. ஜிம்கானா மைதானம் என்று அழைக்கப்படும் அவ்வெளியில் இப்போது கட்டிடங்கள் முளைத் திருக்கின்றன. அவ்வெளியில்தான் அந்த ஊர்வலம் நடைபெற்றது. அங்கு வைக்கப்பட்டிருந்த மெழுகுகளால் செய்யப்பட்டிருந்த தேசத் தலைவர்களின் உருவ அமைப்புகள் மிகப்பெரிய அளவில் கிளர்ச்சி அடையச் செய்தன. அவற்றை கூடுதல் முக்கியத்துவம் வாய்ந்தவை களாக உணரக் காரணம், சில இயந்திரங்கள் அந்த மெழுகுச் சிலைகளின் சில அங்கங்களை அசைப்பதற்கு பயன்படுத்தப் பட்டன. வெவ்வேறு இடங்களில் வெவ்வேறு உருவ அமைப்புகள் உருவாக்கப்பட்டிருந்தன. ஓரிடத்தில், மகாத்மா காந்தி சிறை அறையின் உள்ளே அமர்ந்த நிலையில் கைகளில் எழுதுகோலையும், குறிப்பேட்டையும் வைத்துக்கொண்டிருக்க, அருகில் துப்பாக்கி ஏந்திய பாதுகாவலர்கள் நின்றிருந்தார்கள். அவர் கை விரல்கள் ஒரு திசையில் இருந்து மற்றொரு திசையில் எழுதுவதைப்போலவே நகர, அவரது தலையும் அந்தத் திசைகளில் அசைந்தபடியே இருந்தது. மற்றொரு இடத்தில், பாரத மாதாவின் கைகளில் தேஷ்பந்து சித்தரஞ்சன் தாஸின் உடல் சுமந்திருப்பதைப்போல சிலை வைக்கப் பட்டிருந்தது. அவள் சித்தரஞ்சன் தாஸின் முகத்தைப் பார்ப்பதும், பின் மெல்ல இமைகளை மூடுவதும், நிதானமாக வேறொரு திசைக்கு தனது பார்வையைத் திருப்புவதுமாக இருந்தார். யார் இத்தகைய அதி அற்புதமான மெழுகுச் சிலைகளை வடிவமைத்தவர்கள் என்று எனக்குத் தெரியவில்லை. ஒருவேளை இவை பம்பாயில் இருந்து கொண்டுவரப்பட்டதாக இருக்கலாம். எனினும், அவை உயிர் அசைவுகளைத் தமக்குள் கொண்டிருந்தன. இந்த உருவச் சிலைகள் கல்கத்தாவில் அக்காலத்தில் மிகப் பெரிய அதிர்வை உருவாக்கியது.

* * *

என் தாய்வழிப் பாட்டியான தீதீமா எங்களுடன் போகுல் பாகனில் வசித்து வந்தார். அவள் ஒல்லியான உடலமைப்பும், முகப் பொலிவும் கொண்ட வசீகரமானவள். அதேபோல பாடல் பாடு வதிலும் அவள் கெட்டிக்காரி. மெய்மென்சிங்கில் இருந்து அவள் பாடிய பாடலொன்றை (வாருங்கள்! சுழலும் சக்கரத்தின் அற்புத நடனத்தைப் பாருங்கள்!) இப்போதும் நினைவில் வைத்திருக் கின்றேன். 1926ஆம் வருடத்தில், அவளுடைய பிள்ளைகளும், அவர் களது மனைவிமார்களும், வேறுசில உறவினர்களும் கல்கத்தாவிற்கு

வருகை புரிந்து அவளைச் சந்தித்தனர். அது வெகு அரிதாகவே நிகழும் தருணங்களில் ஒன்று. பாட்னாவில் இருந்தும் லக்னோவில் இருந்தும் இரண்டு மாமாக்களும், அப்போது இந்தியாவின் பகுதியாக இருந்த கிழக்கு வங்கத்தின் கக்கினா பகுதியில் இருந்து அத்தை ஒருத்தியும் வந்திருந்தாள்.

அவர்கள் அனைவரும் மொத்தமாக ஒன்று திரண்டதும், தீதீமாவுடன் இணைந்து புகைப்படம் எடுத்துகொள்வதென்று முன்னதாகவே திட்டமிட்டிருந்தோம். அப்போது கேமிராக்கள் அதிகளவில் புழக்கத்தில் இல்லை. ஒருசிலரின் வீடுகளில் மட்டுமே அப்போது கேமிராக்கள் இருந்தன. அந்தச் சில கேமிராக்களும் மிகச் சிறியவை. அவற்றை வைத்துக்கொண்டு அதிக அளவிலான மனிதர்களைப் புகைப்படம் எடுப்பது சாத்தியமில்லாதது. அதோடு, அந்தப் புகைப்படங்கள் சுவரில் தொங்கவிடக்கூடிய தரத்திலும் அமைந்திருக்காது. அதனால், இத்தகைய மிக அரிதான தருணங் களில் மக்கள் ஸ்டூடியோக்களுக்கு சென்று புகைப்படம் எடுத்துக் கொள்வது வழக்கம். இரண்டு பெரிய ஸ்டூடியோக்கள் அப்போது கல்கத்தாவில் வெகு பிரபலமாக இருந்தன. போர்னே அண்ட் ஷெப்பர்ட் மற்றும் ஜான்சன் அண்ட் ஹாஃப்மேன். இரண்டு ஸ்டூடியோக்களுமே கிட்டத்தட்ட எழுபது வருடங்களுக்கு மேலாக இயங்கிக் கொண்டிருந்தவை. இருப்பினும், அவற்றின் செயல் பாடுகள் மந்தகதியிலேயே இருந்தது. அதனால் நாங்கள் எட்னா லாரன்ஸ் ஸ்டூடியோவைத் தேர்வு செய்தோம். அதுவொரு நவீன ஸ்டூடியோ என்பதுடன் வெகுவாக அறியப்பட்ட ஸ்டூடியோ வாகவும் இருந்தது. அது சௌரங்கி மேன்சனில் அமைந்திருந்தது. எங்களது குழுவில் ஒரு சிறு குழந்தை உட்பட மொத்தமாக பதினெட்டுப் பேர்கள் இருந்தோம்.

முன்னதாகவே எங்களது வருகை குறித்து ஸ்டூடியோவில் தெரிவித்திருந்ததால், தேவையான அனைத்து ஏற்பாடுகளும் செய்யப்பட்டு ஸ்டூடியோ தயார் நிலையில் இருந்தது. ஒரு விசால மான அறையில் வரிசையாக ஆறு நாற்காலிகள் போடப்பட்டி ருந்தன. என் பாட்டி அவற்றின் நடுவில் இருந்த நாற்காலியில் அமர்ந்து கொண்டார். என் அம்மாவும், வேறு சில பெண்களும் பாட்டியின் அருகில் அமர்ந்திருந்தனர். ஆண்கள் வரிசையாகப் பெண்களுக்கு பின்னால் நின்றுகொண்டார்கள். இரண்டு இளைய உறவினர்கள் பெண்கள் வரிசைக்கு முன்னால் போடப்பட்டிருந்த சிறிய அளவிலான நாற்காலியில் அமர்ந்து கொண்டனர். நான் என் அம்மாவுக்கும், பாட்டிக்கும் இடையில் அமர்ந்து கொண்டேன். புகைப்படம் ஒரு அறையில்தான் பதிவாகப் போகிறது என்றாலும்,

செயற்கை ஒளிகளைப் பாய்ச்சும் கருவிகள் எதுவும் பயன்படுத்தப்பட வில்லை. அந்நாட்களில் அவற்றைப் பிரயோகிக்கும் பழக்கம் உருவாகாமல் இருந்தது. அவ்விடத்தில் படர்ந்திருந்த ஒளியென்பது அறையின் பக்கவாட்டுச் சுவரில் ஏற்படுத்தப்பட்டிருந்த துளைகளின் வழியாக வெளியில் இருந்து உட்புகுந்த இயற்கை ஒளி மட்டுமே. அந்தக் கேமிரா மிகப் பெரியதாக இருந்தது. அதன் லென்ஸ் மூடப் பட்டிருந்தது. லென்ஸ் மூடியை சில நொடிகள் கழட்டுவார்கள். அந்தக் குறிப்பிட்ட நொடிகளில்தான் அதன் முன்னால் நிகழும் கணம் ஒளிப்படமாக பதிவு செய்யப்பட்டது. ஒருவரும் அந்த விநாடிகளில் அசைந்துவிடக்கூடாது.

அந்த ஆங்கிலேய புகைப்படக் கலைஞர் உரக்கக் குரலெழுப் பினார், “ரெடி!” உடனடியாக நாங்கள் அனைவரும் எங்களது உடல்களை அசைக்காது விறைப்பாக கேமிராவையே பார்த்தபடி அமர்ந்திருந்தோம். புகைப்படக் கலைஞருக்கு அருகிலேயே மற்றொருவர் நின்றிருந்தார். அவரது கைகளில் சிறிய விளையாட்டுப் பொம்மை இருந்தது. அவர் அந்தப் பொம்மையின் வயிற்றில் விரலை வைத்து அழுத்தியதும், அது சிணுங்கியது. அவரது இந்தச் செய்கை எங்களது குழுவில் இருந்த குழந்தையின் கவனத்தை கேமிராவுக்கு நேராக குவிக்க வேண்டும் என்பதற்காக மேற்கொள்ளப்பட்டதே. எங்களது திட்டமிடலைப் போலவே, சரியாக புகைப்படம் எடுக்கப் பட்ட கணத்தில் குழந்தை தனது கண் பார்வையைப் புகைப்படக் கலைஞரின் உதவியாளர் கையிலிருந்த பொம்மை மீதே பதிந்திருந்தது. அதனால், மிகக் கச்சிதமாக அந்தப் புகைப்படம் உருவானது.

இந்தப் புகைப்படம் எடுக்கப்பட்ட ஐந்தே வருடங்களுக்குள் என் பாட்டியும், ஒரு மாமாவும், மற்றொரு உறவினரும் உயிரிழந்து விட்டனர். டான் டாடூ இந்தப் புகைப்படத்தில் இருந்துதான் இவர்கள் மூவரின் முகங்களையும் பெரிதுபடுத்தி இறுதி காரியங் களுக்குப் பயன்படுத்தினார்.

* * *

என் அம்மாவின் இளைய சகோதரியான சோட்டோ மாஷி (அவளை நான் அந்தப் பெயரில்தான் அழைத்து வந்தேன்) எங்களுடன்தான் வசித்து வந்தார். அவளும் ஒரு அற்புதமான பாடகி. ஆனால், ஒவ்வொருமுறையும் பெருத்த கூட்டம் ஒன்றின் முன்னால் அவரைப் பாடச் சொல்லும்போது அவள் அதீத பதற்றத்திற்கு உள்ளாகிவிடுவார். இதனால் அவளது குரல் வறண்டு உயிரற்ற தன்மையிலேயே ஒலியாக வெளிப்படும். எவ்வித மனத்தடையும் இல்லாமல், முழு இயல்புடன் அற்புதமாக ஒலிக்கும்

அவரது குரலை எங்களது மிக நெருக்கமான குடும்ப உறுப்பினர்கள் மட்டுமே கேட்டு ரசித்திருக்கிறோம்.

எனினும், ஒருமுறை புலா கக்கா ஹெச்.எம்.விக்காக ஒரு பாடலைப் பதிவு செய்ய அவரை ஒப்புக்கொள்ளச் செய்தார். கார் அண்ட் மஹானபிஸ் எனும் மிகப் புகழ்வாய்ந்த கிராமபோன் நிறுவனமொன்றின் உரிமையாளர்களில் ஒருவரான அவர் மீது எல்லோருக்கும் மிகுதியான மரியாதை இருந்துவந்தது.

சோட்டோ மாஷி பாடல் பதிவுக்காக ஹெச்.எம்.விக்கு சொந்தமான ஒரு ஸ்டூடியோவுக்கு செல்ல வேண்டியிருந்தது. புலா கக்காவுக்கு சொந்தமான சிவப்பு நிற போர்ட் காரில் நானும் என் சித்தியுடன் சென்றேன். பாடல் பதிவுக்கான நாள் நெருங்கிக் கொண்டிருந்த சில தினங்களாகவே சோட்டோ மாஷி சரிவர உணவு உட்கொள்ளவில்லை. பதற்றமும், தடுமாற்றங்களும் சூழத்தான் அவர் கடைசி சில தினங்களில் இருந்துகொண்டிருந்தார். புலா கக்கா காரில் பயணிக்கையில் பல்வேறு தன்னம்பிக்கையூட்டும் வார்த்தை களைச் சொல்லியபடியே வந்தார். புலா கக்காவும் எந்தவொரு பாடலையும் பாடியதில்லை என்றாலும், தாகூரின் சில பாடல்களைப் புல்லாங்குழலில் வாசிக்கும் திறன் அவரிடம் இருந்தது. அதேபோல மவுத் ஆர்கன் வாசிப்பதிலும் அவர் கெட்டிக்காரர்.

ஹெச்.எம்.வி கம்பெனியை அப்போது ஆங்கிலேயர்கள்தான் நடத்திக் கொண்டிருந்தார்கள். அதன் மேலாளரும், ஒலிப்பதிவு செய்பவரும் ஆங்கிலேயர்தான். அந்தக் காலத்தில் மைக்ரோ போன்கள் பயன்பாட்டில் இருக்கவில்லை. ஒருவர் புனல் போன்ற கருவி ஒன்றினைப் பார்த்தபடியே பாட வேண்டும், வேறொரு அறையில் சுழலும் இசைத்தட்டு ஒன்றில் அந்தப் பாடல் பதிவாகிக் கொண்டிருக்கும்.

சோட்டோ மாஷி அன்றைய காலையில் ஏராளமாக நீர் அருந்தியிருந்தார். எனினும், இன்னமும் பயம் அவரிடமிருந்து முழுமையாக விலகியிருக்கவில்லை. அவர் அந்தப் புனல் வடிவக் கருவியின் முன்னால் போய் நின்றார். நான் அவரைப் பக்கத்து அறையில் இருந்தபடியே கண்ணாடி தடுப்பு ஒன்றின் வழியாகப் பார்த்தேன். ஒரு இளம் ஒலிப்பதிவாளர் அவரை நெருங்கி, அந்த புனல் வடிவக் கருவியை அவருக்கு உகந்தாற்போல சரி செய்தார். அதன்பிறகு, தனது பாக்கெட்டில் இருந்து சிகரெட்டை உருவி எடுத்த அந்த மனிதர், மெல்ல அதனை மேலே தூக்கி வீசி, உதட்டால் கவ்வி பிடித்து அதற்கு நெருப்பூட்டினார். பின் சிகரெட் பிடித்தபடியே அவ்வறையை விட்டு வெளியேறினார். புலா கக்கா பிற்பாடு அவரது இந்தச் செய்கையைப் பற்றிக் குறிப்பிடுகையில், ஒரு பெண் பாடகியின்

முன்னால் இதுபோன்ற வேடிக்கைத்தனங்களை செய்து அவளது கவனத்தை ஈர்க்க முயற்சிப்பது அவரது வாடிக்கை என்று தெளிவுபடுத்தினார். முன்னதாக பதற்றத்தில் இருந்த சோட்டோ மாஷியை அவரது இந்தச் செய்கை கூடுதல் பதற்றத்திற்குள்ளாக்கி இருக்கும் என்று அப்போது நினைத்துக்கொண்டேன்.

இறுதியில், உகந்த தருணம் வந்தபோது, அவர் பாடிவிட்டார். அவரது குரல் தெளிவாகப் பதிவாகியது. தன் மீது மிகுகியான நம்பிக்கை வைத்து, அவர் அந்தப் பாடலைப் பாடி நிறைவு செய்திருந் தார். அந்தப் பாடல் சில தினங்களுக்குப் பிறகு வெளியாகியது. பலத்த வரவேற்பு கிடைத்ததன் தொடர்ச்சியாக, அவர் அதன்பிறகு நிறைய பாடல்களைப் பாடிவிட்டார். குறுகிய காலத்திற்குள்ளாகவே மிக புகழ்மிக்க பாடகியாக வளர்ச்சி கண்டார். அவரது உண்மையான பெயர் கானக் தாஸ். திருமணத்திற்குப் பிறகு, அவரது பெயர் கானக் பிஸ்வாஸ் என்று மாறியது.

* * *

என் அப்பாவின் சகோதரர்களில் ஒருவரான சுபீனாய் ராய், போகுல்பாகனில் இருந்த எங்கள் வீட்டின் அருகாமையில் வசித்து வந்தார். 1923இல் என் தந்தை இறந்ததற்குப் பிறகு, இரண்டே ஆண்டுகளில் முடங்கிப்போயிருந்த 'சந்தேஸ்' இதழுக்கு அவர் மீண்டும் புத்துயிர்ப்பு அளித்திருந்தார். முந்தைய காலங்களில் இதழ் வந்து கொண்டிருந்தபோது நான் புத்தகம் வாசிக்கும் அளவுக்கு வளர்ந்திருக்கவில்லை. ஆனால், இதழ் மீண்டும் புத்துயிர்ப்பு பெற்றதன் பின்பாக, ஒரு புத்தகத்தை கையில் ஏந்தி அச்சு மணத்தை நுகரவும், அதன் உள்ளடக்கத்தை வாசிப்பதிலும் உள்ள பரவசத்தை உணர முடிந்தது. அதன் முன்னட்டையில் மூன்று வண்ணங்கள் பிரயோகிக்கப்பட்டிருந்தது. அதில் ஒரு யானை தனது இரண்டு முன் கால்களை உயர்த்தியபடியே நின்றிருக்க, அதன் தந்தங்களின் நடுவில் பெங்காலி இனிப்பு பலகாரமான 'சந்தேஸ்' ஒரு பானையில் குவிந்திருந்தது.

புதிதாகத் துவங்கப்பட்ட 'சந்தேஸ்' இதழின் முக்கிய பங்களிப் பாளர்களில் ஒருவர் ரவீந்திரநாத் தாகூர். அவரது கதையான ஷைய் முதல் இதழுக்காகத் தேர்வு செய்யப்பட்டிருந்தது. அதேபோல பெருவாரியாக அறியப்பட்டிக்கும் எழுத்தாளரான லீலா மஜூம் தாரின் முதல் கதையும் 'சந்தேஸ்' இதழில்தான் பிரசுரமானது. அவரது கதைக்கு ஏற்றாற்போல மிக வேடிக்கையான சித்திரமொன்றையும் வரைந்து அவர் அனுப்பியிருந்தார். மற்றுமொரு கலைஞரும், செய்திகளுக்கான சித்திரம் வரைபவருமான ஷைலா சக்கரவர்த்தியும்

தனது படைப்புகளை 'சந்தேஸ்' இதழுக்கு வரைவதன் வழியேதான் துவங்கியிருந்தார்.

அக்காலத்தில் மற்றுமொரு பெங்காலி பத்திரிகை சிறுவர்களுக் காகச் செயல்பட்டு வந்தது. ராம்தோனு எனும் அந்தப் பத்திரிகையும் எனக்கு மிகவும் விருப்பமானது. அந்தப் பத்திரிகையின் ஆசிரியரான மனோரஞ்சன் பட்டார்ச்சார்யாவைச் சந்திந்தபோது எனக்கு உண்டான மகிழ்வை இப்போதும் நினைவில் வைத்திருக்கிறேன். அவரது கதைகளான "பத்மராக்" மற்றும் "கோஷ் சவுத்திரியின் கடிகாரம்" எனும் இரண்டு கதைகளும் எனக்கு அலாதியான சந்தோஷத்தை அளித்தது. இவை இரண்டுமே துப்பறியும் கதைகள். அந்தக் கதைகளில் வரக்கூடிய ஜப்பானிய துப்பறிவாளனின் பெயர் ஹுக்காகாஷி.

போகுல்பாகனில் நாங்கள் வசித்துவந்தபோதுதான் முதல் முதலாக, போவனிப்பூர் நீச்சல் கிளப்பில் சேர்ந்து நீச்சல் பயிற்சியைக் கற்றுக்கொண்டேன். அப்போதுதான் பிரஃபுல்லா கோஷ் எனும் புகழ்மிக்க நீச்சல் வீரர் பெரும் உலக சாதனை ஒன்றை நிகழ்த்தி இருந்தார். பன்றிக்கொழுப்பை உடலில் தேய்த்துக் கொண்டதன் பின்பாக, தொடர்ச்சியாக எழுபத்தி ஆறு மணி நேரம் நீருக்கடியில் இருந்து உலக சாதனையை அவர் நிகழ்த்தியிருந்தார். மிகச் சரியாக அதே காலகட்டத்தில்தான் நீச்சல் போட்டியில் உலக சாம்பியனான அமெரிக்காவைச் சேர்ந்த ஜானி வெய்ஸ்முல்லர், டார்ஸான் கதாபாத்திரத்தில் நடித்து எல்லோரையும் கலவரப்படுத்தியிருந்தார். என் கிளப்பில் அவருடைய கையொப்பத்துடன் கூடிய புகைப்பட மொன்றை நான் பார்த்தேன். அது என்னைக் கூடுதல் பொறுப் புணர்வுடன் கிளப்பை அணுக வேண்டும் என்ற எண்ணத்தை உருவாக்கியது. முதல் சில வருடங்கள் மூங்கில் கழிகளை இறுக்க மாகப் பிடித்துக்கொண்டு, கால்களை உதைத்துக்கொண்டிருக்கும் பயிற்சியை மட்டும்தான் செய்துகொண்டிருந்தேன். ஆனால், மெல்ல படிப்படியாக என் நீச்சல் திறன் வளர்ந்தபடியே இருந்தது. என்னால் முழு நீச்சல் குளத்திலும் முன்னும்பின்னுமாக நீச்சல் அடிக்க முடிந்தது.

அந்த நாட்களில் பலரும் தங்களது பிள்ளைகளின் உடல் நல்ல ஆரோக்கியத்துடன் இருக்க வேண்டும் என்பதற்காக, தொடர்ச்சியாக உடற்பயிற்சிகளில் ஈடுபடுத்துவதில் அதிக அக்கறை செலுத்து வார்கள். இன்றைக்கு மக்கள் எந்தளவிற்கு இவற்றுக்கெல்லாம் முக்கியத்துவம் கொடுக்கிறார்கள் என்று எனக்குத் தெரியவில்லை.

முதலில் எனக்கு உடற்பயிற்சி பற்றியெல்லாம் பெரிய அக்கறை உருவாகாமல் இருந்தது. எனினும், என் மாமா பிரமதராஜன் ரே

என்னையும் உடற்பயிற்சி செய்ய வேண்டும் என கட்டாயப்படுத்தினார். பிரமதராஜன் ரே நிலவியல் ஆய்வாளராகப் பணிபுரிந்தவர். நமது நாட்டில் இருக்கும் பல்வேறு வனங்களுக்குள்ளும், அதிகம் அறியப்படாத குறுகிய நிலப்பரப்புகளுக்குள்ளும் அவர் பயணம் செய்திருக்கிறார். அவரால் ஒரு ஆணிடம் சிறிய அளவில் பெண்தன்மை இருப்பதைக்கூட சகித்துக்கொள்ள முடியாது. ரவீந்திரநாத் தாகூரின் நீண்ட கூந்தல்கூட அவருக்கு உறுத்துதலாகத் தான் இருந்தது. பிரமதராஜன் அவரது மகன்களுடன் இணைந்து என்னையும் பயிற்சிகளில் ஈடுபடும்படி வற்புறுத்தினார்.

உடற்பயிற்சியைப் பற்றி விவரித்துக்கொண்டிருப்பதால், ஜப்பானிய தற்காப்பு கலையான ஜூ ஜிட்சூவை நான் எப்படிக் கற்றுக்கொண்டேன் என்பதையும் சொல்லியாக வேண்டும். அது போகுல்பாகனில் இருந்து நாங்கள் வெளியேறி பெல்டோலா சாலைக்கு இடம்பெயர்ந்ததற்குப் பிறகு 1934இல்தான் நிகழ்ந்தது என்றாலும், ஒரு தொடர்ச்சிக்காக அதனையும் இப்போதே விவரித்துவிட விரும்புகிறேன்.

சாந்தி நிகேதிதனில்தான் முதல் முறையாக ஜூ ஜிட்சூ பயிற்சி மேற்கொள்ளப்படுவதைப் பார்த்தேன். அப்போது எனக்கு பத்து வயது ஆகியிருந்தது. ஒவ்வொரு வருடமும் டிசம்பர் மாதத்தில் சாந்தி நிகேதிதனில் நிகழும் போயூஷ் மேளா எனும் விழாவில் கலந்துகொள்ள நான் என் தாயாருடன் அங்கு சென்றிருந்தேன். அப்போது என்னிடம் ஒரு ஆட்டோகிராப் வாங்கும் புத்தகம் இருந்தது. அதில் தாகூரின் கையொப்பத்தை வாங்க வேண்டுமென்று ஆசைப்பட்டேன்.

ஒருநாள் காலையில் உத்தராயனுக்கு சென்று தாகூரைச் சந்தித்தேன். என் ஆட்டோகிராப் புத்தகத்தைப் பெற்றுக்கொண்ட அவர், “சரி ஆனால், நாளைதான் இதனை திருப்பித் தருவேன்” என்றார்.

மறுநாள் நாங்கள் அவரைச் சந்திக்க சென்றிருந்தோம். அவர் தனது மேசையில் அமர்ந்திருந்தார். அவருக்கு எதிரில் ஏராளமான காகிதக் கட்டுகள் அடுக்கி வைக்கப்பட்டிருந்தன. பல கடிதங்களும், புத்தகங்களும், குறிப்பேடுகளும் அவரது மேசையை நிறைத்திருந்தன. என்னைப் பார்த்ததும் உடனடியாக முந்தைய தினத்தில் அவரிடம் நான் அளித்திருந்த என் ஊதா நிற கையொப்பப் புத்தகத்தை தேடத் துவங்கினார். சரியாக அதனைக் கண்டுபிடிக்க அவருக்கு மூன்று நிமிடங்கள் தேவையாக இருந்தது. அந்தப் புத்தகத்தை என் கைகளில் கொடுத்துவிட்டு, என் அம்மாவிடம், “நான் அந்தப் புத்தகத்தில் எழுதியிருக்கும் வார்த்தைகளுக்கான அர்த்தத்தை அவனால் வளர்ந்த

பிறகுதான் புரிந்துகொள்ள முடியும்” என்றார். அவர் என் புத்தகத்தில் ஒரு சிறிய கவிதையை எழுதியிருந்தார். இன்றைக்கு பலருக்கும் அந்தக் கவிதை வெகு பரிச்சயமானதாக ஆகியிருக்கிறது.

நான் உலகத்தின் பல நாடுகளுக்கு
சென்று வந்திருக்கிறேன்
இந்த உலகில் உள்ள
மாபெரும் நதிகள், அருவிகள், கடற்கரைகள்
எல்லாவற்றிலும் என் பாதம் பட்டிருக்கிறது
ஆனால், என் மகனே!
என் வாயிற்படியில் இருந்து
இரண்டடி தூரத்தில் துளிர்த்திருக்கின்ற
புல்லின் நுனியில் ஒளிர்ந்துகொண்டிருக்கும்
பனித் துளியை மட்டும் பார்க்கத் தவறிவிட்டேன்!

இந்தச் சந்திப்பின்போதுதான், சாந்தி நிகேதிதனில் ஜூ ஜிட்சூ மற்றும் ஜூடோ பயிற்சி மேற்கொள்ளப்படுவதைப் பார்த்தேன். புராதன சீனத்தில் புத்தத் துறவிகள் தங்களை வழிப்பறி கொள்ளைக் காரர்களிடமிருந்து தற்காத்துக்கொள்வதற்காக உருவாக்கிய ஆயுதங்களற்ற பயிற்சி முறையே இவை. இந்தப் பயிற்சி சீனத்தில் இருந்து ஜப்பானுக்கும், ஜப்பானில் இருந்து உலகின் பிற நாடு களுக்கும் பரவியிருந்தது. தாகூர் ஜப்பான் சென்றிருந்தபோது இந்தக் கலை அங்கு பயிற்றுவிக்கப்படுவதை அறிந்து, தனது பள்ளியில் பயில்கின்ற மாணவர்களும் இந்தத் தற்காப்புக் கலைகளைக் கற்றறிய வேண்டும் என முடிவு செய்தார். இந்தக் கலைகளில் கைதேர்ந்த ஜப்பானிய பயிற்றாசிரியரான டாகாகாகி விரைவாக சாந்தி நிகேதிதனுக்கு வருகை புரிந்து தனது ஜூடோ பயிற்சிகளைத் துவங்கி யிருந்தார். சில புரிபடாத காரணங்களால், இந்தப் பயிற்சிகள் மொத்த மாக நான்கு வருடங்கள் மட்டுமே சாந்தி நிகேதிதனில் அளிக்கப் பட்டது. அதன்பிறகு, டாகாகாகி கல்கத்தாவுக்குச் சென்றுவிட்டார். அங்கு அவர் பாலிகஞ்சில் என் மாமாக்களில் ஒருவரான டாக்டர். அஜித்மோகன் போஸுக்குச் சொந்தமான குடியிருப்புப் பகுதியில் தரைத்தளத்தில் வாடகைக்கு குடியேறி தனது பயிற்சிகளைத் துவங்கி யிருந்தார்.

மிக தற்செயலாக, ஒருநாளில் என் சோட்டா கக்கா (சுபீமல்) எங்களது வீட்டிற்கு வருகை புரிந்து, “நாம் ஏன் ஜூடோவை கற்றுக்கொள்ள கூடாது?” என்று கேள்வியெழுப்பினார்.

நான் முன்னதாகக் குறிப்பிட்டிருந்ததுபோல ஒவ்வொரு உணவு பருக்கையையும் முப்பத்தி மூன்று முறை மென்று விழுங்கும் அதே

சுபீமல் மாமாதான் என்னை அப்படி அழைத்தவர். அவரை அறிந்தவர்கள் எவராக இருந்தாலும், இத்தகைய தீவிரமாக செயல் படக்கூடிய ஜூடோ அல்லது மல்யுத்தம் போன்ற விளையாட்டுப் போட்டிகள் அவருக்கு எப்படி ஒத்துப்போகும் என நினைக்கத் துவங்கிவிடுவார்கள். மெலிதான தோற்றம்கொண்ட, எப்போதும் தனது சிந்தனைகளை ஒருமுகப்படுத்த தெரியாத அந்த மனிதர் தனது எம்.ஏ படிப்பை நிறைவு செய்துவிட்டு பள்ளி ஆசிரியராக பணிபுரிந்து கொண்டிருந்தவர். எப்போதும் மென் உணர்வுகளை விரும்பக்கூடியவர். அதனால் அவர் ஏன் ஜூடோவைக் கற்றுகொள்ள வேண்டும்? ஜூடோவை அறிந்துகொள்வதற்கான அவசியம் அவருக்கு ஏன் வந்தது? எனினும், அவர் தனது முடிவில் தெளிவாக இருந்தார். என்னையும் உடன் அழைத்துக்கொண்டு ஒரு டிராம் வண்டியில் பயணம் செய்து பாலிகஞ்சில் இருக்கும் ஸ்விம்ஹொ தெருவில் இருக்கும் ஜூடோ பயிற்சிக்கூடத்தை அடைவதற்காக நாங்கள் கிளம்பியிருந்தோம்.

காரியாஹாட்டில் இறங்கி, மூங்கில் புதர்களையும் பனைமரங் களையும், தென்னந்தோப்பையும் நடந்தே கடந்து, ஸ்விம்ஹொ தெருவில் குடியிருக்கும் டாகாகாகியை அடைய வேண்டும். என் மாமா முன்னதாகவே தனது வருகையைத் தொலைபேசியின் வழியாகத் தெரியப்படுத்தியிருக்க வேண்டும். சரியான வீட்டைக் கண்டடைய எங்களுக்கு கொஞ்சம் நேரம் பிடித்தது. ஊதா நிற உடையில் எங்கள் முன்னால் தோன்றிய அந்த ஜூடோ மாஸ்டர், அனைத்து ஏற்பாடுகளையும் தயார் செய்திருந்தார். அவருக்குக் கிட்டத்தட்ட அப்போது நாற்பது வயது ஆகியிருந்தது. தலை மயிர் பொடிப்பொடியாகவும், அடர்ந்த புருவமும், இவற்றுக்குப் பொருத்தமாக மீசையும் வளர்த்திருந்த அந்த மாஸ்டர், என் மாமா அவரை அணுகி ஜூடோ பயிற்றுவிக்க வேண்டும் என்று கேட்கும் நொடியில் சிரிக்கப் போகிறார் என்றே நான் நினைத்தேன். ஆனால், என் எண்ணத்திற்கு முற்றிலும் நேர்மாறாக, என் மாமாவை தனக்கு வாய்த்திருக்கும் மிகச் சிறந்த மாணவர்களில் ஒருவராக அவர் பாவிக்கத் துவங்கிவிட்டார். உடனடியாக ஒரு தையல் கலைஞர் வந்து என் மாமாவுக்கு ஏற்றவாறு ஜூடோ உடை தைக்க அளவெடுக்கத் துவங்கிவிட்டார் (அடர்ந்த பருத்தி ஆடை, இடுப்பில் ஒரு பெல்ட், சிறிய தளர்ந்த கால்சட்டை). மேலாடையில் கறுப்பு நிறத்தில், ஜூடோ என்ற வாசகம் அச்சாகியிருந்தது.

உடை தயாரானதும் எங்களுக்கான பயிற்சி துவங்கியது. ஒரு பத்து அங்குல தரைவிரிப்பு விரிக்கப்பட்டிருந்தது. நாற்பத்தைந்து வருடங்கள் கடந்துவிட்ட நிலையில், இப்போது என்னால் இரண்டு

சிக்கலான பிடியை மட்டும்தான் நினைவுகூர முடிகிறது. முதல் பாடம், ஒரு மனிதரை எப்படி மடக்கிப் பிடித்து தரையில் தூக்கி வீச வேண்டும் என்பதாக மட்டுமே இருந்தது. ஜூடோ வகுப்பில் கற்றுக்கொண்ட அடிப்படையான பாடங்களில் ஒன்று, விழும்போது எப்படி காயம்படாத வகையில் நம்மைத் தற்காத்துக்கொள்ள வேண்டும் என்பதுதான்.

டாகாகாகி தரையில் விழும் துர்லபம் உண்டாகுமானால் உடனடியாக நமது தசைகளின் இறுக்கத்தைக் கலைத்து, உடலைத் தளர்வாக வைத்துக்கொள்ள வேண்டுமென்று தெரிவித்தார். இந்த வழிமுறை தரையில் விழும்போது உண்டாகக்கூடிய வலியை வெகுவாகக் குறைக்கும் தன்மை கொண்டது. அதேபோல, ஒரு மனிதரை வீசியெறியும் முன்பாக அவரை நமது தலைக்கு மேலாக முழுவதுமாக உயர்த்திவிட வேண்டும். ஜூடோ கலையின் நுட்பங்களை உணர்ந்திருந்தோம் என்றால், ஒரு பதிமூன்று வயது சிறுவன் அதிக வலுவுடைய உறுதிமிக்க வயதில் மூத்தவர்களை வீழ்த்திவிடும் சந்தர்ப்பங்களை மிக எளிதாகப் புரிந்துகொள்ள முடியும்.

நாங்கள் டாகாகாகியை சந்திக்கச் சென்றிருந்த அதே நாளில் வேறு இருவரும் அவரிடம் சேர வந்திருந்தார்கள். அதில் ஒருவர் எங்களைப் போன்றே பெங்காலிதான். மற்றொருவர் ராணுவத்தில் பணிசெய்துகொண்டிருந்த ஆங்கிலேயர். அவர் அப்போது வில்லியம் கோட்டையில் வசித்துவந்தார். அவர் கல்கத்தாவில் குத்துச் சண்டை வீரராகவும் அறியப்பட்டிருந்தார். பார்வைக்கு அழகுமிகுந்தவராகவும், கச்சிதமான உடலமைப்பு கொண்டவராகவும், பொன்னிற தலைக்கேசமுடையவராகவும் அந்த மனிதர் தோன்றினார். அவருக்கு முன்பே ஜூடோ தெரிந்திருந்தது. தனக்குத் தெரிந்த ஜூடோ கலையைச் சரிபார்த்துக்கொள்ளவும், கல்கத்தாவில் தன்னை வெற்றிகொள்ளும் அளவிலான ஜூடோ விற்பன்னர்கள் ஒருவரும் இல்லை என்பதை உறுதிப்படுத்திக்கொள்ளவும் அவர் டாகா காகியைப் பார்க்க வந்திருந்தார். அவர்களது சண்டை எப்போதுமே அதீதமான உணர்வெழுச்சியைத் தூண்டும் வகையில் இருக்கும். பல தருணங்களில் உடல் சில்லிட்டுப் போகுமளவுக்கு அவர்களது இயங்குமுறை அமைந்திருக்கும். பிடியை மீறும் பிடியாக, ஒருவர் மற்றவரை வீசுவதுமாக அவர்களுக்கிடையிலான சண்டை தொடர்ந்தபடியே இருக்கும். ஒருவரை மற்றவர் வெற்றி அடைந்து விட்டோம் என்று உணர்ந்தாலொழிய அவர்களது சண்டை ஒரு முடிவுக்கு வந்து விடாது. அதிலும், தோல்வியுற்றவர் மற்றவரின் வெற்றியை ஏற்றுக் கொண்டாக வேண்டும்.

ஒவ்வொரு பயிற்சி நாளின் முடிவிலும் டாகாகாகி எங்களுக்கு உத்வேகமூட்டும் பானமான ஓவல்டைனை கொடுப்பது வழக்கம். பொதுவாக, எங்களது பயிற்சி முடிவடையும்போது முழுவதுமாக இருள் இறங்கியிருக்கும். நாங்கள் கரிய நிழல்கோடுகளைப் போன்றிருக்கும் அதே மரங்களைக் கடந்துதான், வீட்டை அடைய டிராம் வண்டியைப் பிடிப்போம்.

* * *

வடபகுதி கல்கத்தாவில் இருந்து தென் பகுதி கல்கத்தாவிற்கு குடிபுகுந்ததால், என் தந்தை வழி உறவுகளை நாங்கள் இழக்க வேண்டியிருந்தது. எங்களைத் தொடர்ச்சியாக வந்து சந்தித்தவர்கள் சோட்டோ கக்காவும், டான் டாடூவும் மட்டும்தான். டாடூ அப்போது கோனன் டேயலின் படைப்புகளைப் பெங்காலிக்கு மொழிபெயர்த்துக் கொண்டிருந்தார். பர்கத் அலி எனும் பலவாறாக அறியப்பட்ட டெய்லர் அவருக்கு பிரத்யேகமாக தைத்துக் கொடுத்திருந்த உடையை அணிந்தபடி, கழுத்தில் உருளும் டையுடன் வாரத்தில் மூன்று நாட்களாவது எங்களைக் காண அவர் வந்துவிடுவார்.

டாடூதான் எனக்கு மகாபாரதக் கதைகள் அனைத்தையும் சொன்னவர். நாங்கள் இருவரும் தினம் ஒரு அத்தியாயத்தை வாசிப்போம். குறிப்பிட்ட ஒரு கதையைக் குறைந்தது நான்கு முறையாவது அவரை சொல்லச் சொல்லிக் கேட்டேன். அது அர்ஜுனன் ஜெயத்ரத்தை கொலை செய்யும் அத்தியாயம். அதுதான் மகாபாரதக் கதைகளிலேயே ரொம்ப பதற்றமேற்படுத்தும் கதை என்று நினைக்கிறேன். மிகவும் சுவாரஸ்யமான கதை அது. சூரியன் மறையும் முன்னதாக ஜெயத்ரத்தை கொலை செய்வேன் என சபதமேற்கும் அர்ஜுனன் அதுபோலவே செய்து முடிப்பார். ஜெயத்ரத்தின் தலை தரையில் உருளக்கூடாது. ஏனெனில், ஜெயத்ரத்தின் தலை நிலத்தில் உருளுமானால், அர்ஜுனனின் தலையும் தரையில் உருளும் என ஜெயத்ரத்தின் தந்தை சாபம் விடுத்திருந்தார். அதனால், மிகச் சாதுர்யமாகச் சிந்திக்கும் அர்ஜுனன் ஜெயத்ரத்தின் தலை தரையில் விழாதபடி மேலும் ஆறு அம்புகளால் அதனைக் குறிப்பிட்ட தூரம் பறக்கச் செய்து மிகச் சரியாக, ஜெயத்ரத்தின் தந்தையின் மடியிலேயே விழும்படி செய்துவிடுவார். இதனால், அதிர்வடைந்து ஜெயத்ரத்தின் தந்தை எழுகையில், அவரது மடியில் இருந்து தலை நிலத்தில் விழுவதால், உடனடியாக ஜெயத்ரத்தின் தந்தை தலை வெடித்துச் சிதறுகிறது.

டாடூ ஒருபுறம் எனக்கு மகாபாரதக் கதைகளை விவரித்துக் கொண்டிருக்க, மற்றொருபுறத்தில் சோட்டோ கக்கா எனக்கு அமானுஷ்யக் கதைகளைச் சொல்லியபடி இருந்தார். என் மாமா என்னவிதமான மனிதரென்று திட்டவட்டமாக வரையறை செய்வது எளிதானதல்ல. அவரைப்போல எப்போதும் மௌனத்தில் ஆழ்ந் திருக்கும் அமைதியான நபர் இருப்பாரா என்பது சந்தேகம்தான்.

அவர் நகரத்தில் இருந்த பள்ளியில் பணி புரிந்துகொண்டி ருந்தார். அவரது சிறிய மேலாடை, தொளதொளவென்று இருக்கும் கைப்பகுதி உடைய குர்தா, தோள்பட்டையில் இருக்கும் பட்டி, கையில் எப்போதும் உடன் வைத்திருக்கும் குடை, கால்களில் அணிந்திருந்த பழுப்பு நிறக் காலணி அனைத்தும் அவரது தொழிலைப் பிரதிபலித்துக் கொண்டிருந்தன. அவர் திருமணம் செய்துகொள்ள வில்லை. அவரது உலகத்தில் அவர் தனியனாக இருந்ததால், எப்போதும் தனது பொழுதுகளைப் பேருந்துப் பயணத்தின் ஊடாகவோ அல்லது கால்நடையாகவோ சென்று உறவினர்களைச் சந்திப்பதிலேயே கழித்து வந்தார். எங்களது பெரிய அதே சமயத்தில் சிதறியிருந்த குடும்ப உறுப்பினர்களுடனும் தொடர்பில் இருந்த ஒரே நபர் அவர் மட்டும்தான்.

விசித்திரமான குணங்களைக் கொண்ட மனிதர்கள் தனித்துவ மான கனவுகளை உடையவர்களாக இருப்பார்களா என்று தெரிய வில்லை. ஆனால், சோட்டோ கக்கா இவ்வெண்ணத்தில் இருந்து மாறுபட்டவர். அவர் ஒருமுறை தானொரு கீர்த்தனையில் பங்கு கொண்டிருப்பதாக கனவு கண்டார். அதில், பாடகர்கள் அனைவரும் ஒரே வரியை மீண்டும் மீண்டும் பாடிக் கொண்டி ருந்தனர், "சத்தியத்தின் முன்னால் ஆபிர்ஜைன்கள் வெந்து போகும்!". சோட்டோ கக்கா இந்த வரிகளைக்கூட எங்களிடம் பாடிக் காண்பித்தார். பிறகு, வேறொரு இரவில் பல குரல்கள் ஒன்றிணைந்து, "வலிமையும், அதிகாரமும்! எங்களிடம் இருக்கிறது வலிமையும், அதிகாரமும்!" என்று உரக்கக் குரலெழுப்பியதாகத் தெரிவித்தார்.

எங்கள் உறவினர்கள் அனைவருக்கும் சோட்டோ கக்கா புனைபெயர்களைச் சூடியிருந்தார். அவர் அவர்களைக் குறிக்க அந்தப் பெயர்களைத்தான் பயன்படுத்துவார். விரைவாகவே, நாங்கள் எல்லோரும் அந்தப் புனைபெயர்களுக்கு பழகிவிட்டோம். டான் டாடூவுக்கு 'டெடுக்ஸ்' எனப் பெயரிட்டிருந்தார். அருண் எனும் மாமாவுக்கு 'வோராய்டு'. டான் டாடூவின் மகள் டுடூ பிஷிக் 'வாங்', டான் டாடூவின் மகன் பன்கு காகாவுக்கு 'ஹோகிரில்'. இரண்டு அத்தைகளுக்கு "பெரிய குசும்பு" மற்றும் "சிறிய குசும்பு". என் தாயாருக்கு 'போஜ்ரோ போத்தன்'. இறுதியாக எனக்கு, 'நுல்முலி'.

யாருக்கும் எந்தப் பொருளில் இந்தப் பெயர்கள் உருவாயின என்று தெரியாது. ஒருமுறை சோட்டோ கக்காவிடம் 'ஏன் அருண் மாமாவுக்கு வோராய்டு எனப் பெயரிட்டீர்கள்?' எனக் கேள்வியெழுப் பினேன். அதற்கு சோட்டோ கக்கா கடுமையான முறையில், "ஏனெனில் அவன் விடியற்காலை கடந்தபிறகுதான் தூங்கி எழுகிறான்" என்றார்.

சோட்டோ கக்காவுக்கு பெரிய அளவில் மத விவகாரங்களில் நம்பிக்கையில்லை என்றாலும், சாதுக்கள் மற்றும் சன்னியாசிகளின் மீது இயல்பாகவே அவருக்கொரு ஆர்வம் இருந்தது. அவர்களின் வாழ்க்கையை வாசிப்பதில் விருப்பமுள்ள அவர் உண்மையாகவே பல சாதுக்கள் சன்னியாசிகளுடன் மிகுந்த மரியாதையுடன் பழகி யிருக்கிறார். திபாதி பாபா, ட்ரைலங்கா சுவாமி, விஜயகிருஷ்ணா கோஸ்வாமி, சாந்த்தாஸ் பாபாஜி மற்றும் ராம்தாஸ் காதியாபாபா அவர்களுள் மிக முக்கியமானவர்கள். நகரத்தில் யாருக்கு என்ன நிகழ்ந்தாலும், சோட்டோ கக்கா உடனடியாக இவர்களில் யாரேனும் ஒருவரைச் சந்திக்க சென்றுவிடுவார். நான் இந்த சாதுக்கள் பலரைப் பற்றி சோட்டோ கக்காவின் மூலமாக அறிந்துகொண்டேன்.

தனியாகவே வாழ்ந்துகொண்டும், தனியராகவே தனது பணிகளைச் செய்தபடியும், அத்தகைய வாழ்க்கையின் மீது அதீத நேசமும், மகிழ்வும் கொண்டிருந்த சோட்டோ கக்கா ஒரு சாதுவைப் போலவேதான் வாழ்ந்துகொண்டிருந்தார். இதை விடவும் பிற மனிதர்களிடமிருந்து அவரைத் தனித்து காண்பிக்கும் அவருக்கே யான சில பழக்க வழக்கங்களும் இருந்தன. காலையில் வாய் கொப்பளிக்கும்போதும், நீண்ட நேரம் வாயில் நீரைத் தேக்கி வைத்தபடியும், நீரை மூக்குக்கும் வாய்க்கும் இடையில் நகர்த்திய படியும் இருப்பார். இந்தப் பழக்கத்தை 'காகி முத்ரா' என்று அழைப் பார்கள். வேறொரு செயலையும் 'காகி முத்ரா' என்று குறிப்பிடு வார்கள். ஆனால், அது என்னவென்று என்னால் இப்போது நினைவுகூர முடியவில்லை. மாலையிலும் தனது குடையைக் கையில் ஏந்தியபடி வெளியேறும் முன்பாக, தனது படுக்கையில் சாந்தி ஆசனம் எனும் மற்றுமொரு யோகாவையும் செய்வது அவரது வழக்கம்.

இத்தகைய பல்வேறு வேலைகளில் தனது தினசரிகளைக் கழித்துக்கொண்டிருந்தாலும், டைரி ஒன்றைச் சரிவரப் பராமரிக்கவும் அவர் தவறவில்லை. அவரளவுக்கு ஒரு டைரியில் குறிப்பெழுதிய வேறொருவர் இருக்கச் சாத்தியமில்லை என்பதை மிகுந்த உறுதியுடன் என்னால் கூற முடியும். தினசரி செய்தித்தாள்களின் தலைப்புச் செய்திகளையும், ஒவ்வொரு மணி நேரத்திலும் நடைபெறும் தனது

செயல்களையும், தான் என்ன படித்தோம் என்பது பற்றியும், என்ன சாப்பிட்டோம் என்பது பற்றியும், எங்கெங்கு சென்றோம் யார் யாரையெல்லாம் சந்தித்தோம் என்பது பற்றியும் மிக நுணுக்கமாக அதில் அவர் பதிவு செய்துகொள்வார். ரயிலில் பயணிக்கிறார் என்றால், அந்த ரயிலின் என்ஜின் வகைமை குறித்தும் பதிவு செய்துகொள்வார். சோட்டோ கக்காவிடமிருந்துதான் எஞ்சினின் வகைமைகள் குறித்து நான் தெரிந்துகொண்டேன்.

ரயில் புறப்படும் நேரத்திற்கு வெகு முன்னதாக ரயில் நிலையம் சென்றுவிடும் சோட்டோ கக்கா, தனது உடமைகளை இருக்கையில் வைத்துவிட்டு, மீண்டும் வெளியேறி என்ஜினில் பொறிக்கப் பட்டிருக்கும் சொற்களை தனது டைரியில் குறிப்பெடுத்துக் கொள் வார். அப்படி இந்த செயலுக்கான நேரம் முன்னதாக அமைய வில்லை என்றால், ரயில் முதல் நிறுத்தத்தில் நிற்கும்போது, உடனடி யாக வெளியேறி என்ஜின் வகைமையை குறிப்பெடுத்துக் கொண்டு மீண்டும் தனது இருக்கைக்குத் திரும்புவார்.

தனது டைரியில் குறிப்பு எடுப்பதற்கு நான்கு வகை நிறங்களி லான மையை அவர் பயன்படுத்துவார் சிவப்பு, நீலம், பச்சை மற்றும் கறுப்பு. சமயங்களில் ஒற்றைச் சொற்றொடரை எழுத இந்த நான்கு நிறங்களையும்கூட பயன்படுத்துவார். அவரது இந்த செய்கைக்கு நிச்சயமாக ஒரு காரணம் இருக்கிறது. எனினும், என்னால் அதனை முழுமையாகக் கண்டுபிடிக்க இயலவில்லை. என்னால் கணிக்க முடிந்தது என்னவென்றால், ஒவ்வொரு குறிப்பின் உப தலைப்பை பச்சை நிறத்திலும், சொற்றொடரில் வருகின்ற பெயர்ச்சொற்களைச் சிவப்பு நிறத்திலும் அவர் எழுதுகிறார் என்பதைத் தான். அவர், “இன்று நல்ல மழை. அதனால் மாணிக்கின் வீட்டிற்குச் செல்ல முடியவில்லை” என எழுதுகிறார் என்றால், முதல் வாக்கி யத்தைப் பச்சை நிறத்திலும், அடுத்த வாக்கியத்தில் உள்ள முதல் மூன்று சொற்களை நீலம் அல்லது கறுப்பு நிறத்திலும், கடைசி இரண்டு சொற்களை சிவப்பு நிறத்திலும் எழுதுவார். இதுபோல உறுதியுடன் அவர் டைரியை எழுதத் துவங்கும் முன்னதாக, சிறிய கையடக்கப் பலகை ஒன்றில் தனது அத்தனை பேனாக்களையும், மை பாட்டில்களையும் அடுக்கி வைப்பார். கிட்டத்தட்ட சிறிய கடை யொன்றைப்போல தோன்றும் அக்காட்சி எனக்குள் உண்மையில் அற்புதமான உணர்வெழுச்சியைத் தூண்டும்.

அவரது டைரியை முக்கியமானதாக உணர வேறு சில காரணங்களும் இருக்கின்றன. அதனை நான் நிச்சயமாக விரிவாகப் பதிவு செய்ய வேண்டும்.

சோட்டோ கக்கா பேராசைமிக்கவர் இல்லையென்றாலும், தனக்குப் பிடித்த உணவுகளைத் தேர்வு செய்து அதனை ரசித்து உண்ணக்கூடியவர். ஒவ்வொரு வீட்டிற்கு விருந்தினராகச் செல்லும் தருணமெல்லாம் அவர்கள் கொடுக்கின்ற தேநீரின் சுவையையும், தரத்தையும் மிக நுட்பமாகக் கவனிப்பார். தான் அருந்தும் தேநீர் உருவாக்கம் குறித்த மிக திட்டவட்டமான விவரணையை அவரால் எளிதில் உணர்ந்துகொள்ள முடியும். இந்தக் குறிப்புகள் அவரது டைரியில் இருந்து தரப்பட்டிருக்கிறது. இவை வெகு சாதாரண வகையில் பதிவு செய்யப்படவில்லை. ஒவ்வொரு வகையான தேநீருக்கும் விவரணத் துணுக்கும், அதைப் பற்றிய விரிவான அலசலை அடைப்பு குறிக்குள்ளும் அவர் விவரித்திருக்கிறார்.

பின் வருகின்ற குறிப்புகள் ஒரு மாத கால அளவில் அவர் தனது டைரியில் குறித்து வைத்தவை. அவரது டைரி எழுத்தைப் பற்றிய தெளிவான புரிதலை உண்டாக்குவதற்காக அவை இங்கு தரப்பட்டிருக்கின்றன.

1. நரசிம்மனுக்கு உகந்த தேநீர் (துணிவூட்டக்கூடிய தேநீர், கர்ஜிக்கும் ஆற்றல் அளிக்கும் வலிமையானதொரு தேநீர்).

2. வைஷ்ணவர்களுக்கு உகந்த தேநீர் (சாதுவான, சுவை மிகுந்த, மென் உணர்வு மிகுந்த தீங்கற்ற தேநீர்).

3. விவேகானந்தருக்கு உகந்த தேநீர் (நல்ல செயல்களை ஆராதிக்கும், சொல் வலிமையை மேலெழுப்பும், ஆழ்ந்த தத்துவ விசாலமளிக்கும், புத்துணர்வூட்டும் தேநீர்).

4. பிராமணருக்கு உகந்த தேநீர் (அறிவை வீரியப்படுத்தும், ஈர்ப்பு விசையைக் கொணரும், அதிக வலிமை இல்லாத, இதயத்துக்கு உகந்த தேநீர்).

5. தன்வந்திரிக்கு (கடவுள்களின் மருத்துவர்) உகந்த தேநீர், (அனைத்து நோய்மையையும் நிவர்த்தி செய்கின்ற, வாழ்நாளை அதிகப்படுத்துகின்ற, ஆரோக்கியத்தை வீரியப்படுத்துகின்ற தேநீர்).

6. வாயிற்காப்பாளனுக்கு உகந்த தேநீர் (கிளர்ச்சியூட்டுகின்ற, உறக்கத்தைச் சிதறடிக்கும் தேநீர்).

7. பல்வேறு மனிதர்களின் கூடுகைக்கு உகந்த தேநீர் (உரையாடல்களுக்கு உகந்த, ஆசுவாசப்படுத்துகின்ற தேநீர்).

8. குமாஸ்தாக்களுக்கு உகந்த தேநீர் (புத்தகங்களைப் பாதுகாக்கும் ஊக்கப்படுத்தும், உலர்ந்த பழுப்பு நிறத்தாலான, சுவை மிகுந்த தேநீர்).

9. கான்ஸ்டபிளுக்கு உகந்த தேநீர் *(அதிகாரம் செலுத்துகின்ற உணர்வளிக்கும், சுயத்தை முன்னிறுத்தும், அகந்தை உணர்வளிக்கும் தேநீர்).*

10. பெரும் மனிதர் திரளுக்கான தேநீர் *(சுமாரான, கடமைக்காக காய்ச்சப்படும் தேநீர்).*

11. நாரதருக்கு உகந்த தேநீர் *(இசையுணர்வைத் தூண்டுகின்ற, மதத்தின் மீது பற்று உண்டாக்குகின்ற, உணர்வெழுச்சியைத் தூண்டும் தேநீர்).*

12. ஹனுமனுக்கு உகந்த தேநீர் *(நம்பிக்கையைப் பலப்படுத்து கின்ற, புத்துணர்ச்சி அளிக்கின்ற, தீவிரமான மனநிலையை தோற்று விக்கின்ற, கடலையும் எளிதில் கடந்துவிடும் உணர்வு உண்டாக்கும் தேநீர்).*

விடுமுறை தினங்கள்

கோர்பூரில் இருந்து போவனிப்பூருக்கு இடம்பெயர்ந்த சில ஆண்டுகளில் என் அம்மா விதவைகளுக்கான பள்ளியான வித்யா சாகர் வாணிபவனில் வேலையில் சேர்ந்தார். அவர் தினமும் பஸ்ஸில்தான் கல்கத்தாவில் அமைந்திருந்த அந்த இடத்துக்குச் செல்ல வேண்டியிருந்தது. நாங்கள் முன்பு வசித்துவந்த கோர்பூருக்கு வெகு அருகில்தான் அந்த இடம் இருந்தது. இக்காலத்தில், என் கல்வியை யும் கவனித்துக் கொள்ள வேண்டிய பொறுப்பு அவரிடமிருந்தது. நான் ஒன்பது வயதில் இருந்து பள்ளிக்கு செல்லத் துவங்கினேன். கோடை காலத்தையொட்டி, என் தாயாரின் பள்ளிக்கு விடுமுறை விடப்பட்டதாலும், துர்கா பூஜைக்கு முன்னதாகவும், எங்கள் இருவருக்குமே சிறிய அளவிலான விடுமுறை நாட்கள் இருந்தது.

எனினும், விடுமுறைக் காலப் பயணங்கள் என்பது, நாங்கள் கோர்பூரில் இருந்தபோதும்கூட நிகழ்ந்திருக்கிறது. லக்னோவில் இருக்கின்ற எங்களுடைய உறவினர் ஒருவரின் வீட்டிற்குச் சென்ற நினைவும் எனக்கு இருக்கிறது. அதுல் பிரசாத் எனும் உறவினர் வீட்டில் முதலிலும் பின்னர், நான் சுட்கீ மாஷி என்றழைக்கும் அவரது சகோதரியின் வீட்டில் சில நாட்களும் தங்கியிருந்தோம். அதுல் மாமாவின் வீட்டில் எப்போதும் இசையே நிரம்பியிருந்தது. அவர் ஒரு இசையமைப்பாளராகவும், பாடலாசிரியராகவும் இருந்தார். அவ்வப்போது என் தாயாரிடம் சில பாடல்களை அவர் பாடிக் காண்பிப்பார். அதன்பிறகு, அம்மாவின் கறுப்பு நிற குறிப் பேட்டில் அவருக்காக சில பாடல் வரிகளை எழுதவும் செய்வார். பண்டிட் ரவிஷங்கரின் குருவான அலாவுதீன் கான் அக்காலங்களில் அதுல் மாமாவின் வீட்டில் அவ்வப்போது தங்கிச் செல்வது வழக்கம். அவர் அரிதாக பியானோ இசைக்கும் ஓசையையும் நான் கேட்டி ருக்கிறேன். ஒருநாள், வெகு புகழ்வாய்ந்த பாடகராக ஸ்ரீ கிருஷ்ணன் ரத்தன்ஜங்கர் அவர்கள் வீட்டுக்கு வருகை புரிந்து பரவலாக கவனம்பெற்ற தனது பாடலொன்றைப் பாடிக் காண்பித்தார். அதுல் மாமாவும் அவருடன் இணைந்து அவர் பாடிய பாடலின் வரிகளின் அடிப்படையிலேயே புதிய பாடலொன்றை இயற்றிப் பாடினார்.

ஒருநாள் என் தாயாரும், அதுல் மாமாவும் என்னை ஒரு இடத்துக்கு அழைத்துச் சென்றார்கள். கிளாசிக்கல் இசை பற்றிய லெக்சர் அங்கு நிகழ்ந்தது. அவர்கள் கிளாசிக்கல் இசை பற்றிய பாடத்தை ஆங்கிலத்தில் கற்றுக் கொடுத்துக் கொண்டிருந்தனர். சிறிது நேரத்திலேயே எனக்கு சோர்வு ஏற்பட்டுவிட்டது. என் தலையை அசைத்து என் விருப்பமின்மையை தெரிவிக்க முயற் சித்தேன். ஆனால், அதனை மிக மென்மையாகவே வெளிப்படுத்தினேன். என் தாயார் ஒருபுறம் என்னைத் திட்டியபடியே இருந்தார். கிளாசிக்கல் உரை நிகழ்த்திய அந்த மனிதர் விஷ்ணு நாராயண் பாத்கந்தே என்பதை அப்போது நான் அறிந்திருக்கவில்லை. இந்தியாவில் வெகு சிலருக்கு மட்டுமே அவருக்கு நிகரான இசை அறிவு இருந்தது.

சுட்கீ மாஷியின் இடத்தில் என்னால் மகிழ்ச்சியாக இருக்க முடியவில்லை. காரணம், அவளது கணவரான ஸ்ரீரங்கம் தேசிகர் சேஷாத்ரி அய்யங்கார் ஒரு தமிழர். அதனால், அவரது மூன்று குழந்தைகளும் பெங்காலி அறிந்திருக்கவில்லை. அவர்கள் ஆங்கிலத் தில்தான் வீட்டில் உரையாடினார்கள். அதனால், அவர்களது சரளமான ஆங்கில உச்சரிப்புகளைக் கவனித்தபடியே, அமைதி யாகவே நான் இருந்து வந்தேன். மாலையில் மட்டும்தான் அவர் களுடன் என்னால் இணைந்துகொள்ள முடிந்தது. மாலையில் 'சந்தோஷமான குடும்பங்கள்' என்றொரு விளையாட்டை அவர்கள் விளையாடுவார்கள்.

எங்களுடன் சோட்டோ மாஷியும் (முன்னர் குறிப்பிட்ட பதற்றத்திற்குரிய பாடகி) எங்களுடன் இருந்தார். எங்களின் வீட்டுக்கு திரும்பிக் கொண்டிருந்தபோதோ அல்லது லக்னோவில் இருந்து திரும்பும்போதோ எனக்குச் சரியாக நினைவில்லை, என் தாயாரும், சோட்டோ மாஷியும் ரயிலில் பெண்களுக்காக ஒதுக்கப்பட்டிருந்த பெட்டிகளில் தங்களுக்குரிய இருக்கையைப் பிடித்துக்கொண்டார் கள். எனக்கு அங்கு இருக்கை கிடைக்கவில்லை. அதனால், அடுத்த இரண்டாம் ரகப் பெட்டியில் நான் பயணம் செய்ய வேண்டியிருந்தது. அந்தப் பெட்டியில் முழுக்க ஆங்கிலேய ஆண்களும், பெண்களும் நிரம்பியிருந்தார்கள். எனக்கு பெரும் பீதியாகிவிட்டது. எனினும், ரயில் தடத்தில் இருந்து நகரத் துவங்கிவிட்டதால், என்னால் எதுவும் செய்ய முடியவில்லை. என்னால், ரயிலில் இருந்து இறங்கி வேறு பெட்டிக்கு இடம் மாறிப் போக முடியவில்லை. விதியை நொந்த படியே, இருக்கைகளுக்கு இடையிலான தரையில் அன்றைய இரவு முழுவதும் அமர்ந்திருந்தேன். அந்தப் பெட்டியில் இருந்தவர்களில்

எவராவது, எனக்கொரு இருக்கையை அளிக்க முனைந்திருப் பார்களா என்பதுகூட எனக்குத் தெரியாது. அவர்கள் என்னிடம் பேச முன்வந்திருந்தால் கூட என்னால் அவர்களது உச்சரிப்பை புரிந்துகொண்டிருக்க முடியாது. ஒருவரும் அன்றைய இரவில் தங்களுக்கிடையில் தரையில் பெரும் அச்சத்துடன் அமர்ந்திருந்த என்னைக் கவனித்திருக்க மாட்டார்கள் என்று நம்புகிறேன்.

அதன்பிறகும், லக்னோவிற்கு பல தடவை சென்றிருக்கிறேன். என் அம்மாவின் சகோதரர்களில் ஒருவர் அங்கு வழக்கறிஞராகப் பணியாற்றினார். அவரது இரண்டு மகன்களும் மொண்டூ மற்றும் பாச்சு என்னைவிட வயதில் இளையவர்கள். ஆனாலும், அவர்கள் என் விளையாட்டுத் தோழர்களாக மாறிவிட்டார்கள். அந்த நகரம் முழுவதுமே என்னை பெரும் வியப்பில் ஆழ்த்தியது. நவாபுகளால் கட்டப்பட்டிருந்த பாரா மற்றும் சோட்டா இமாம்பாரா, சாத்தூர் மான்சில், தில்கூஷா தோட்டங்கள் எனக்கு அரேபியன் இரவுகள் கதைப் புலத்தை நினைவூட்டின. என்னை மிகப்பெரிய ஆச்சர்யத்தில் ஆழ்த்தியது என்னவென்றால், பாரா இமாம்பாராவில் இருந்த ஒரு புதிர் வழிதான். அதனுள் ஒருமுறை நுழைந்துவிட்டால், மற்றொருவர் துணையில்லாமல் வெளியே வரவே முடியாது. ஒருமுறை இந்தப் புதிர்வழியில் வழிநடத்துனராக பணிசெய்த ஒருவர் என்னிடம் முன்பு நிகழ்ந்த ஒரு சம்பவத்தை விவரித்தார். ஆங்கிலேயர் ஒருவர் எந்தவொரு வழித்துணையுமின்றி தனது அதீத நம்பிக்கையினால் அந்தப் புதிர்வழியில் தனியே நுழைந்தாராம். ஆனால், அவர் வெளியேறும் வழியைக் கண்டுபிடிக்கவேயில்லை. மெல்ல மெல்ல அந்தப் புதிர்வழியில் சிக்கிக்கொண்டு, நாட்கணக்கில் மீள வழியில்லாமல் அந்த ஆங்கிலேயர் இறுதியில் புதிர் வழியின் உள்ளாகவே மரணம் அடைந்துவிட்டாராம்.

அதன்பிறகு, அங்கொரு குடியிருப்பு பகுதி இருந்தது. அதன் சுவர்களில் பெரிய அளவில் துளைகள் இருந்தன. சிப்பாய்களின் வெடிகுண்டுகள் துளைத்தெடுத்த சுவர்கள் அவை. அங்கொரு அறையில், மார்பிள் ஓடு ஒன்று இருந்தது. சர் ஹென்றி லாரன்ஸ் வாழ்ந்ததன் அடையாளமாக, அமைக்கப்பட்டிருந்த அந்தத் தகட்டில், அவர் பிறந்த தேதியும், உயிரிழந்த தேதியும் பொறிக்கப்பட்டிருந்தது. என்னால் கிட்டத்தட்ட அனைத்தையும் உணர்ந்துகொள்ள முடிந்தது. வரலாற்றின் குறிப்பிட்ட சில ஏடுகளில் கால்தடம் பதிப் பதைப் போன்ற உணர்வு எனக்குள் எழுந்தது. பல காலங்களுக்குப் பிறகு, என் எழுத்துக்களிலும், ஒரு திரைப்படத்திலும் நான் லக்னோ நகரத்தைப் பதிவாக்கியிருக்கிறேன். அந்த நகரத்துடனான என் குழந்தைப் பருவ நினைவுகள் இந்த அத்தியாயத்தை வழக்கத்தை விட மிக எளிமையான பணியாக மாற்றுகின்றன.

எங்களின் டார்ஜிலிங் பயண காலத்தில் கல்கத்தாவில் இருந்த பள்ளியொன்றில் தற்காலிக ஆசிரியர் பணியில் அம்மா சேர்ந்திருந்தார். நானும் அதே பள்ளியில் சேர்ந்திருந்தேன். அந்தப் பள்ளி புதிர்த் தன்மை கொண்டது. அந்தப் பள்ளியில் தனித்தனி வகுப்பறைகளே இல்லை. அனைத்து மாணவர்களுக்கும் பொதுவான பரந்த அளவிலான கூடம் ஒன்றே இருந்தது. அந்தக் கூடத்தின் கடைசி வரிசையில் அமர்ந்திருந்த நான், என் அம்மா முன்னால் நின்றபடி கணித வகுப்பு எடுப்பதைப் பார்த்துக் கொண்டிருப்பேன். நான் என் புத்தகங்களில் மூழ்கியிருப்பேன். உண்மையில், எனக்கு அவ்விடத்தில் சிறந்த முறையில் கல்வி வழங்கப்பட்டதா? அல்லது என் அம்மாவுடன் வீடு திரும்பும்வரையில் எவ்வித உணர்வுமற்று என் பொழுதுகளைக் கழித்துக்கொண்டிருந்தேனா என்பது கடவுளுக்கே வெளிச்சம்!

டார்ஜிலிங்குக்கு நாங்கள் சென்றதிலிருந்தே எனக்கு நல்ல நல்ல அனுபவங்கள் கிடைத்திருந்தன என்றாலும், குறிப்பிட்ட ஒன்று என்னைத் துயரத்திலும் ஆழ்த்தியது. ஒவ்வொரு நாளும் பெரும் பனியும், அடர்த்தியான புகைச் சுருள்களும் படர்ந்திருந்த அங்கு, நான் கஞ்சன்ஜங்காவை மட்டும் பார்த்திருக்கவில்லை. கல்கத்தாவில் இருந்த எங்களுடைய வீட்டில், தாத்தா வரைந்த கஞ்சன்ஜங்கா ஓவியம் சுவரில் தொங்கவிடப்பட்டிருந்தது. அதனால், அவ்விடத்தைக் காண வேண்டுமென்கின்ற வேட்கை என்னுள் கிளைத்திருந்தது. ஓவியத்தில் உருக்கொண்டிருக்கும் கஞ்சன்ஜங்காவுக்கும், யதார்த்த உலகத்தில் உயிர்ப்பித்திருக்கும் கஞ்சன்ஜங்காவுக்குமான வேறு பாட்டை அறிந்துகொள்ள மனது ஏங்கிக் கிடந்தது. இறுதியாக ஒருநாளில், எல்ஜின் வில்லாவில் நாங்கள் தங்கியிருந்தபோது, என் அம்மா அதிகாலையில் என்னை எழுப்பினார். நான் மிக விரைவாக ஓடிச் சென்று ஜன்னலின் அருகில் நின்றுகொண்டேன்.

ஓவியத்தில் தாத்தா, கஞ்சன்ஜங்காவின் இடதுபுறத்தில் மாலைச் சூரியன் புகையினூடாக தவழ்ந்து மறையும் காட்சியை வரைந்திருந்தார். ஆனால், அப்போது நான் கஞ்சன்ஜங்காவின் வலப்புறத்தில் சூரியக் கதிர்களின் முதல் ஒளிச் சிதறலைப் பார்க்கும் வாய்ப்பைப் பெற்றிருந்தேன்.

அதீத பரவசத்திலும், மயக்க நிலையிலும் வாயைப் பிளந்து கொண்டு, இளஞ்சிவப்பு சூரியன் பொன்னிறத்திற்கு மெல்ல மாறுவதையும், மீண்டும் பொன்னிறத்தில் இருந்து மினுங்கும் வெள்ளி நிறத்திற்கு மாறுவதையும் கண்கொட்டாமல் பார்த்துக் கொண்டிருந்தேன். என் வாழ்நாளில், பிற்காலங்களில் பல அற்புதமான இயற்கைக் காட்சிகளை இந்தியாவிலும், பிற நாடுகளிலும்

பார்த்திருக்கிறேன் என்றாலும், கஞ்சன்ஜங்காவில் அன்றைய தினத்தில் சூரிய உதயத்தையும், அதன் மறைவையும் பரவசம் பொங்கப் பார்த்திருந்த அனுபவத்திற்கு நிகரான அனுபவம் வேறு எப்போதும் கிடைத்ததில்லை.

* * *

விடுமுறை நாட்கள் என்று வந்தாலே, பெரும் பொழுதுகளை என் அப்பாவின் சகோதரிகளின் வீட்டில்தான் அதிக மகிழ்ச்சியுடன் கழித்திருக்கிறேன். நான் அவரை மிஜோ பிஷிமா என்றே அழைப்பேன். அவர் தனது கணவருடன் பீஹாரில் வசித்து வந்தாள், கணவர் மாவட்ட துணை அதிகாரியாக இருந்தார். அதனால், அவ்வப்போது பல்வேறு இடங்களுக்கு அவரைப் பணிமாற்றம் செய்வார்கள். ஹசாரிபாக்கில் இருந்து தார்பாங்காவுக்கும், முஸாஃபுரில் இருந்து ஆராவுக்கும் அவர் அடிக்கடி பயணம் செய்துகொண்டே இருப்பார். அவர்களுடைய வீட்டுக்கு நான் முதல் முதலாகச் சென்றபோது, அவர்கள் ஹசாரிபாக்கில் வசித்து வந்தார்கள். நுனி மற்றும் ருபி அவர்களது இரு மகள்கள். அவர்களின் மற்ற இரண்டு உறவினர்களான கல்யாண் மற்றும் லோட்டூவும் அவர்களுடன் வசித்து வந்தார்கள். அவர்கள் இருவரும் பெற்றோரை இழந்தவர்கள் என்பதால், என் மாமாவும் அத்தையும் அவர்களை வளர்த்து வந்தார்கள். இவர்கள் நால்வரும் என்னைவிட வயதில் மூத்தவர்கள் என்றாலும், என் மிகச் சிறந்த நண்பர்கள் என்று இவர்களைத்தான் குறிப்பிடுவேன்.

ஹசாரிபாக்கில் இருந்த அவர்களின் வீட்டுக்கு நான் பலமுறை சென்றுள்ளேன். முதல் சந்திப்பின்போது, என் கவனத்தை முழுவதுமாக இழுத்தது என்னவென்றால், மாமாவிடம் அப்போது இருந்த பச்சை நிற ஓவர்லேண்டர்தான். இப்போது எவரேனும் அந்த வாகனத்தைப் பார்த்தார்கள் என்றால், நிச்சயமாக கட்டுப்படுத்த இயலாத அளவுக்குச் சிரித்துவிடுவார்கள். அந்தளவிற்கு கரடு முரடாக அது தோற்றமளித்தது. ஆனால், என் மாமா அதனை எப்போதும், நம்பிக்கைக்கு உகந்த வலிமையானதொரு வாகனம் என்றே விவரிப்பார்.

ஒருமுறை அந்த ஓவர்லேண்டரில் நாங்கள் ராஜ்ரப்பாவுக்கு பயணம் செய்தோம். கிட்டத்தட்ட ஹசாரிபாக்கில் இருந்து ஐம்பது மைல் தொலைவில் ராஜ்ரப்பா இருந்தது. பாதையின் இடையே வெஜ்ரா எனும் சிறிய ஆறு ஓடிக் கொண்டிருந்தது. அந்த ஆற்றைக் கடந்தால் மட்டுமே, பயணத்தைத் தொடர முடியும். அங்கிருந்து ஒரு மைல் அளவுக்கு நடந்தே செல்லும் தொலைவில்தான்

ராஜ்ரப்பா இருந்தது. அதுவொரு புதிர் மிகுந்த அற்புதமான இடம். அங்கே ஒரு அருவி இருந்தது. தாமோதர் நதியும் அதன் மணற் பரப்பும் ஒருதிசையில் இருந்தது. தொலைவில் கானகமொன்றும் சலனமற்று விரிந்துகிடந்தது. அருகிலேயே தலை இல்லாத காளி சிலை ஒன்றும் இருந்தது. மனதில் பய உணர்வை உருவாக்கிய சிலை அது.

அங்கிருந்து திரும்புகையில், பிரம்மன்பேரிய மலையடிவாரத்தில் எங்களது கார் பழுதுபட்டு நின்றுவிட்டது. என்னால் வன விலங்குகளின் குரலைக் கேட்க முடிந்தது. கரடி, புலி உள்ளிட்ட அபாயகரமான விலங்குகளின் குரலொலி கேட்டது. அது முழுதாக இருள் கவிந்திருந்த சமயம், அதோடு எங்களது காரும் இன்னமும் சீர் செய்யப்படாமல் இருந்தது. பல்வேறு விதமான விநோத ஓசைகளை நான் தொடர்ந்து கேட்டுக் கொண்டிருந்தேன் என்றாலும், என்னால் எந்தவொரு விலங்கையும் அத்தருணத்தில் பார்க்க முடியவில்லை. அதுவொரு மறக்க முடியாத தினமாக என்னுள் உறைந்து போனது.

அவர்களது வீட்டில் தங்கியிருக்கையில், பல சந்தர்ப்பங்களில் இரவு உணவுக்கு முன்னதாக நீண்ட தூரம் நடைப்பயணம் செல்வோம். மங்கலான வெளிச்சத்தைக் கசியவிடும் ஒளிக் குடுவை களின் அருகில் அமர்ந்து சீட்டு விளையாடுவதும், பல்வேறு கதை களைப் பேசிக்கொண்டிருப்பது எனப் பல அற்புதமான நினைவுகளை அந்நாட்கள் தாங்கியிருந்தது. பெரும்பாலும் நாங்கள் சீட்டாட்டம் விளையாடுவோம். சீட்டாட்டத்தில் இரண்டுவகை பரவலாக அறியப்பட்டிருக்கின்றன. அதில் ஒரு வகை இன்றளவும் புழக்கத்தில் இருக்க, மற்றொரு வகை முற்றிலுமாக மறைந்தழிந்து விட்டது. என்னால்கூட அதன் விதிகளை இப்போது நினைவுப்படுத்தி கூற முடியவில்லை.

மற்றைய வேறு சில விளையாட்டுகளில் நாங்கள் அதிகளவில் விளையாடியது, “ரகசியம் ஓதும் விளையாட்டு” தான். அதை விளையாட ஐந்து நபர்கள் வட்ட வடிவத்தில் தரையில் அமர வேண்டும். முதல் நபர், தனக்கு இடதுபுறத்தில் இருக்கும் நபரின் காதின் அருகில் குனிந்து ரகசியமாக ஏதாவதொன்றைத் தெரிவிக்க வேண்டும். ஒருவர் ஒருமுறை மட்டுமே இவ்வாறு ரகசியம் பகிர அனுமதிக்கப்படுவார். அதன்பிறகு, இரண்டாவது நபர் தனது காதில் சொல்லப்பட்ட வார்த்தைகளை ஒரேயொரு முறை மட்டும் மூன்றாவது நபரின் காதில் சொல்ல வேண்டும். இறுதியில், அவ்வார்த்தைகள் மீண்டும் முதல் நபரிடமே வரும்போது, அவர்

தெரிவித்த வார்த்தைகளில் சிறிய அளவில் மாற்றங்கள் நிகழ்ந் திருக்கும். அந்த வார்த்தைகள் எப்படியெல்லாம் மாறியிருக்கின்றன என்பதை அறிந்துகொள்வதுதான் இந்த விளையாட்டின் மிகுந்த சுவாரஸ்யமான அதே சமயத்தில் கேளிக்கையூட்டும் தருணம். ஒருமுறை இந்த விளையாட்டின்போது, நான், "டிவிங்கிள் டிவிங்கிள் லிட்டில் ஸ்டார்" என்று சொல்லி விளையாட்டைத் துவங்கினேன். இறுதியில் அவ்வார்த்தைகள் என்னிடம் திரும்பி வரும்போது, "ஜிக்கிள் ஜிக்கிள் பிக்கிள் ஸ்டார்" என்று மாறியிருந்தது. விளை யாடும் நபர்களின் எண்ணிக்கை பெருகப் பெருக, இந்த விளையாட்டு மிகுந்த சுவாரஸ்யமிக்கதாக மாறிவிடும்.

என் மாமாவும், அத்தையும் தார்பாங்காவுக்கும், ஆராவுக்கும் மாற்றமானபோது, அங்கும் நாங்கள் சென்றிருந்தோம். இந்த இடங்கள் என்னை ஹசாரிபாக் அளவுக்கு ஈர்க்கவில்லை என்றாலும், எங்களது கொண்டாட்டங்களும், மகிழ்ச்சிகளுக்கும் எப்போதும் குறை இருந்ததில்லை. நுனி மற்றும் ருபியுடன் மற்றுமொரு உறவினரான டோலியும் எங்களுடன் இணைந்திருந்ததால், அந்த மகிழ்ச்சி மேலும் பெருகியிருந்தது.

தார்பாங்காவில் இருந்த பங்களா பெரிய பாதுகாப்புச் சுவர்களை உடையது. பல்வேறு மரங்களும் அந்த வளாகத்தின் உள்ளாகவே இருந்தன. இருபுறமும் பெரிய மாமரங்கள் இரண்டு இருந்தன. அவற்றில் ஒன்றின் கிளையில் ஊஞ்சல் ஒன்றும் தொங்கவிடப் பட்டிருந்தது. நான் அங்கு சென்றிருந்தபோது பருவ மழை துவங்கியது. தொடர் மழைப் பொழிவால், ஊஞ்சலின் அடியில் சிறிய நீர்த்தேக்கம் உருவாகியிருந்தது. இதன்வழியாகத்தான், மழை நீர் உருத் திரண்டு வெளியில் இருந்த ஓடையில் சென்று சேரும். நாங்கள் சிறிய காகிதக் கப்பல்கள் செய்து அந்த நீரோடையின் மீது மிதக்கவிடுவோம். அந்த நீரலை மெல்ல எங்களது காகிதக் கப்பல் களைச் சுமந்துகொண்டு, வெளியில் இருக்கும் ஓடையில் போய்ச் சேரும். கடலின் மீது கப்பலை மிதக்கவிட்ட குதூகலத்தை இந்தக் காகிதக் கப்பல்கள் எங்களுக்கு அளித்தன.

சில சமயங்களில், இந்தக் காகிதக் கப்பல்களை நாங்கள் வைக்கிங்ஸ் குழுவினரின் கப்பல் என்றே நினைத்துக்கொள்வோம். ஆயிரம் வருடங்களுக்கு முன்னதாக, நார்வேயில் இருந்த கடற்கொள்ளை யர்களே இந்த வைக்கிங்ஸ் குழுவினர். கடல் பயணத்தின்போது எவராவது உயிரிழந்தால், வைக்கிங்ஸ் குழு அவரை அந்தக் கப்பலின் உள்ளாகவே எரித்துவிடுவார்கள் என்பது எங்களுடைய நம்பிக்கை. அதனால், நாங்கள் மிகச் சிறிய கடற்கொள்ளையர்களைக் காகிதத் தில் உருவாக்கி, அந்தக் கப்பலின் உள்ளாக அவர்களை வைத்து

விடுவோம். அதன்பிறகு ஒருவர் தீக்குச்சியை எரியூட்ட, கப்பல் தனது பயணத்தில் அந்தச் சிறிய நீரோடையின் மீது தொடங்கிவிடும். இதை நாங்கள் வைக்கிங்ஸ் குழுவினரின் இறுதி ஊர்வலம் என்று பெயரிட்டு அழைத்து வந்தோம். ஆனால், இதில் துன்பகரமான விஷயம் என்னவென்றால், நீரில் மூழ்கி உயிரிழந்தது வைக்கிங்ஸ் குழு மட்டுமல்ல, எங்கள் கப்பலும்தான்.

ஆராவுக்கு நாங்கள் சென்றபோது, எனக்கு ஒன்பது வயது. என் அத்தை தன் குடும்பத்துடன் அங்கு பெரிய பரந்த அளவிலான செங்கற்களால் கட்டப்பட்ட சிவப்பு நிற வீட்டில் குடியிருந்தார்கள். அந்த வீட்டின் தரைத் தளத்தில் ஒன்பது அறைகள் இருந்தன. அவைகளில் பெரும்பாலானவை பயன்பாட்டில் இல்லை. மேல் தளத்திலும் பல அறைகள் இருந்தன. அவற்றில் ஒன்று என் மாமாவின் வாசிப்பு அறை. அவ்வீட்டுக்கு பொருத்தமாக பெரிய தோட்டமொன்றும் அதன் வளாகத்திற்குள்ளாகவே இருந்தது.

நுனி மற்றும் ருபியின் உறவினனான கல்யாண் என்னைவிட ஆறு வயது பெரியவன். அந்த நாட்களில், அவன்தான் என் மிகச் சிறந்த நண்பனாக இருந்தான். அவனுக்கு அஞ்சல் தலைகளைச் சேகரிப்பதில் அலாதியான ஆர்வம் இருந்தது. அவனது செயல் களின் மீதான உந்துதலால் நானும் அதே வகையிலான செயல்களில் ஈடுபடலானேன். சில பொருட்களைச் சேகரித்துவிட்டு, பூதக் கண்ணாடி ஒன்றையும் வாங்கி வைத்துக்கொண்டேன். இந்த கண்ணாடி, அஞ்சல் தலையில் ஏதேனும் பிழைகள் இருக்கிறதா என்பதைச் சோதனையிடுவதற்காகப் பயன்படுத்தப்பட்டது. ஏனெனில், அஞ்சல் தலைகளில் அதன் மதிப்புகளைக் குறைக்கும் வகையில் பெரும்பாலான சமயங்களில் நிறைய பிழைகள் இருக்கும் என்று நான் கேள்விப்பட்டிருந்தேன். இந்திய அல்லது பிற நாட்டு அஞ்சல் தலைகள் எதுவாக இருந்தாலும், பூதக் கண்ணாடியால் அதனைச் சோதனையிடுவதுதான் என் முதல் வேலை. எந்தவொரு அஞ்சல் தலைகளையும் விட்டுவிடாமல் அனைத்தையும் சோதனை யிடுவேன். ஆனால், என்னால் ஒருமுறைகூட அஞ்சல் தலையில் பிழைகளைக் கண்டுபிடிக்க முடியவில்லை. அதனாலேயே, அஞ்சல் தலை சேகரிப்பு செயலின் மீதான என் ஆர்வம் மெல்ல மெல்ல மங்கி மறைந்தேவிட்டது.

கல்யாண் மேலும் ஒரு செயலைச் செய்திருக்கிறார். அதனை விரிவாக எழுதுகிறேன்.

முன்னதாகவே கிருஸ்துமஸ் பண்டிகையின் மீதான என் ஆர்வத்தைத் தெரிவித்திருக்கிறேன். அந்த நாட்களில், உண்மையாக

கிருஸ்துமஸ் தாத்தா என்றொருவர் இருப்பதாக நான் நம்பிக் கொண்டிருந்தேன். ஆமாம். கிருஸ்துமஸ் பண்டிகைக்கு முந்தைய இரவில் தனது வெண்ணிறத் தாடியைப் படரவிட்டபடி முதுகில் பரிசு பொருட்களைச் சேர்த்து குவித்துக்கொண்டு அவர் வருகை புரிவார். மிஜோ பிஷிமாவின் வீட்டில் எனக்குக் கிடைத்திருந்த அத்தனை மகிழ்ச்சிகரமான சம்பவங்களில் கிருஸ்துமஸ் பண்டிகைக் கொண் டாட்டமும் ஒன்று. அது டிசம்பர் மாதமாக இல்லையென்றால் என்ன? ஏன் ஜூன் மாதத்தில் கிருஸ்துமஸ் வரக்கூடாதா என்ன?

அதனால், ஆராவில் நான் தங்கியிருந்த ஓரிரவில் கல்யாண் கிருஸ்துமஸ் தாத்தா பாத்திரத்தை ஏற்றுக்கொண்டான். நான் ஒரு ஜோடி சாக்ஸ்களை என் படுக்கையின் அருகில் தொங்கவிட்டு விட்டு, படுக்கையில் வீழ்ந்து கண்களை இறுக மூடினேன். அன்று விரைவாகத் தூங்கிவிட வேண்டுமென்பது என் எண்ணமாக இருந்தது. கல்யாண் பருத்தி கம்பளியில் இருந்து போலியான தாடி மற்றும் மீசை தயாரித்திருந்தான். பின்பு, பசையை வைத்து முகத்தில் அவற்றை ஒட்டிக்கொண்டான். நிறைய பரிசுப் பொருட்கள் இருப்பது போன்ற பாவனையில் ஒரு துணிப் பையை முதுகில் தொங்க விட்டுக்கொண்டான். அந்தத் துணிப்பையில் இருந்த பொருளொன்று அவன் நடக்கும்போது மெல்ல ஓசை எழுப்பும். அதன் மூலமாக, நான் என் அறைக்குள் உண்மையாகவே கிருஸ் துமஸ் தாத்தா வந்துவிட்டார் என்று நம்ப வேண்டும். கல்யாண் துணிப்பையில் கையில் கிடைத்த சில பொருட்களைப் போட்டு நிரப்பிக்கொண்டான்.

அரை மணி நேரம் கடந்து, என்னால் மெல்லிய அளவில் ஏதோவொரு பொருள் குலுங்கும் சப்தம் கேட்க முடிந்தது. ஆழ்ந்த தூக்கத்தில் இருந்த நான், பாதியளவில் விழிகளை விரித்துப் பார்க்க, நிழல் உருவமாக கல்யாண் கிருஸ்துமஸ் தாத்தாவின் தோற்றத்தில் நின்றிருப்பதை என்னால் பார்க்க முடிந்தது. என் கட்டிலின் அருகில் அவன் நின்று கொண்டிருந்தான். ஒரு நொடியில், நான் தொங்க விட்ட சாக்ஸுக்குள் ஏதோவொன்றை நுழைத்திருக்கிறார்கள் என்பது எனக்குப் புரிந்தது. அந்தப் பரவசத்தில் ஆழ்த்தும் சப்தம் அதிலிருந்து தான் வந்திருக்க வேண்டும். என்னால், நிகழ்ந்து கொண்டிருக்கும் அனைத்தும் விளையாட்டுத்தனமாக மேற்கொள்ளப்படுகிறது என்பதைப் புரிந்துகொள்ள முடிந்தாலும், அந்தத் தருணம் எனக்குள் எழுப்பிய சிலிர்ப்பை இப்போதும் என்னால் நினைத்து நெகிழ முடிகிறது.

* * *

ஆராவில் இருந்து நாங்கள் புறப்படும் முன்பாக, டான் டாடூவும் எங்களுடன் ஒருமுறை இணைந்துகொண்டார். அவர்

பெரும்பாலும் மாலைப் பொழுதுகளில் நிறைய சிறுவர்களுடன் நடைபயிலச் சென்றுவிடுவார். ஆராவின் ரயில் நிலையம் எங்கள் வீட்டில் இருந்து ஒன்றரை மைல் தூரத்தில்தான் இருந்தது. நாங்கள் அந்த ரயில் நிலையத்திற்கு சில முறை சென்றிருக்கிறோம். அங்கு நின்றபடியே, இம்பீரியர் ரயிலின் விசில் ஒலிகளைக் கேட்பது அலாதி யான சந்தோஷத்தை அளிக்கக்கூடியது. அந்த ரயில் கவர்ச்சி மிக்கதாக இருந்தது. பொன்னிற வண்ணங்களால் அதன் வெளிப் புறம் அலங்கரிக்கப்பட்டிருக்கும். அன்றைய காலத்தில், அதுபோன்ற தொரு தோற்ற கவர்ச்சியும், அதீத வேகமும் கொண்ட ரயில் வேறு எதுவுமில்லை.

ஒரு நாள் மாலை, நாங்கள் ரயில் நிலையத்தை நோக்கி நடந்து கொண்டிருந்தோம். டாடூ ஆங்கிலேயனைப் போல உடை அணிந்திருந்தார். தொப்பியும், கையில் ஒரு கைத்தடியும் அவரிட மிருந்தது. அப்போது ஒரு காளை மாடு எங்களை நோக்கி கொம்புகளை வேகமாக அசைத்தபடியும், கண்களில் ரத்தம் கொதிக்க வந்தது. அப்படியொரு கோபம் மிகுந்த ஒரு விலங்கை அதற்கு முன்பு நான் பார்த்ததில்லை. "எல்லோரும் சாலையில் இருந்து விலகி, அருகில் இருக்கும் வரப்புக்குள் ஓடுங்கள்!" டாடூ உரக்கக் குரலெழுப் பினார்.

வரப்புக்குள் இறங்கி ஓடுவது சிரமமானது. முட்கள் நிறைந்த பேரிக்காய் செடிகள் அங்கு வரிசையாக நடப்பட்டிருந்தன. எனினும், நாங்களோ அல்லது டாடூவோ அதுகுறித்து சிந்திக்கும் சூழலில் அப்போது இல்லை. உடலில் முட்கள் கிழிக்க, வழிந்துருளும் ரத்தத்தையும் பொருட்படுத்தாமல் நாங்கள் வெகு தூரம் ஓடித் தப்பித்தோம். தொலைவில் டாடூவை எங்களால் பார்க்க முடிந்தது. அவர், உடலில் எவ்வித அசைவுமில்லாமல் கால்கள் விரிந்த நிலையில், தன் கையில் இருந்த குச்சியைத் தலைக்கு மேலாக உயர்த்திப் பிடித்து, ஹெலிகாப்டரின் இறக்கையைப் போல, சுழற்றிக் கொண்டிருந்தார். அந்தக் கோபம் மிகுந்த காளை உடனடியாக தனது ஓட்டத்தை நிறுத்திப் பின்வாங்கியது. மர்மமான முறையில் தனக்கு எதிரில் நின்றிருக்கும் மனிதரின் செய்கைகள் புரியாமல் அந்தக் காளை திகைத்துப்போய் நின்றிருந்தது.

டாடூவின் கையில் இருந்த குச்சி இன்னமும் அவரது தலைக்கு மேலாகச் சுழன்றபடியே இருந்தது. ஒரு நிமிட நேரம் அவரை அச்சத்துடன் பார்த்துக் கொண்டிருந்த காளை உடனடியாக பின்வாங்கி ஓடியேவிட்டது. அதன்பிறகு மெல்ல நாங்கள் சாலையின் வழியே தவழ்ந்தபடி மேற்கொண்டு எதுவும் விபத்து நேர்ந்துவிடக் கூடாது என்பதால், மேலும் கவனமாக நடந்து சென்றோம்.

* * *

எங்களது ஆரா பயணத்தின் இறுதியில், பல குடும்ப உறுப்பினர்களும் எங்களுடன் இணைந்து கொண்டார்கள். என் தாத்தாவின் சகோதரர் பிரமதராஜன் ரேயின் எட்டு பிள்ளைகளில் நான்கு பேர் அங்கு இருந்தார்கள். அவரைப் பற்றி முன்பே குறிப் பிட்டிருக்கிறேன். அவர் புவியியல் ஆய்வுத்துறையில் பணியாற்றி யவர். இந்தியா மற்றும் பர்மாவில் மிகச் சிரமம் மிகுந்த பல பகுதி களில் அவர் பணிபுரிந்திருக்கிறார். அவர் தனது ஓய்வுக்குப் பின்பாக, போவனிப்பூரில் இருந்த எங்களது வீட்டின் அருகில் குடி வந்ததற்குப் பிறகுதான், அவரைப்பற்றி நான் அறிந்துகொண்டேன். அவர் மிக வலிமையான மனிதர். உடற்பயிற்சிகளில் அவருக்கு பெரியளவில் நம்பிக்கை இருந்தது. எங்களில் யாராவது குனிந்த நிலையில் அமர்ந்திருப்பதை அவர் பார்த்துவிட்டால், உடனடியாக முதுகைப் பிடித்து வலுவுடன் இழுப்பார். பலமாக அதிர்ந்து அவர் சிரிக்கும் சப்தமும், அவரின் விசில் ஒலியும் சுற்றி இருக்கும் அனைத்து வீட்டுக்காரர்களின் காதுகளிலும் விழும் அளவு மிக வீரியமிக்கது.

அவரது அனைத்துப் பிள்ளைகளும் படிப்பில் கெட்டிக் காரர்கள். அவருக்கு மூன்று மகள்கள். அவர்களுள் இரண்டாவது மகள் லீலா மஜூம்தார் (இப்போது ‘சந்தேஸ்’ இதழின் ஆசிரியர்களுள் ஒருவர்) அந்தக் காலத்தில் எனக்கு சித்திரங்கள் வரையக்கூடியவர் என்ற அளவில் அறிமுகமாகியிருந்தார். லீலாவின் சகோதரர்களில் ஒருவர் அவரது பெயரும் கல்யாண்தான் – மிக அமைதியான குண இயல்புகளைக் கொண்டவர். அதிகாலை நான்கு மணிக்கெல்லாம் எழுந்துவிடும் அவர், இரவு உணவுக்கு இருபத்தி இரண்டு ரொட்டி களை உண்பார் என்றெல்லாம் பேசிக்கொள்வார்கள். அவரது மற்ற சகோதரர்கள் பிரபாத், ஆமி, சரோஜ், ஜோட்டூ.

ஆமியிடம் அற்புதமான அஞ்சல் தலை சேகரிப்புகள் இருந்தன. சரோஜ் அன்றைய தினங்களில் அந்தக் குடும்பத்திலேயே மிக உயரமான மனிதராக இருந்தார். ஜோட்டூ எப்போதும் தனது தோற்றம் மற்றும் அழகு குறித்து அதிக அக்கறையுடன் இருப்பார். கண்ணாடியில் அவ்வப்போது தனது முகத்தைப் பார்த்துக் கொள்ளும் பழக்கத்தை அவரால் கட்டுப்படுத்தவே முடிந்ததில்லை.

பிரபாத் கணிதத்தில் அறிவுஜீவி. அவர் எங்கள் வீட்டுக்கு அவ்வப்போது வருகை புரிந்ததால், நான் அவருடன் மிக நெருக்க மானவனாக வளர்ந்தேன். சோட்டோ கக்காவைப் போலவே இவரும் எங்களது உறவினர்களின் வீட்டுக்கும் அவ்வப்போது சென்று வரக்கூடியவர். அனைத்து இடங்களுக்கும் அவர் பெரும்பாலும் நடந்தே செல்வார். ஆறு அல்லது ஏழு மைல் என்பதெல்லாம் அவருக்கு ஒரு விஷயமே அல்ல. டார்ஸான் கதைகளைப் படிக்கும்

பழக்கமுடைய அவர், என்னிடம் பெங்காலியில் அந்தக் கதைகளை வேறு வகையில் சொல்வார்.

சரோஜ் புதிதாகத் துவங்கப்பட்ட பள்ளியில் அப்போதுதான் மெட்ரிகுலேஷன் கல்வியை முடித்திருந்தார். ஜோட்டூ இன்னமும் அதே பள்ளியில் மாணவனாக இருந்தார். என் தாயார் அந்தப் பள்ளியைப் பற்றி விசாரித்ததில், பலரும் அதுவொரு சிறந்த பள்ளி என்று தெரிவித்தனர். அதனால், என்னையும் அந்தப் பள்ளியிலேயே சேர்த்துவிடலாம் என அவர் முடிவு செய்தாள். ஆனால், எனக்கு அப்போது எட்டு வயதுதான் ஆகியிருந்தது. தொடக்கக் கல்வியைக் கூட நான் ஆரம்பித்திருக்கவில்லை.

என் பள்ளி நாட்களைப் பற்றி தனியாக ஒரு அத்தியாயம் பின்னர் எழுதப் போகிறேன். எனினும், விடுமுறை நாட்களும், துர்கா பூஜையின்போது விடப்படுகின்ற நீண்ட விடுமுறையும் எனக்கு எவ்வளவு முக்கியத்துவம் வாய்ந்தவையாக இருந்தன என்பதை இங்கு நான் குறிப்பிட்டே ஆக வேண்டும். இந்த விடுமுறையை மிகுந்த ஆர்வத்துடன் நான் எதிர்நோக்கி காத்திருப்பேன். ஏனெனில், இந்த சமயங்களில் வெகு அரிதாகவே கல்கத்தாவில் தங்கி இருப் போம்.

இரண்டு விடுமுறையை நான் குறிப்பாக நினைவில் வைத்திருக் கிறேன். ஒரு தருணத்தில், எங்களுடன் மாமா மற்றும் அத்தையும், லக்னோவைச் சேர்ந்த வேறு இரண்டு உறவினர்களும், என்னுடைய சோட்டோ கக்காவும் மற்றும் வேறு பலரும் சேர்ந்து ஹசாரி பாக்கிற்குச் சென்றோம். அங்கு, ஒரு பங்களாவை வாடகைக்குப் பிடித்தோம். அதன் பெயர் கிஸ்மத். அந்த இடத்தில் உணவு முற்றிலும் புதியதாகவும், மலிவு விலையிலும் இருந்தது. பருவநிலை சீராகவும், உற்சாகமளிப்பதாகவும் இருந்தது. நாங்கள் கனேரி மலையின் மீது ஏறினோம். ராஜ்ரப்பாவில் சிறிது நேரத்தைக் கழித்தோம். போக்கோரோவில் இருந்த அருவியைப் பார்வை யிட்டோம். ஒவ்வொரு நாளும் சந்தோஷத்தாலும், சிரிப்பலையாலும் நிறைந்திருந்த அந்நாட்கள், என் மனதில் பொக்கிஷமாகப் பதிந்திருக் கின்றன. மாலை நேரங்களில், இருள் பரவத் துவங்கியவுடன் பெட்ரோமேக்ஸ் விளக்கு வெளிச்சத்தில் விதவிதமாகக் கேளிக்கை விளையாட்டுகளை விளையாடுவோம். பெரும்பாலான சமயங்களில் சாராதேஸ் என்ற விளையாட்டைத்தான் விளையாடினோம். தாகூரின் குடும்பத்தைச் சேர்ந்தவர்களும் இதே விளையாட்டைத் தான் விளையாடினார்கள் என்று நினைக்கிறேன்.

இந்த விளையாட்டில், இரண்டு குழுவாகத் தங்களைப் பிரித்துக் கொள்வார்கள். முதல் குழுவைச் சேர்ந்தவர்கள் ஒரு வார்த்தையைத்

தேர்ந்தெடுத்து, அதன் பொருளை சைகையால் விளக்குவார்கள். இரண்டாவது குழு பார்வையாளர்களின் முன்னால் நடித்துக் காண்பித்து, அந்த வார்த்தையைக் கண்டுபிடிக்க செய்ய முயற்சிப் பார்கள். ஒற்றை வார்த்தையைப் பல்வேறு விதமாகப் பிரித்து தங்களது முயற்சியை எளிமைப்படுத்திக் கொள்வார்கள். கார்பெண்டர் எனும் சொல், கார் என்றும், பெட் என்றும் பிரித்து நடிப்பார்கள். அல்லது பட்டர்ஃப்ளை எனும் சொல்லை பட்டர் + ஃப்ளை என பிரித்துக் கொண்டு நடித்துக் காண்பிப்பார்கள்.

ஊமை சாராதேஸ் விளையாட்டு என்றால், ஒருவார்த்தை கூட அவர்கள் சொற்களால் பார்வையாளர்களுக்கு விளக்க அனுமதி வழங்கப்படுவதில்லை. அனைத்தையும் அவர்கள் பாவனைகளால் மட்டுமே விளக்க வேண்டும். அதுவே, பேசும் சாராதேஸ் என்றால், தாங்கள் விவரிக்க வேண்டிய பொருளை மறைமுகமாக வெவ்வேறு சொற்களை அடுக்குவதன் மூலமாக வெளிப்படுத்தலாம். அதிலும், அந்தக் குழுவைச் சேர்ந்தவர்கள் குறிப்பிட்ட சொற்களை மட்டுமே உச்சரிக்க அனுமதிக்கப்படுவார்கள். பதிலைக் கண்டுபிடிக்க, மொத்த மாகப் பார்வையாளர்களின் முன்னால் நான்கு முறை மட்டுமே நடித்துக் காண்பிக்க அனுமதி வழங்கப்படும்.

நிறைய பேரின் பங்கேற்பு நிகழும்போது, உண்மையிலேயே இந்த விளையாட்டு மிகுந்த கேளிக்கை மிகுந்ததாக மாறிவிடும். ஹசாரி பாக்கில் நாங்கள் மொத்தமாக பத்திலிருந்து பன்னிரெண்டு நபர்கள் வரை இருந்ததால், மாலைப்பொழுதுகள் அதிவிரைவாக கொண் டாட்டமாக கழிந்து கொண்டிருந்தது.

மற்றொரு மறக்க முடியாத விடுமுறை நாள் நினைவு சுந்தர்பந்த் கானகத்தில் நிகழ்ந்தது. என் மாமாக்களில் ஒருவர் அங்கு கலால் வரி மேலாளராக இருந்தார். ஒருமுறை, எங்கள் குடும்பத்தில் சிலரைக் கப்பலில் கூட்டிச் செல்வதற்கு தான் தயாராக இருப்பதாக அவர் தெரிவித்தார். நானும், என் தாயாரும் அவரது அழைப்பை ஏற்று செல்லத் தீர்மானித்தோம். எங்களுடன் ஒரு அத்தையும், நான்கு வேறு சில பெண் உறவினர்களும், ஒரு ராணாஜித் என்கின்ற உறவினரும் வந்தார்கள். ராணாஜித்தை நான் ரானோடா என்றுதான் அழைப்பது வழக்கம். அவர் ஒரு ஷிக்காரி. அவர் ஒரு துப்பாக்கியும், நிறைய தோட்டாக்களையும் கையில் எடுத்துக் கொண்டு வந்திருந்தார். நாங்கள் சுந்தர்பந்த் கானகத்தின் பல்வேறு வெளிகளில் ஊடுருவி, பல கால்வாய்களையும், நீர் ஓடைகளையும் கடந்து, மாட்லா நதியின் தொடக்கப் பகுதியை அடைந்திருந்தோம். அந்த முழுப் பயணமும் சில வாரங்கள் வரையில் நீண்டிருந்தது.

நாங்கள் பெரும்பாலான நேரங்களில் கப்பலின் மேல் தளத்தில் அமர்ந்துகொண்டு நிறைய கதைகளைப் பேசுவோம். மாட்லா

மிகப்பெரிய நதி. அதன் மறுகரையைக் காண்பது மிகக் கடினமானது. கப்பல் பயணிகள் அவ்வப்போது, நீரினுள் வாளிகளை இறக்கு வார்கள். மீண்டும் அதனை நீரில் இருந்து இழுக்கையில், பல ஜெல்லி மீன்கள் அதில் நிறைந்திருக்கும்.

கால்வாய்க்குள் எங்களது கப்பல் நுழைந்ததும், முற்றிலும் காட்சிகள் யாவும் மாறிவிட்டன. என்னால் சூரிய ஒளியில் ஆழ்ந்து போயிருக்கும் பல முதலைகளையும், அவற்றின் பின்னால் வரிசை யாக நின்றிருந்த எக்ரெட் பறவைகளையும் பார்க்க முடிந்தது. எங்களு டைய கப்பலைப் பார்த்தவுடன், அவை உடனடியாகக் கரையில் இருந்து நீரினுள் குதித்துவிட்டன. முன்பு முதலைகள் எங்களின் கவனத்தை முழுமையாக சிறைபிடித்திருந்த இடங்களில் மிக மெலிதான மரங்களை எங்களால் பார்க்க முடிந்தது. அவை மிக மிகச் சிறிய மரங்கள்.

கால்வாயின் மறுகரையில் இருந்த காடு முழுக்க முழுக்க அடர்ந்த பெரிய மரங்கள் சூழப்பட்டிருந்தது. என்னால், மான்களின் மெல்லியதான கேவலை சிலமுறை கேட்க முடிந்தது என்றாலும், எங்களது கப்பலின் உறுமல் ஓசையைக் கேட்டதும், அவை அங்கிருந்து விலகியோடி மறைந்துவிட்டன.

ஒருநாள் நாங்கள் கப்பலில் இருந்து சிறிய சிறிய படகுகளின் உதவியுடன் கீழிறங்கி, ஒரு கானகத்தில் நுழைந்தோம். அங்கிருந்த பழைய கைவிடப்பட்ட ஆதி காலத்து காளி கோவிலை காண்பது எங்களது திட்டமாக இருந்தது. அந்தக் கானகத்தில் கூரிய வேர்கள் நிலங்களின் மீது படர்ந்து விரிந்திருந்தது. அதனால், நாங்கள் மிகக் கவனமாக நடக்க வேண்டியிருந்தது. கைகளில் கைத்தடியுடன் ஒவ்வொரு அடியாக நிதானமாகக் கவனித்து நடக்கும் சூழல் நிலவியது. அங்கு புலிகளின் நடமாட்டம் இருப்பதாகத் தகவல் அறிந்திருந்ததால், எங்கள் குழுவில் இரண்டு நபர்கள் துப்பாக்கி வைத்திருந்தார்கள். அதனால், எப்போது திடீரென பாதையில் புலி குறுக்கீடு செய்தாலும், உடனடியாக அதனைக் கொல்ல வேண்டு மென்பது எங்கள் எண்ணமாக இருந்தது.

எனினும், எங்களது பயணத்தில் நாங்கள் புலியைப் பார்க்க வில்லை. ஆனால், ரானோடா ஒரு முதலையைக் கொன்றுவிட்டார். கரையின் ஓரமாக, பல முதலைகள் ஒன்று திரண்டதைப் பார்த்ததும் ரானோடா கப்பலை நிறுத்தச் சொல்லிவிட்டார். அவரும், மேலும் மூன்று நபர்களும் சிறிய படகு ஒன்றை எடுத்துக்கொண்டு, அந்த முதலைகளை நெருங்கிச் சென்றனர். அரை மணி நேரம் எங்களது சுவாசத்தை இழந்த நிலையில் உயிர் பயத்துடன் கப்பலில் அமர்ந்து அவர்கள் சென்ற திசையையே பார்த்துக்கொண்டு நாங்கள் நடுக்கத்

துடன் அமர்ந்திருந்தோம். திடீரென எங்களுக்குத் துப்பாக்கி வெடிக்கும் சத்தம் கேட்டது. அவர்கள் வெகு தூரம் சென்றிருந்த தால், எங்களால் என்ன நிகழ்கிறதென்று புரிந்துகொள்ள முடிய வில்லை. அவர்கள் மீண்டும் எங்களை நெருங்கி வர, அரை மணி நேரம் பிடித்தது. அவர்களது தோட்டாவினால் பலியான முதலையை உடன் எடுத்து வந்தார்கள். அந்தச் சிறிய படகின் உள்ளே அந்த உயிரற்ற முதலை கிடந்தது. பின்னர் ரானோடா அந்த முதலையின் தோலை உரித்து ஒரு கைப் பெட்டியைத் தயாரித்துக் கொண்டார்.

ஒரு வாரத்திற்குப் பிறகு, நாங்கள் டைகர் பாயிண்டை அடைந்தோம். அங்குதான் மாட்லாவின் நதி நீர் வங்கக் கடலின் பிரம்மாண்டத்துடன் கலக்கிறது. எங்களுக்கு முன்னால் கிடந்த நீர் தொடுவானம் வரையில் விரிந்திருந்தது. எங்களுக்கு இடப்பக்கத்தில் நூற்றுக்கணக்கான மணற்குன்றுகளை உடைய சிறிய தீவு இருந்தது. நாங்கள் அந்தக் கடற்கரையில் குளித்தோம். அந்த முழு வெளியும் மௌனத்தில் உறைந்திருந்தது. அந்த மணற்குன்றுகளின் இடையில் நிறைய நேரத்தைச் செலவிட்டோம். மனித உயிரியக்கத்தில் இருந்து விடுபட்டு வெகு தூரம் வந்திருக்கிறோம் என்பதில் சந்தேகமே இல்லை.

அந்த நாட்களின் நினைவுகள் மிகுந்த மகிழ்ச்சிக்குள்ளாக்கு கின்றன. நாற்பத்தி ஐந்து வருடங்களுக்கு முந்தைய சுந்தர்பந்த் வனத்தினூடான என் பயணம் இன்னமும், அந்தப் பரவசமும், புதிர்மையும் குலையாமல் ஒரு குளிர் மேகத்திரளைப்போல என் இதயத்தில் வீற்றிருக்கிறது.

பள்ளிக் கால அனுபவங்கள்

ஒருவருடைய குழந்தைப் பருவம் எப்போது நிறைவடைகிறது? மற்றவர்கள் என்ன நினைக்கிறார்கள் என்று எனக்குத் தெரியவில்லை. ஆனால், என் மெட்ரிக் தேர்வுகளை எழுதி முடித்தவுடன் என் குழந்தைப் பருவம் முடிவுக்கு வந்துவிட்டதாகக் கருதுகிறேன். மெக்கானிக்ஸ் தொடர்பான பாடப் புத்தகத்தைக் கையில் ஏந்திய படியே வீட்டை அடைந்த நான், அந்தப் புத்தகத்தைத் தூக்கித் தரையில் வீசி எறிந்ததை நினைவில் வைத்திருக்கிறேன். யாரோ ஒருவர் இனியும் நான் குழந்தைத்தனங்களுடன் இருக்க முடியாது என்றும் சொன்னார்கள். விரைவிலேயே நான் கல்லூரிக்குச் செல்ல வேண்டியிருந்தது.

அதனால், என் சில பள்ளிக் கால நினைவுகளை மட்டும் பகிர்ந்து விட்டு, குழந்தைப் பருவத்தை நிறைவு செய்துவிடலாம் என்றிருக்கிறேன்.

முதல் முதலில் என்னைப் பள்ளியில் சேர்த்தபோது எனக்கு எட்டரை வயது ஆகியிருந்தது. முன்பொருமுறை ஒரு பெங்காலி திரைப்படம் பார்க்க என்னை அழைத்துச் சென்றிருந்த அதே மாமாதான் இப்போது பாலிகஞ்ச் அரசு மேல்நிலைப் பள்ளியில் கொண்டுபோய் சேர்த்துவிட்டார். என் வகுப்பாசிரியை (அப்போது அது ஐந்தாம் வகுப்பு என்று அழைக்கப்பட்டது, பின்னர் இப்போது அதனை ஆறாம் வகுப்பு என்று சொல்கிறார்கள்) எனக்காக சில கேள்விகளை எழுதி, நான்கு கணித வினாக்களையும் எழுதி என் கையில் கொடுத்தார். அதன் பிறகு என்னை நான்கு வெவ்வேறு அறைகளுக்கு அழைத்துச் சென்று ஒவ்வொரு கேள்விக்கான பதிலையும் தனித்தனி அறைகளில் எழுதச் சொன்னார்கள். குறிப்பிட்ட கால அவகாசத்திற்குப் பிறகு, ஒரு வகுப்பறையில் ஆங்கில பாடம் சொல்லிக் கொடுத்துக் கொண்டிருந்த அந்த ஆசிரியரை நெருங்கிச் சென்று என் பதில்கள் அடங்கிய குறிப்பைக் காண்பித்தேன். அந்த ஆசிரியை ஒருமுறை அந்தப் பதில்களைப் பார்த்துவிட்டு, தலையை உயர்த்தி அன்பாகப் பார்த்தார். என் பதில்கள் யாவும்

சரியானவை என்பதோடு, என்னை அந்தப் பள்ளியில் சேர்த்துக் கொண்டார்கள் என்பதும் அந்தப் பார்வைக்கு அர்த்தம்.

பதில்களை நான் எழுதியிருந்த காகிதத்தை எடுத்துக்கொண்டு, வகுப்பறைக்குச் சென்றபோது, அங்கு ஒருவன் அவனது பெயர் ராணா, தனது இருக்கையில் இருந்தபடியே உரக்க, "உனது பெயர் என்ன?" என்றான். நான் என் பெயரைச் சொன்னேன். 'வீட்டில் உன்னை என்ன பெயர் சொல்லி அழைப்பார்கள்?' மறுபடியும் அவன் மற்றுமொரு கேள்வியெழுப்பினான். அவனது அணுகுமுறை அடாவடித்தனமாக இருந்தது. ஒருவருடைய செல்லப்பெயரை பள்ளியில் வெளிப்படையாகத் தெரிவிப்பது எப்போதுமே நல்ல விளைவுகளை உண்டு பண்ணாது. ஆனாலும், அப்பாவியாக அவனிடத்தில் வீட்டில் என்னை அழைக்கும் பெயரைச் சொன் னேன். அவ்வளவுதான், அதன்பிறகு என் பெயரை வகுப்பறையில் இருந்த எவரும் ஒழுங்குடன் குறிப்பிட்டதே இல்லை. 'சத்யஜித்' என்று என்னை ஆசிரியர்கள் மட்டுமே அழைத்து வந்தார்கள்.

என்பள்ளி பெட்டுல்டா சாலையில் அமைந்த காவல் நிலை யத்தின் அருகில் இருந்தது. அதற்கு கிழக்கு புறத்தில், டேவிட் ஹேர் பயிற்சிக் கல்லூரி இருந்தது. அந்தக் கல்லூரியில் ஆசிரியர் பயிற்சி மேற்கொண்டிருந்த மாணவர்கள் வருடத்திற்கு ஒருமுறை எங்கள் பள்ளியில் வந்து வகுப்பெடுப்பது வழக்கமாக இருந்தது.

என் பள்ளிக் கட்டிடத்தைச் சுற்றி மிகப்பெரிய சுவர்களால் அரண்களை அமைத்திருந்தார்கள். விளையாட்டு மைதானம் தென் பகுதியில் இருந்தது. வான்வெளியாகப் பார்வையிட்டோம் என்றால், எங்கள் பள்ளி 'ஜி' வடிவத்தில் இருப்பதைப் புரிந்துகொள்ள முடியும். கீழ்ப் பகுதி பள்ளியின் பரந்த பொது அறையாகவும், மேற்புறம் வரிசையாக சில வகுப்பறைகளும் என எங்களது பள்ளி அமைக்கப் பட்டிருந்தது. பள்ளிக் காவலாளியின் அறை நுழைவாயிலில் இருந்து வலதுபுறத்தில் இருந்தது. இடதுபுறத்தில் பெரிய ஆலமரம் ஒன்றி ருந்தது. அதன் கீழ்ப் பகுதியைச் சுற்றி சிமெண்ட் தளம் கட்டி எழுப்பப்பட்டிருந்தது. அதன் மரத்தைச் சுற்றிப் பரந்த அளவிலான இடம் காலியாக இருந்ததால், மதிய உணவின்போது மாணவர்கள் அங்கு கற்களை வைத்து விளையாடுவார்கள். பள்ளி மைதானத்தில் நாங்கள் கால்பந்து, கிரிக்கெட், ஹாக்கி உள்ளிட்ட விளையாட்டு களை விளையாடுவோம். ஆண்டு விழா விளையாட்டுப் போட்டி களும் அந்த மைதானத்தில் நடைபெற்றது.

காவலாளியின் அறையைக் கடந்து சரளைக் கல் பாதையில் ஒருவர் நடக்கிறார் என்றால், அந்தப் பாதையின் முடிவில் இருந்து மூன்று அடி எடுத்து வைத்தால், அவரால் நீண்ட வராண்டாவைப்

பார்க்க முடியும். பள்ளியின் ஒரு முனையில் இருந்து மற்றொரு முனை வரை நீளும் பாதை அது. அந்த வராண்டாவின் வலது புறத்தில் வரிசையாக வகுப்பறைகள் அமைந்திருந்தன. வராண்டாவின் மையப் பகுதியை அடைந்துவிட்டால், இடதுபுறத்தில் நம்மால் பொது அரங்கத்தின் வாசல் கதவைப் பார்க்க முடியும்.

அந்த அரங்கில் நடக்கும் முக்கிய நிகழ்வு எதுவென்றால், ஆண்டு விழாப் போட்டிகளில் வெற்றி பெற்றோருக்கான பரிசளிப்பு நிகழ்ச்சிதான். அதைத் தவிர்த்து, வேறு சில கூட்டு வகுப்புகளுக்கும், சிறப்பு விருந்தினர்களின் உரை நிகழ்த்துவதற்கும், அதோடு, சரஸ்வதி பூஜையின்போது அளிக்கப்படும் சிறப்பு மதிய உணவுக்காகவும் பயன்படுத்தப்பட்டு வந்தது. ஒருமுறை இரண்டு வெளிநாட்டவர்கள் ஷேக்ஸ்பியரின் 'தி மெர்சன்ட் ஆப் வெனிஸ்' நாடகத்தில் இருந்து சில காட்சிகளை அரங்கேற்றம் செய்வதற்காக அங்கு வந்திருந்தார்கள். அறையில் வரிசையாகப் போடப்பட்டிருந்த மடக்கு நாற்காலிகளில் அமர்ந்தபடியே, வாழ்க்கையிலேயே முதல் முறையாக ஷேக்ஸ்பியரின் நாடகம் நடைபெறுவதைப் பரவசத்துடன் பார்த்துக் கொண்டிருந்தோம். திடீரென அவர்களுக்கு அருகில் நின்றிருந்த எங்களது ஆங்கில ஆசிரியர் புரோஜன் பாபு வெறித்த விழிகளுடன் தனது உதடுகளில் அந்த ஆங்கிலேயர்கள் மேடையின் மீது பேசிக் கொண்டிருந்த வார்த்தைகளை முணுமுணுப்பதை நான் பார்த்தேன். அவர் பல வருடங்களுக்கு முன்னதாக மனனம் செய்திருந்த ஷேக்ஸ்பியரின் அவ்வரிகளை நினைவுகூர்ந்து தனது நினைவாற்றலை பரிசீலனை செய்துகொண்டிருந்தார்.

ஒருநாள், சரஸ்வதி பூஜை தினமென்று நினைக்கிறேன் எங்களுக்கு சார்லி சாப்ளின் திரைப்படமொன்றைத் திரையிட்டுக் காண்பித்தார்கள். முந்தைய தினத்தில் பள்ளிக்கூட பியூன் திரையிடல் தொடர்பான குறிப்பை எடுத்துக்கொண்டு எங்கள் வகுப்பிற்கு வந்தார். அப்போது வகுப்பறையில் இருந்த ஆசிரியர் மரியாதைக்குரிய அஹமத். நாங்கள் அவரை அஹமத் சார் என்று அழைப்போம். அவர் அந்தக் குறிப்பை உயர்த்திப் பார்த்துவிட்டு, அதிலிருந்த வரிகளைச் சப்தமாக வாசித்து காண்பித்தார். 'மெசர்ஸ் கோட்வாக் கம்பெனியின் நன்மதிப்பை வெளிப்படுத்தும் விதமாக'. அஹமத் சார் அப்போது கோடாக் கம்பெனியை பற்றிக் கேள்விப் பட்டிருக்கவில்லை. கோடாக்கை அவர் ஏதோவொரு பெங்காலி வார்த்தை என்றே நினைத்துக்கொண்டார்.

வராண்டாவின் மேலிருந்து சில படிகள் கீழிறங்கினால், தகரக் கூரையொன்றின் அடியில் இரண்டு குடிநீர்த் தொட்டிகள் அமைந்திருக்கும். அதிலிருந்து தண்ணீரைத் தம்ளர்களில் பிடிக்க வேண்டு

மென்றால், ஒருவர் மிகத் தாழ்வாகக் குனிய வேண்டும். அந்த நீர்த் தொட்டிகளின் எதிரில் இருந்த சுவரையொட்டி, தச்சு வேலைக்கான பயிற்சிக்கூடம் ஒன்றிருந்தது. மரியாதைக்குரிய தாராபிடார் அவ்விடத்தில் ஆளுமை செலுத்திக் கொண்டிருந்தார். அங்கு அனைத்து வகையிலான கருவிகளும் இருந்தன. சுத்தியல், உளிகள், ரம்பம், மர வேலைப்பாடுகளுக்கான பொருட்கள் என அந்த அறையில் குவிந்திருக்கும். அந்தக் கருவிகளின் பெருத்த அலறல் சப்தம் பெரும்பாலான நேரங்களில் கேட்டபடியே இருக்கும்.

பள்ளியில் அவ்வப்போது ஒலிக்கவிடப்படும் மணி படிக்கட்டு முடியும் இடத்தில் முதல் தளத்தில், தொங்கவிடப்பட்டிருந்தது. பள்ளிக்கூட பியூன் மட்டும்தான் இந்த மணியை ஒலிக்கச் செய்ய முடியும். அந்த மணியின் அருகில் பொருத்தப்பட்டிருந்த இரும்புத் துண்டை அசைத்து மணியை ஒலிக்க விடச் செய்ய, மற்றொருமுறை இரும்புக் கருவியைப் பிடித்து சரியாக ஒருமுறை மட்டுமே இழுக்க வேண்டும். அந்தக் காவலர் அதனை எப்படி லாவகமாகச் செய்து வந்தார் என்பது இப்போதும் ஒரு மர்மமாகவே எஞ்சி இருக்கிறது.

பள்ளி அலுவலகமும், தலைமை ஆசிரியரின் அறையும் முதல் தளத்தில் இருந்தது. அலுவலகத்தில் இருந்த ஒரு அலமாரி முழுக்கப் புத்தகங்களால் நிறைந்திருந்தது. அதுவொரு நூலகத்தைப்போலவும் செயல்பட்டுக் கொண்டிருந்தது. அதில் இருந்த மூன்று புத்தகங்கள் சிந்துபாத், ஹெட்டேம்டாய், தாகோபார்ட் பள்ளியளவில் வெகு பிரபலமாகியிருந்ததால், அந்தப் புத்தகங்கள் மிகவும் பழசாகியும், பல இடங்களில் கிழிந்த நிலையிலும் இருந்தது. மூன்று புத்தகங்களும் ஒரே தொகுதியின் வெவ்வேறு பகுதிகளாகவே இருந்தன. சிந்துபாத் இப்போதும் வெகு பிரபலமாகவே இருக்கிறது. ஹெட்டேம்டாய் அவ்வப்போது ஒருசிலரால் குறிப்பிடப்படுகிறது. ஆனால், தாகோபார்ட் பற்றி அந்தப் பள்ளியை விட்டு வெளியேறியதன் பின்பாக, எந்தவொரு இடத்திலும் நாங்கள் கேள்வியுற்றிருக்கவில்லை.

புத்தகங்கள் பாதுகாக்கும் பகுதியும் அலுவலகத்தில் அமைக்கப் பட்டிருந்தது. ஒரு சுருளையான வரைகோல் குறிப்பேட்டின் அருகில் எப்போதும் இருந்தது. சிவப்பு, நீலம் மற்றும் கறுப்பு நிறங்களிலான கோடுகளை அந்தக் குறிப்பேட்டில் வரைய அந்தச் சுருளை வரை கோலைப் பயன்படுத்துவார்கள். எனக்கு மிகப் பெரிய பரவசத்தை அந்தக் காட்சிகள் அளித்துக் கொண்டிருந்தன.

மாடிப்படி ஏறியதும் இடதுபுறத்தில் தலைமை ஆசிரியரின் அறையும், அலுவலகமும் இருந்தது. வலதுபுறத்தில் பிற ஆசிரியர் களுக்கான அறையும், அதன் தொடர்ச்சியாக வகுப்பறைகளும் இருந்தன. மொத்தமாக எட்டு வகுப்பறைகள் அங்கு இருந்தன.

மூன்றாம் வகுப்பில் இருந்து, பத்தாம் வகுப்பு வரையிலான வகுப் பறைகளே அவை. ஒவ்வொரு வகுப்பிலும் முப்பது மாணவர்கள் பயின்று வந்தார்கள். காலையில் பத்து மணியளவில் வகுப்புகள் துவங்கிவிடும். மதியம் ஒன்று அல்லது இரண்டு மணிக்கு உணவு இடைவேளை விடுவார்கள். மாலையில் நான்கு மணிக்கு பள்ளி முடிவடைந்துவிடும்.

கோடை காலத்திற்குப் பின்னர், பள்ளி மீண்டும் திறக்கப்படும் போது, காலையில் ஒரு மணி நேரம் முன்னதாகவே வகுப்புகள் துவங்கிவிடும். முதல் வகுப்பை ஏழு மணிக்கெல்லாம் ஆரம்பித்து விடுவார்கள். அதிகாலையின் ரம்மியமான ஒளி அலைகள் ஊடுபாவும் அந்த வகுப்பறைகள் முற்றிலும் வழக்கத்துக்கு மாறாகக் காட்சியளிக்கும். ஆசிரியர்கள்கூட அதிக கடினமாக நடந்துகொள்ள மாட்டார்கள். சூரியன் மேலேற மேலேறத்தான் மனிதர்கள் மிக மோசமாக நடந்துகொள்ளத் துவங்குகிறார்கள். காலை வகுப்புகள் பேரமைதியுடனும், மனதுக்கு உகந்ததாகவும் எனக்கு இருந்தது.

எனினும், அனைத்து ஆசிரியர்களும் கடுமையாக நடந்துகொள் பவர்கள் இல்லை. அவர்கள் யாரையாவது தண்டிக்கிறார்கள் என்றால், நிச்சயமாக ஒவ்வொரு வகுப்பிலும் தவறாமல் நிறைந் திருக்கும் குறும்புத்தனமான மாணவர்களின் செய்கைகளினால்தான் அது நேர்ந்திருக்கும். இவ்வாறு மாணவர்களுக்கு அளிக்கப்படும் தண்டனைகள், குற்றத்தின் விளைவுகளை வைத்தோ அல்லது ஆசிரியர்களின் மனவோட்டங்களைப் பொறுத்தோ தீர்மானிக்கப் படும். கன்னத்தில் அறைந்துவிடுவார்கள், காதுகளைப் பிடித்து திருகுவார்கள், சிலரை மேசையின் மீது நிற்க வைப்பார்கள், சில அரிதான சந்தர்ப்பங்களில் ஒற்றைக் காலில் நிற்கச் சொல்லுவார்கள். இதுபோன்ற தண்டனைகள் எதுவும் எனக்கு அளிக்கப்பட்டதாக என்னால் நினைவுகூர முடியவில்லை. ஏனெனில், பொதுவாக எல்லோரும் என்னை ஒழுக்கப் பண்புகள் நிரம்பிய, அமைதியான மாணவன் என்றே கருதினார்கள்.

அந்தப் பள்ளியில் நான் பயின்ற ஆறு வருடங்களில் இரண்டு தலைமை ஆசிரியர்கள் பணிபுரிந்தார்கள். முதலாவது தலைமை ஆசிரியரின் பெயர் நாகேன் மஜூம்தார். அவரது மகன் நோனி கோபால் இப்போது 'சந்தேஸ்' இதழுக்காக எழுதிக் கொண்டிருக் கிறார். நாகேன் மஜூம்தார், ஒரு தலைமை ஆசிரியர் எப்படி இருப்பார் என்று நான் நினைந்திருந்தேனோ அதேபோலவே இருந்தார். சராசரியான உயரத்தில், பார்வையை உறுத்தாத நிறத்தில், வெண்ணிறத் தலைக்கேசத்துடன், அடர்த்தியான மீசை வைத்திருந்த அந்த மனிதர், எப்போதும் நீண்ட கழுத்துடைய சட்டையும், கால்

சட்டையும் அணிந்தே பள்ளிக்கு வருவார். அவர் சிரித்து ஒருவரும் பார்த்ததில்லை. மாணவர்கள் அவரை நோகாவுடன் ஒப்பிட்டுப் பேசுவது வழக்கம். ஒவ்வொரு பள்ளி இறுதித் தேர்வின் முடிவிலும் அனைத்து வகுப்புகளுக்கும் வருகை புரியும் அவர், தனது கையில் இருக்கும் பெரிய பட்டியலில் இருந்து அந்த வகுப்பறையில் முதல் மூன்று மதிப்பெண்களைப் பெற்றிருக்கும் மாணவர்களின் பெயர் களை அறிவிப்பார். எங்கள் வகுப்பறையை அவர் நெருங்கி வருகையில், அவரது காலடி ஓசை உண்டாக்கியிருந்த அச்சம் மிகுந்த பதற்ற உணர்வை என்னால் ஒருபோதும் மறக்கவே முடியாது.

நாகேன் மஜும்தாருக்குப் பிறகு, தலைமை ஆசிரியராக வந்தவர் ஜோகேஷ் சந்திர தத்தா. அவர் நாகேன் மஜும்தாரை விட மெலிதான உடலமைப்பைக் கொண்டவர். ஒரு தலைமை ஆசிரியர் எனும் பதவிக்கு பொருத்தமானவராக அவர் ஒருபோதும் எனக்குத் தோன்றியதில்லை. அவரது கால்சட்டை தொளதொளவென்று இருக்கும். அந்த நேரத்தில், எங்களது பாடப்பகுதியில் இடம் பெற்றிருந்த ரிப் வான் விங்கிலின் கதையைப் படித்துக் கொண்டி ருந்தோம். அந்தக் கதையில், காலிகஸ்கின்ஸ் (தளர்ந்த உடலுக்கு பொருத்தமற்ற ஆடை) என்றொரு கால்சட்டை குறிப்பிடப்பட்டி ருந்தது. நானூறு வருடங்களுக்கு முந்தைய அமெரிக்கர்கள் அந்த ஆடையை அணிந்திருந்தார்களாம். அந்தப் பெயர் எங்களை ஒருவகையில் கவர்ந்துவிட்டது என்றாலும், அந்தத் தோற்றம் எப்படி இருக்கும் என்பதை நாங்கள் ஒருவரும் அறிந்திருக்கவில்லை. ஆனால், ஜோகேஷ் சந்திர தத்தா பள்ளிக்கு தலைமை ஆசிரியராக வந்ததற்குப் பிறகு, ஒருவேளை காலிகஸ்கின்ஸ் என்பது அவர் அணிந்திருக்கும் கால்சட்டையைப் போன்று இருந்திருக்க வாய்ப் பிருக்கிறது என்று எங்களுக்குள்ளாக நாங்கள் பேசிக்கொண்டோம்.

ஜோகேஷ் சந்திரருக்கு மாணவர்கள் கஞ்சா என பெயர் சூட்டி யிருந்தார்கள். எனினும், அதன் காரணம் என்ன என்று எனக்கு இப்போது நினைவில்லை. ஒருவேளை அவரது பெயரான ஜோகேஷ் என்பது சுருக்கமாக ஜோகே என்று மாற்றப்பட்டும், பின்னர் மெல்ல மெல்லக் கஞ்சா என்பதாக மாறியிருக்கலாம் என்று கருதுகிறேன். எங்கள் எல்லோருக்கும் அவர் மீது மிகுதியான பயம் பெருகி யிருந்தது. ஒருமுறை, ஆசிரியர் ஒருவர் வரவில்லை என்பதால் அவரது இடத்தை நிரப்பும்விதமாக ஜோகேஷ் சந்திரர் வகுப்பெடுக்க வந்தார். அப்போதுதான் நாங்கள் நினைத்திருக்கும் அளவுக்கு அவர் அபாயகரமானவர் இல்லை என்பதை எங்களால் உணர முடிந்தது. சுவாரஸ்யமான பல தகவல்களை எங்களிடத்தில் அவர் பகிர்ந்து கொண்டார். அவரது முதல் கேள்வி, “பெங்காலி வார்த்தையான

ஜின்ஜி எங்கிருந்து வந்தது?" என்பதாக இருந்தது. ஜின்ஜி என்பது ஒரு உடை வகை என்பது எங்கள் எல்லோருக்கும் தெரியும் எனினும், அந்தப் பெயர் எப்படி உருவானது என்பதை நாங்கள் அறிந்திருக்க வில்லை. அவர் எங்களிடம் ஜின்ஜி எனும் சொல், குயொ்ன்சி எனும் ஆங்கிலச் சொல்லில் இருந்து உருவானதாகத் தெரிவித்தார். குயொ்ன்சி என்பது பிரான்சுக்கு நெருக்கமாக பிரிட்டீஷ் கால்வாயில் அமைந்திருக்கும் ஒரு சிறிய வாழும் நிலமாகும். அங்கிருந்த கப்ப லோட்டிகள் குறிப்பிட்ட வகையிலான ஆடையை அணிந்து கொள்வது வழக்கம். அங்கிருந்து இந்தப் பெயர் உருவானது" என்றார். அதன்பிறகு, முன்காலங்களில் பெங்காலிகள் அணியக் கூடிய ஆலுஸ்டர் எனும் நீண்ட கோட் பற்றியும் தகவல்களைப் பகிர்ந்துகொண்டார். இந்த வார்த்தை ஐரீஸ் பிராந்தியத்தில் இருந்த மக்கள் அணிந்த அதேவகையிலான உடை வகையில் இருந்து உருவானதாகத் தெரிவித்தார்.

அதற்குப் பிறகு, அவர் செய்த ஒரு செயல் எங்கள் எல்லோரை யும் ஆச்சர்யத்தில் மூழ்கச் செய்தது. பெங்காலி எண்களை ஒன்றி லிருந்து ஒன்பது வரையில் வரிசையாக எழுதிய ஜோகேஷ் சந்திரர், பின்னர் அவைகளைப் பகுதியளவில் அழித்துவிட்டார். இப்போதும் எழுத்துப் பலகையில் அந்த எண்கள் இருந்தன என்றாலும் அவை சில வடிவங்களிலான எழுத்துருக்களாக மட்டுமே எஞ்சியிருந்தன. இந்த வகுப்புக்குப் பிறகு, ஜோகேஷின் மீதான எங்களது மதிப்பீடுகள் வெகுவாக வளர்ந்திருந்தது.

தலைமை ஆசிரியருக்குப் பிறகு, நாங்கள் அதிகளவில் மரியாதை செலுத்திய மற்றொரு நபர் உதவி தலைமை ஆசிரியரான ஜோதிர்மோய் லாகிரி. அவரை நாங்கள் மிஸ்டர் லாகிரி என்றுதான் அழைப்போம். ஏனெனில், அவரளவுக்குப் பள்ளியில் மேற்கத்திய சிந்தனைகளால் தாக்கத்திற்கு உள்ளாகியிருந்த ஆசிரியர்கள் வேறு யாருமில்லை.

நெடுதுயர்ந்த, கவர்ச்சிகரமான, முகத்தில் முழு சவரம் செய்திருந்த வெளுப்பான நிறமுடைய அவர், எல்லா நாட்களிலும் தவறாமல் சூட்டும் டையும் அணிந்திருப்பார். அவரது மேலாடை மட்டும் சற்றே குட்டையாக இருக்கும். அதைத் தவிர்த்து வேறொரு குறையை அவரிடத்தில் ஒருவரால் கண்டுபிடிக்கவே முடியாது. பள்ளி நிகழ்வொன்றில் கலந்துகொள்ளும்போது, அவர் தனது கைகளை வயிற்றைச் சுற்றி அணைத்தபடி நின்று கொண்டிருந்தார். ஏதேனுமொரு தருணத்தில் கைத்தட்ட வேண்டுமென்றாலும் கூட கைகளைப் பிரிக்காமல், ஒரு கரத்தில் மற்றைய கரத்தின் மீது லேசான அளவில் மட்டுமே தட்டுவார்.

மிஸ்டர் லாகிரியின் ஆங்கில உச்சரிப்பு குறைகூற இயலாத அளவில் இருந்தது. அவர் எங்களுக்கு ஐவான்ஹோவைப் பற்றிச் சொல்லிக் கொடுத்தார். அதன் ஆசிரியர் வால்டர் ஸ்காட் எழுதியிருந்த பிரெஞ்சுப் பெயர்களை மிஸ்டர் லாகிரி உச்சரித்த விதம் மாணவர்களைப் பெரியளவில் கவர்ந்துவிட்டது. ஜோகேஷ் சந்திரர் ஓய்வு பெற்றதற்குப் பிறகு, லாகிரிதான் அப்பள்ளியின் புதிய தலைமை ஆசிரியராகப் பொறுப்பேற்றார். எனினும், அப்போது நான் பள்ளிக் கல்வியை முடித்துவிட்டேன்.

பிற ஆசிரியர்களும் அவர்களுக்கு உரித்தான பிரத்யேக திறன்களையும், குணவியல்புகளையும் கொண்டிருந்தார்கள். ஆங்கிலேய அரசாங்கத்தின் சட்ட விதிகளின்படி (அப்போது அவர்களது ஆட்சிதான் நடைபெற்றுக் கொண்டிருந்தது) பள்ளியில் சில கிருஸ்துவ ஆசிரியர்களும், சில இஸ்லாமிய ஆசிரியர்களும் ஹிந்து ஆசிரியர்களுடன் எங்கள் பள்ளியில் பணி செய்தனர். அஹ்மத் சார் இஸ்லாமிய ஆசிரியர்களுள் ஒருவர். அவருடைய முழுப் பெயர் ஜசீமுதீன் அஹ்மத். முன்பு நான் குறிப்பிட்ட கோடாக்கை கோட்வாக் என்று குறிப்பிட்ட அதே ஆசிரியர்தான் இவர். எங்களுக்கு பாடம் நடத்திய இஸ்லாமிய ஆசிரியர்களுள் மற்றொருவர் கவிஞரான குலாம் முஸ்தஃபா. அவர் ஒரு வருட காலம் எங்களுக்கு பெங்காலி கற்றுக் கொடுத்தார். அவரது கவிதை ஒன்று எங்களது பாடப் புத்தகத்தில் இடம்பெற்றிருந்தது. அதன் முதல் இரண்டு வரிகள் இவ்வாறு இருந்தன:

ஆழ்ந்த சிந்தனையில் லயித்திருந்த நான்,
புற உலகத்தை முற்றிலுமாக மறந்திருந்தேன்,
சிறிய குறுகலான பாதையில்,
சிறுமியொருத்தியைக் கண்ட பொழுது.

ஆசிரியர் முஸ்தஃபா முழுக் கவிதையையும், மிகுந்த உணர்ச்சிப் பெருக்குடன் வாசித்துக் காண்பித்தார். அவர் மிகவும் எளிய மனிதர் என்பதால், தனது உணர்வுகளை வெளிப்படையாக எங்களிடம் பகிர்ந்துகொண்டார். ஆனால், எங்கள் வகுப்பில் இருந்த துடுக்குத்தனங்கள் நிரம்பிய கோபால் எனும் மாணவனால், அவரை கேலி செய்யாமல் இருக்க முடியவில்லை.

“இது உண்மையா சார்? அதாவது நீங்கள் ஒரு சிறுமியைத் தேடி அலைந்தது?” என்று அவன் முஸ்தஃபாவிடம் கேள்வியெழுப்பினான்.

“ஆமாம். ஆமாம்” என்று அவனுக்குப் பதிலளித்த ஆசிரியர் முஸ்தஃபா, “ஒருமுறை குறுகலான பாதையில் நடந்து கொண்டிருந்தபோது, ஒரு சிறுமியின் மீது மோதிவிட்டேன்” என்றார்.

பதிலுக்கு கோபாலும், "ஓஹ்.. நீங்கள் அந்தச் சிறுமியின் மீது மோதிவிட்டீர்களா? சிறப்பான பணியைச் செய்திருக்கிறீர்கள் சார். உங்களுக்கு அது நல்லதுதான்" என்றான்.

இந்த உரையாடல் எப்படித் தொடர்ந்தது என்பதை என்னால், இப்போது விவரிக்க முடியாது. ஒரு தருணத்தில் மற்ற மாணவர்கள் அனைவரும் குறுக்கிட்டு, "ஏய்... கோபால்... உனது இருக்கையில் அமர்ந்து வாயை மூடு" என்று அவனைத் திட்டத் துவங்கி விட்டார்கள். அதன்பிறகு முஸ்தஃபா எவ்விதக் குறுக்கீடுகளுமின்றி தனது சொற்களை அடுக்கினார்.

எங்களுக்கு இரண்டு கிருஸ்துவ ஆசிரியர்கள் பாடம் எடுத் தார்கள். பிடி ராய் மற்றும் மனோஜ் பாபு. பிடி சாரின் இனிஷியல் பிப்ஹூதன் அல்லது பிதுதன் என்பதைக் குறிக்கும். அதுபோன்ற தொரு பெயரை நான் அதன்பிறகு கேள்வியுற்றதே இல்லை. அவர் எப்போதும் ஆங்கில வார்த்தைகளை நேர்த்தியாகவும், பிழை யின்றியும் பிறர் பேச வேண்டுமென்பதில் மிகுந்த கவனத்துடன் இருப்பார்.

மனோஜ் பாபுவின் சகோதரர் காவல்துறையில் பணி செய்து கொண்டிருந்தவர். எங்கள் பள்ளிக்கு அண்மையில் அமைந்திருந்த பள்ளியில்தான் அவர் காவலதிகாரியாக பணியில் இருந்தார். அவரது இரண்டு மகன்களான சுகுமார் மற்றும் ஷிஷிர் என் வகுப்பில்தான் பயின்றனர். அவர்கள் எப்போதும் எங்கள் பள்ளிக்கு சுவர் ஏறி குதித்துதான் வருவார்கள். சுகுமார் ஓட்டப் பந்தயப் போட்டிகளில் மிகுந்த கெட்டிக்காரன். அவன் நூறு மீட்டர் ஓட்டப் பந்தயத்தில் இரண்டு முறை தொடர்ச்சியாக வெற்றி பெற்றான். ஷிஷிர் அதிக குறும்புத்தனங்கள் செய்யக்கூடியவன். அதனால், கிட்டத்தட்ட தினமும் அவனது மாமாவின் தண்டனைகளுக்கு உள்ளாகியபடியே இருந்தான்.

மனோஜ் பாபு நாற்காலியில் அமர்ந்தபடி பாடம் எடுக்கும் வழக்கம் உடையவரில்லை. எப்போதும் கையில் புத்தகத்தை ஏந்தியபடி எங்களது இருக்கைகளுக்கு இடையில் நடந்தபடியேதான் அவர் பாடங்களை நடத்துவார். அவருக்கு ஒரு விநோதமான பழக்கமும் இருந்தது. அவ்வப்போது தனது வலக்கையை உயர்த்தி பின்புறக் கழுத்தின் மீது அடித்துக்கொண்டே இருப்பார். பூச்சியொன்றை அடிப்பதைப்போல அவரது செய்கை இருக்கும். அதேபோல, தனது சிந்தனையை எப்போதும் வெளியிலேயே படரவிட்டிருக்கும் அவர், எதற்கெடுத்தாலும், "வெரி குட்" என்று சொல்லுவார். எவராவது ஒரு மாணவர், "சில நிமிடங்கள் வெளியே சென்றுவிட்டு வரலாமா சார்?" என்று அவரிடத்தில் கேட்டால்

“வெரி குட்” என்பதுதான் அவரது பதிலாக இருக்கும். அதன்பிறகு, அமைதியில் ஆழ்ந்திருக்கும்போது, திடீரென இயல்புக்குத் திரும்பும் அவர், பற்களைக் கடித்துக்கொண்டு, அந்த மாணவனைப் பார்த்து கோபத்துடன், “வெளியில் போய் என்ன செய்யப் போகிறாய்?” என்பார்.

மேலும் இரண்டு ஆசிரியர்கள் எங்களுக்குப் பாடம் நடத்தினார்கள். அவர்கள் இருவரும் பண்டிதர்கள். அவர்களில் தலைமைப் பண்டிதர் எங்களுக்கு பெங்காலி பாடம் கற்பித்தார். எழுத்துப் பலகையில் படரும் அவரது அழகான கையெழுத்தை இப்போதும் நினைவில் வைத்திருக்கிறேன். அவர் அளவுக்கு அழகான பிறிதொரு ஆசிரியரின் கையெழுத்தை நான் பார்த்ததே இல்லை.

இரண்டாவது பண்டிதரை சில தெளிவற்ற காரணங்களால் நாங்கள் பயான் பண்டிட் என்று அழைத்து வந்தோம். நான் அந்தப் பள்ளியில் சேருவதற்கு வெகு காலம் முன்பிருந்தே அவருக்கு அந்தப் பெயர் இருந்துவந்ததால், என்னால் அப்பெயருக்கான உண்மையான காரணத்தைக் கண்டறிய முடியவில்லை. அவர் எப்போதும் இறுக்கமானவராகவும், துயரம் பெருகும் முகத்துடன்தான் காணப்படுவார். ஆனால், அவரால் வகுப்பை ஒரு கட்டுக்கோப்புக்குள் வைத்துகொள்ள முடியாதிருந்தது. ஒரு நாள் அவர், தனது அடித்தொண்டையில் இருந்து உரக்கக் குரலெழுப்பியதை என்னால் இன்னமும் நினைவுகூர முடிகிறது. அவர், “என் தொண்டையில் இருந்து ரத்தம் கசியத் துவங்கிவிட்டது. மேலும் என்னால் கத்த முடியவில்லை. நான் அதீத சோர்வுக்குள்ளாகி இருக்கிறேன். ஆனால், இன்னமும் நீங்கள் என் சொல்பேச்சைக் கேட்க மறுக்கிறீர்கள்?” என்றார்.

அவர் வெகு அரிதாகத்தான் மாணவர்களை அடிப்பார். ஆனால், ஒரு தருணத்தில் அஜய் என்கின்ற மாணவன் ஒருவனின் தலையில் அவர் பலமாகத் தாக்கிவிட, அவன் சுய நினைவின்றி மயக்கத்தில் விழுந்துவிட்டான். இந்தச் செய்தி பள்ளி முழுவதும் காட்டுத்தீயைப் போல பரவிவிட்டது. உணவு நேரத்துக்குச் சற்று முன்னதாக இந்தச் சம்பவம் நிகழ்ந்ததால், எங்களது மணி ஓசையைக் கேட்ட பிறகும், உணவுக்குச் செல்ல முடியாமல் இருந்தது. அஜய் சிவந்த முகத்துடன் தனது தலையைப் பிடித்துக்கொண்டு அமர்ந்திருந்தான். அவனைச் சுற்றிலும் மற்ற மாணவர்கள் அனைவரும் சூழ்ந்து நின்றிருக்க, கிட்டத்தட்ட சிறைபிடிக்கப்பட்ட நிலையில் ஆசிரியர் எங்களுக்கு மத்தியில் பதற்றத்துடன் நின்றிருந்தார். எங்கள் வகுப்பறை உள்பக்கமாகத் தாழிடப்பட்டது. அதனால், மற்ற வகுப்பு மாணவர்கள் அனைவரும் எங்களது வகுப்புக்கு வெளியில் குழுமி,

"பயான் பயான்" எனத் தொடர்ந்து தொந்தரவு அளிக்கும்விதமாக ஊளையிடத் துவங்கிவிட்டார்கள். பல நாட்களுக்கு எங்களது நினைவுகளில் உறைந்து போயிருந்த சம்பவம் அது.

சில ஆசிரியர்கள் வெவ்வேறு விதமான ஆயுதங்களை மாணவர்களுக்கு எதிராகப் பயன்படுத்தினார்கள். உடம்பில் அடிப்பதற்குப் பதிலாக, சில ஆசிரியர்கள் சொற்களால் அவர்களது மனதைக் களங்கச் செய்யும் விதமாகச் செயல்பட்டார்கள். ரமணி பாபு எனும் ஆசிரியர் ஒருவர் இதில் சிறந்து விளங்கினார். அவரது பார்வை எப்போதும் ஏளனம் மிகுந்ததாகவே இருக்கும். எப்போதும் அவமானப்படுத்தும் வகையிலான வார்த்தையைப் பிரயோகிக்க தயாராகவே இருப்பார். நாங்கள் அப்போது எட்டாவது படித்துக் கொண்டிருந்தோம். எங்களுடைய வகுப்பில் சஞ்ஜய் என்றொரு மாணவன் புதிதாகச் சேர்ந்திருந்தான். அவன் ஏதோவொரு வகையில், தாகூரின் குடும்பத்தைச் சேர்ந்தவனாகவும், அவரது உறவினனாகவும் இருந்தான். இயல்பாகவே, பிற மாணவர்கள் இதன் காரணமாகவே அவனைக் கேலி செய்யத் துவங்கிவிட்டார்கள். உண்மையைச் சொல்ல வேண்டுமென்றால், என்னையும் அவர்கள் விட்டு வைக்கவில்லை. நான் சுகுமார் ரேயின் மகன் மற்றும் உபேந்திர கிஷோரின் பேரன் என்றே பொதுவாக அறியப்பட்டேன். அதன்பிறகு, புகழ்பெற்ற ஹெச்.எம்.வி பாடகி கானக் தாஸ் என்னுடைய அத்தை என்பதும், அதிகளவில் அறியப்பட்ட கிரிக்கெட்டர் கார்த்திக் போஸ் என் மாமா என்பதும் வெளியில் தெரிந்துவிட்டது. இதனைக் கண்டுபிடித்ததன் பின்பாக, நிறைய மாணவர்கள் என்னை நெருங்கி வந்து, "அரசர் ஐந்தாம் ஜார்ஜ் உனது கொள்ளுத் தாத்தா என நாங்கள் கேள்விப்பட்டோம். அது உண்மையா?" என்று கேலியாகக் கேட்பார்கள்.

சஞ்ஜயின் விஷயத்துக்கு வருவோம். பெரும்பாலான தருணங்களில் அவன் எதிர்கொண்ட கேள்வியென்பது, "ரவீந்திரநாத் தாகூர் எந்த வகையில் உனது உறவினர்? நீ அவரது மருமகனா அல்லது வேறு எந்த வகையில் அவரது உறவினர்?" என்பதுதான். இரக்கத்திற் குரிய சஞ்ஜய்க்கு எதிராக இரண்டு விஷயங்கள் இருந்தன. முதலாவது அவனது பொலிவான தோற்றம். மற்ற மாணவர்களுடன் ஒப்பிடுகையில், அவனது சருமம் அதிகம் இளஞ்சிவப்பு நிறத்தில் பிரகாசமாக இருந்தது. இதைத்தவிர, தாகூரின் குடும்பத்தைப் பற்றி பொதுவாக எல்லோரும் குறிப்பிடும் கலை சார்ந்த அறிவார்ந்த சாதுர்யம் இவனிடம் துளியும் இல்லாதிருந்தது.

ரமணி பாபு விரைவாகவே இதனைத் தெரிந்துகொண்டார் என்பதால், சமயம் வாய்க்கும்போதெல்லாம் அவனைத் திட்டித்

தீர்த்துவிடுவார். "மிஸ்டர் தாகூர். இங்கே வா. மின்னுவதெல்லாம் பொன்னல்ல. இல்லையா? உனது காதுகளைப் பார். அவை இளஞ்சிவப்பு நிறத்தில் இருக்கின்றன அல்லவா? அதனை நான் மேலும் சிவப்பு பூக்கச் செய்யவா? நான் அதனைச் சற்றே கசக்கி விட விரும்புகிறேன். உனக்குச் சம்மதம்தானே?".

மாணவர்களில் மிக அடாவடியானவன் கூட ரமணி பாபுவின் வார்த்தைகளில் இருந்த விஷமத்தனங்களால் துணுக்குற்றுப் போவான். ஆனால், அதே பள்ளியில் நாங்கள் நெருங்கிச் சென்று உரையாட விரும்பிய ஆசிரியர்களும் இருந்தார்கள். புரோஜன் பாபு அவர்களில் ஒருவர். அவர் எப்போதாவது எங்களிடம் கடுமையாக நடந்துகொள்வார். வகுப்பறையில் மாணவர்களின் கூச்சல் அதிகமாகும்போது அவர், "பேசுவதை நிறுத்துங்கள், பேசுவதை நிறுத்துங்கள்!" என்று உரத்தக் குரலில் கத்துவார். இந்த வார்த்தைகள் எங்களை எந்த வகையிலும் காயப்படுத்தாது. ஒரேயொரு தருணத்தில் மட்டும் கட்டுக்கடங்காத கோபத்துடன் புரோஜன் பாபு ஒரு மாணவனைப் பார்த்து, "ஏய். இங்கே வா. உன்னைத்தான்.." என்று தன்னருகில் அழைத்தார்.

அந்த மாணவன் நிதானமாக தனது இருக்கையில் இருந்து எழுந்து, ஆசிரியர் மேசையின் அருகில் நெருங்கிச் சென்றான். எங்கள் யாருக்கும் அவன் தண்டிக்கப்படப்போகிறான் என்பது தெரியாது. ஒருவேளை அந்த மாணவன் வகுப்பறையின் ஒரு மூலையில் நிற்க வைக்கப்படலாம் என்று நாங்கள் நினைத்துக் கொண்டோம். ஆனால், புரோஜன் பாபு தனது தண்டனையைத் தெரிவிக்கும் முன்பாக, மற்றுமொரு மாணவன் தனது இருக்கையில் இருந்து எழுந்து அவனை நெருங்கி ஓடினான். "ப்ளீஸ் சார்" அவன் தனது கைகளை முன்னால் நீட்டி இறைஞ்சும் விதமாக, "இன்று மட்டும் அவனைத் தண்டிக்க வேண்டாம் சார். அவனை மன்னியுங்கள்" என்றான்.

புரோஜன் பாபு இருவரையும் மாறி மாறிப் பார்த்துக் கொண்டிருந்தார். அந்த மாணவனின் திடீர் வருகையை அவர் எதிர்பார்த்திருக்கவில்லை, "ஏன்... இன்றைக்கு அப்படி என்ன முக்கியமான நாள்?" என்று புரியாமல் கேட்டார்.

"இன்று அவன் சதம் அடித்திருக்கிறான் சார்!". அவ்வளவுதான் அதன்பிறகு அவர் அவனைத் தண்டிக்கவில்லை.

புரோஜன் பாபுவுக்கு ஒருமுறை ஜூரியாகச் செயலாற்ற அழைப்பு விடுக்கப்பட்டிருந்தது. அந்தத் தருணத்தில் மிகப் பிரபலமான கொலை வழக்கு ஒன்று நடந்து கொண்டிருந்தது. ஜூரியாகத் தேர்வு செய்யப்பட்ட அனைவரும், மறுத்துவிட்டனர்.

அதனால் புரோஜன் பாபு எங்களது சில வகுப்புகளில் பங்கேற்க முடியாமலானது. அவர் வழக்காடு மன்றத்துக்குத் தொடர்ச்சியாகச் செல்ல வேண்டியிருந்தது. ஒரு ஜமீன்தார் மிக மிக நாடகீய பாணியில் கொலை செய்யப்பட்டிருந்தார். ஹவ்ரா ரயில் நிலையத்தில் கூட்ட நெரிசல்களுக்கிடையில் புகுந்து அந்த ஜமீன்தாரின் உடலில் யாரோ ஒருவர் விஷ ஊசியைச் சொருகியிருந்தார். தினமும் பல கட்டுரைகள் இந்தக் கொலை நிகழ்வு தொடர்பாக எழுதப்பட்டன. சிறிய அளவிலான துண்டறிக்கைகள் அச்சிடப்பட்டு தெருமுனையில் விநியோகம் செய்யப்பட்டது. ஒவ்வொரு முறை புரோஜன் பாபு வழக்கு மன்றத்துக்கு சென்று திரும்பும்போதும், நாங்கள் அவரைச் சூழ்ந்துகொண்டு, வழக்கின் தகவல்களை விவரிக்கச் சொல்லி நச்சரிப்போம். அவரும் இந்த வழக்குடனான தனது அனுபவங்களைப் பகிர்ந்துகொள்ள எப்போதும் தயாராகவே இருந்தார்.

* * *

பாலிகஞ்ச் அரசு மேல்நிலைப் பள்ளியில் நான் பயின்ற காலத்தில் சீருடையெல்லாம் அறிமுகப்படுத்தப்படவில்லை. எங்களைப் போன்ற சிலர் கால்சட்டையையும், வேறு சிலர் முழு நீள தோத்திகளும் அணிந்துகொண்டு பள்ளிக்கு வருவார்கள். சில இஸ்லாமிய மாணவர்கள் பைஜாமா அணிந்திருப்பார்கள். தோத்திகளின் மேலாகச் சட்டை அணிவது வழக்கமாகவே இருந்தது. தங்களை முன்னிருத்திக்கொள்ள விரும்பிய மாணவர்கள் சட்டைக் காலரை உயர்த்தி விட்டுக்கொள்வார்கள். அதேபோல, விளையாட்டுகளில் சிறப்பாக செயலாற்றுகின்ற மாணவர்களும் சட்டைக் காலரை உயர்த்தி விடுவது வழக்கம். சில சீனியர் மாணவர்கள் விளையாட்டுகளில் திறன் மிகுந்தவர்களாக இருந்தார்கள். அதனால் எப்போதும் இவர்களது சட்டைக் காலர் உயர்ந்த நிலையிலேயே இருக்கும். கேஷோதாவுக்கு வித்தியாசமானதொரு மீசையும், தாடி முளைப்பதற்கான அறிகுறியும் தென்பட்டதால், எங்கள் எல்லோரையும்விட அவன் வயதில் பெரியவனைப் போல தோற்றமளித்தான். கிட்டத்தட்ட பத்தொன்பது அல்லது இருபது வயது இளைஞன் என அவனைக் கருதிவிடும் வாய்ப்புகள் அதிகமிருந்தது. நாங்கள் அவனை விட நான்கு வயதுதான் இளையவர்கள் என்றாலும், எங்களில் ஒருவருக்கும் தாடிக்கான அறிகுறி தென்படவில்லை. எதிர்காலத்தில் கூட முளைக்கும் சாத்தியமிருப்பதாக அப்போது தெரியவில்லை.

எல்லோரையும் விட சிறந்த முறையில் காலர் உயர்த்திய மனிதர் யாரென்றால், ஆசிரியர்களில் ஒருவர்தான். அவர் ஒரு டிரில்

மாஸ்டர். நான் அந்தப் பள்ளியில் சேர்ந்து மூன்று ஆண்டுகள் ஆகியிருந்த நிலையில், அவர் அங்கு வந்து சேர்ந்திருந்தார். எழிலூட்டும் கண்களுடன், கிட்டத்தட்ட ஒரு திரைப்பட நாயகனைப் போலிருந்த அந்த மாஸ்டரின் காலர் மிக நீண்டதாக இருந்தது. அவரது தோள்பட்டையைத் தொடும் அளவுக்கு காலர் நீண்டிருந்தது. அந்தக் காலரை அவர் உயர்த்தி விடும்போது விமானமொன்று பறக்க எத்தனிப்பதைப் போலிருக்கும்.

இன்று பிடி மாஸ்டர் என்று அழைக்கப்படுவது, அன்றைய காலத்தில் டிரில் மாஸ்டர் என்று அழைப்பதாக இருந்தது. வாரத்தில் இரண்டு அல்லது மூன்று முறை அவருடன் ஒரு மணி நேரம் மைதானத்தில் நாங்கள் செலவிடுவோம். அந்த டிரில் மாஸ்டர் ஒரு ராணுவ அதிகாரியைப் போல நடந்துகொண்டார். அணிவகுப்புகளில் எங்களை உட்படுத்தும் அவர், உயரம் தாண்டுதல் பயிற்சியை மேற்கொள்ள பணிப்பார். தரையில் இருந்து சில அடி உயரத்தில் ஊன்றப்பட்டிருக்கும் மூங்கில் கழியொன்றை நாங்கள் தாவிக் குதித்துத் தாண்ட வேண்டும். அந்த டிரில் மாஸ்டர், மாணவர்களில் கூச்ச சுபாவம் உடையவனைக் கண்டுபிடித்துவிட்டார் என்றால், உடனடியாக அவனைச் சுட்டிக் காட்டி, “நான் சொல்லுகிறேன். இப்போது குதி” என்று உரக்கக் குரல் கொடுப்பார். கடைசி வார்த்தையை இழுத்து உச்சரிப்பதன் மூலமாக, தனது கட்டளைக்கு கூடுதல் கனம் ஏற்படுவதாக அவர் கருதியிருக்க வேண்டும். அந்த டிரில் மாஸ்டர் குதிக்க வற்புறுத்துகின்ற மாணவர்களில் ஒருவனாக என் பெயர் எப்போதும் இருந்து கொண்டிருக்கும். சிறுவயதில் எனக்கு டெங்கு காய்ச்சல் கடுமையாக ஏற்பட்டதால், என் வலது கால் பாதிக்கப்பட்டிருந்தது. அதனால், தாண்டுதல், குதித்தல் போன்ற விளையாட்டுகளில் என்னால் ஒருபோதும் சராசரியாகக் கூட விளையாட முடிந்ததில்லை.

எதில் நான் சிறந்தவனாக விளங்கினேன் என்றால், ஓவியத் திறனில். அதனால்தான், என் ஓவிய ஆசிரியர் ஆஷு பாபு, நான் பள்ளியில் சேர்ந்ததில் இருந்தே என் மீது அலாதியான பிரியத்துடன் பழகி வந்தார். அவர் கிழக்கு பெங்காலில் இருந்து வந்தவர் என்பதால், அவரது உச்சரிப்பில் ‘ழீ’ எனும் சொல் ‘க்ஷ’ என்பதாகதான் இருக்கும். ஒன்றுக்கும் மேற்பட்ட முறை அவர் என்னிடத்தில் தெரிவித்த வார்த்தை என்னவென்றால், “பெயரிலும் சத்யஜித், செயலிலும் சத்யஜித்” என்பதுதான். என்னால் ஒருபோதும், “செயலிலும் சத்யஜித்” எனும் அவரது சொல்லுக்கான அர்த்தத்தைக் கண்டுபிடிக்கவே முடியவில்லை.

ஆஷு பாபு மிகவும் ஒல்லியான மனிதர். அவரது மூக்கு கூர்மையாக இருந்தது. அடர்த்தியான மீசையும், நீண்ட மெலிதான

கை விரல்களும், நீண்ட எண்ணெய் படிந்த தலைக்கேசமும் (கூந்தலைப் போல தொங்கிக் கொண்டிருந்தது) அவரது தோற்றமாக இருந்தது. முன் நெற்றி கிட்டத்தட்ட வழுக்கையைப் போலத்தான் இருந்தது. அவர் அரசு கலைக் கல்லூரியில் பயிற்சி பெற்றிருந்தவர். எனினும், அவருக்கு ஆங்கிலம் தெரியாதிருந்தது. பெரும்பாலான மாணவர் களுக்கு இந்த விஷயம் தெரிந்திருந்தது. அதனால் ஒவ்வொரு முறை வகுப்பறைக்கு அறிக்கை வரும்போதும், மாணவர்கள் கேலியாக, "சார் அறிக்கை வந்திருக்கிறது. வாசியுங்கள்" என்பார்கள். அந்த தருணத்தில், ஆஷு பாபு அறிக்கை கொண்டு வந்திருந்த மனிதரை அலட்சியமாகப் பார்த்துவிட்டு, உடனடியாக தனது கவனத்தை வேறொரு திசையில் குவித்துவிடுவார். சில நொடிகளுக்குப் பிறகே, திலீப்பை அழைத்து அந்த அறிக்கையை மாணவர்களுக்கு வாசித்துக் காண்பிக்கச் சொல்வார். திலீப்பே எப்போதும் அறிக்கை வாசிக்கும் மாணவனாக இருந்தான்.

ஒருநாள் ஆஷு பாபு என் ஓவியங்களில் ஒன்றைப் பார்த்து விட்டு, அதன் அருகில் 10 + F என்று குறிப்பிட்டார். உடனடியாக, மாணவர்கள் அனைவரும் என் ஓவியத்தைக் குனிந்து பார்த்துவிட்டு, ஆஷுவிடம், "10 + F என்பதன் பொருள் என்ன சார்?" என்று கேள்வியெழுப்பினார்கள். ஆஷு பாபு இறுக்கமான முகத்துடன் F என்றால் First (முதலிடம்) என்று அர்த்தம் எனத் தெரிவித்தார்.

ஆஷு பாபு பள்ளி ஆண்டு விழாவுக்கு சில தினங்கள் முன்பிருந்தே ரொம்பவும் பரபரப்பாகக் காணப்படுவார். பொது அறையை அலங்கரிக்கும் பொறுப்பு, மாணவர்கள் வரைந்த ஓவியங்களின் மூலமாக ஓவியக் கண்காட்சி ஒன்றினை ஏற்பாடு செய்தல் என பல பொறுப்புகள் அவரிடம் அளிக்கப்பட்டிருந்தது. நிகழ்வில் அரங்கேற்றப்படும் பல நிகழ்ச்சிகளில், பரிசு வழங்கும் தருணத்துக்கு முன்னதாக நடைபெறும் ஒரு நிகழ்ச்சிக்கு ஆஷு பாபுவும், பிற கலை மாணவர்களும் மிகுதியான ஈடுபாட்டைச் செலுத்தினார்கள். அது மியூசிக்கல் ஓவியம் என்று அழைக்கப் பட்டது. அது ஒவ்வொரு வருடமும் தவறாமல் நிகழ்ந்துவந்தது. அந்தப் பள்ளி திறக்கப்பட்ட நாட்களில் இருந்தே அந்த நிகழ்வும் துவங்கியிருக்க வேண்டுமென்று நினைக்கிறேன்.

மேடையில் ஒரு கறுப்பு பலகையை வைத்திருப்பார்கள். அதன் அருகில் வண்ண சாக்பீஸ்கள் குவித்து வைக்கப்பட்டிருக்கும். ஒரு மாணவர் பாடலொன்றைப் பாடிக்கொண்டிருக்க, மற்றொரு மாணவர் அந்தப் பாடலுக்கு பொருத்தமான ஓவியமொன்றை அந்தக் கரும்பலகையில் வரைந்து கொண்டிருப்பார். நான் அந்தப் பள்ளியில் படித்த அத்தனை வருடங்களிலும், ஒரே பாடலைத்

தொடர்ந்து அவர்கள் பாடுவதைக் கேட்டிருக்கிறேன். அது தாகூரின், "வெண்ணிற பனிப்படலம் காற்றில் பறந்தலைந்துக் கொண்டிருக்க, அத்தகையதொரு காட்சியை என் வாழ்நாளில் கப்பல் பயணத்தில் ஒருபோதும் நான் கண்டதில்லை" எனும் பாடல். ஹரி எனும் ஒரு மாணவன்தான் அந்தப் பாடலுக்கு தொடர்ச்சியாக ஓவியங்களை வரைந்து கொண்டிருந்தவன். அவன் என்னை விட மூன்று வயது பெரியவன். ஒரு பரந்த அரங்கத்தில் மனிதக் கூட்டத்தின் முன்னால் எவ்விதத் தடுமாற்றமும் இன்றி அப்படி வரைவது சாதாரண காரியமல்ல. ஆனால், அவன் வெகு இயல்பாக வரைந்து கொண்டி ருந்தான். ஒவ்வொரு வருடமும், பறந்தலையும் வண்ணங்களின் உதவியுடன் எளிதாக இந்தச் சூழலை அவன் கைக்கொண்டு வந்தான். 1933ஆம் ஆண்டில், தனது மெட்ரிக் கல்வியை நிறைவுசெய்துவிட்டு, பள்ளியில் இருந்து அவன் வெளியேறினான். அவனுடைய இடத்தை யார் நிரப்ப முடியும்? ஆஷு பாபு நான் அந்தப் பணியை மேற்கொள்ள வேண்டுமென நினைத்தார். எனினும், நான் மிகுந்த கூச்ச சுபாவம் உடையவன் என்பதோடு, மேடை நடுக்கமும் உள்ளூர இருந்து கொண்டிருந்தது. எப்போதாவது ஏதேனுமொரு காரணத்திற்கு எனக்குப் பரிசு அளிக்கப்பட்டால், மேடை ஏறி அதனைப் பெறுவதையும், பல நூறு மாணவர்களின் கண்கள் பார்க்கும்படி மீண்டும் மேடையில் இருந்து கீழிறங்கி என் இருக்கையை அடைந்து அதனில் அமர்வதும் என மேடை சார்ந்த சிந்தனையே எனக்கு மிகப்பெரிய அச்சத்தைத் தோற்றுவித்தது. இறுதியில், சுரஞ்சன் எனும் மாணவன், மியூசிக்கல் ஓவியம் வரையத் தேர்ந்தெடுக்கப்பட்டான். ஆனால், அந்த ஓவியம் முந்தைய காலங்களில் வரையப்பட்ட அதே ஆற்றில் பயணிக்கும் வெண்ணிறப் படகும், வெண்ணிற மேகத்திரளும், சூரியன் கீழிறங்குவதும், அதோடு இவையெல்லாம் மறுகரையில் இருந்து மரங்களின் ஊடே தெரிவதும் என அதே ஓவியத்தையே மீண்டும் இந்த மாணவனும் வரைய வேண்டியிருந்தது. சுரஞ்சன் தனது சிறப்பான பங்களிப்பை ஆற்றி னான் என்றாலும், ஹரியின் வீரியமிகுந்த கோடுகள் அதில் இல்லாம லிருந்தது.

வேறு இரண்டு நிகழ்வுகளும் ஆண்டு விழாக் கொண்டாட் டத்தில் வழக்கமாகக் கடைப்பிடிக்கப்பட்டு வந்தன. நான் பள்ளியில் இருந்து வெளியேறுவதற்கு மூன்று வருடங்கள் முன்பிருந்து அந்த இரு நிகழ்வுகளைத் துவங்கினார்கள். முதலாவது, மாஸ்டர் புலுவின் தபேலா கச்சேரி. மற்றது ஜெயந்தின் மாயாஜாலக் காட்சி. புலு என்னை விட வயதில் சிறியவன். ஆனால், ஜெயந்த் பெரியவன். புலு தனது ஏழு வயதில் இருந்து தபேலா இசை வகுப்புக்குச் சென்று

கொண்டிருந்தான். அவன் வளர்ந்ததற்குப் பிறகு, மிகப்பெரிய நிகழ்வுகளில் தனது இசைக் கச்சேரிகளை அவன் நிகழ்த்தினான்.

ஜெயந்தை விட நான் சில வருடங்கள் இளையவன் என்றாலும், அவன் தொடர்ச்சியாக இரண்டுமுறை ஆண்டுத் தேர்வில் தோல்வியுற்றதால் என் வகுப்பில் படித்துக் கொண்டிருந்தான். தேர்வுகளை எதிர்கொள்ளும்போதே, அவன் அனைத்துப் பாடங்களிலும் தோல்வியுறப் போகிறான் என்பது வெளிப்படையாகவே எல்லோருக்கும் தெரிந்திருந்தது. ஒருமுறை, அவன் தனது விடைத் தாளை அல்லாமல் தனது மடியின் மீதிருந்த வேறொரு பொருளை வெறித்துப் பார்த்துக்கொண்டிருக்கும் காட்சியை நாங்கள் எல்லோருமே பார்த்தோம். அவன் ஏன் அப்படி குனிந்த நிலையில் அமர்ந்திருந்தான்? புத்தகத்தைத் திறந்த நிலையில் தொடையின் மீது வைத்திருந்தானா? எங்களது தேர்வு நடைபெற்ற அறைக்கு வந்திருந்த தேர்வாளரும் அவன் தனது தொடையின் இடையில் பார்த்தபடி இருந்ததை அறிந்துகொண்டார். உடனடியாக அவனை நெருங்கிய அவர், "என்ன பார்க்கிறாய்?" எனக் கேட்டார். அப்போது எவரும் எதிர்பாராதபடி, அவன் ஒரு பெரிய வாழைப்பழத்தை எடுத்து காண்பித்து, 'காலை உணவுக்காக இதனை எடுத்து வந்திருக்கிறேன். அதனால் இது இங்கேதான் இருக்கிறதா அல்லது தொலைந்து விட்டதா என்பதைப் பரிசோதிக்கத் தொடையின் அடியில் பார்த்தேன்" என்றான்.

ஜெயந்த் தனது பத்தாவது வயதில் மாயாஜால கலையைக் கற்றுக்கொண்டான். அப்போதிருந்து தொடர்ச்சியான பயிற்சிகளையும் அவன் செய்துவந்தான். வழக்கமாக மேடையில் நிகழ்த்தும் மாயாஜால வித்தைகளைத் தவிர்த்து வேறு சிலவற்றையும் அவன் தெரிந்து வைத்திருந்தான். ஒருநாளில் பரிமல் எனும் மாணவன் திடீரென சுயநினைவிழந்து மயக்கத்தில் வீழ்ந்துவிட்டான். பரிமல் எங்கள் பள்ளியில் சேர்ந்து சொற்ப தினங்கள்தான் ஆகியிருந்தன. அவனது கழுத்தின் மீது குறிப்பிட்ட இரு இடங்களில் ஜெயந்த் தனது விரல்களை வைத்து அழுத்தியதுதான் அவனது மயக்கத்துக்கான காரணம் என்பது எளிதில் எல்லோருக்கும் தெரிந்துவிட்டது. ஜெயந்த் தனது செயலுக்கான விளக்கத்தை அளித்தான். கரோடிட் தமனிகளைத் தான் அழுத்தியதாகவும், அவ்விடத்தில் சில நொடிகள் தொடர்ந்து அழுத்தினால், மூளைக்குச் செல்லும் ரத்த ஓட்டம் சீர்குலைந்து, அந்த மனிதர் உடனடியாக தனது சுய நினைவை இழந்து குறிப்பிட்ட சில நொடிகள் மயக்கத்தில் உறைந்திருப்பார் என்று சொன்னான். ஆனால், அந்த அழுத்தம் தளர்ந்ததும் சில நொடிகளுக்குள்ளாக மீண்டும் அவர், இயல்புக்குத் திரும்பிவிடுவார் என்றும் சொன்னான்.

ஜெயந்த் கை குலுக்குவதன் வழியே செய்யக்கூடிய மாயாஜால வித்தைகளில் கூட சிறந்து விளங்கினான். ஆனால், அது மட்டுமே அல்ல. அவனது பிறந்தநாள் விழாவின்போது, அங்கு வருகை புரிந்திருந்த அசிட் எனும் சிறுவனின் வாயிலாகத்தான், ஜெயந்தின் முழுத் திறனை எங்களால் தெரிந்துகொள்ள முடிந்தது. ஜெயந்த் இரவு உணவுக்குப் பிறகு, காட்சியொன்றை நிகழ்த்துவதாக இருந்தான். ஆனால், உணவுக்கு முன்னதாகவே, கண்ணாடி தம்ளர் ஒன்றைக் கையிலெடுத்த ஜெயந்த், அதிலிருந்த நீரைக் குடித்துவிட்டு, மெல்ல அந்தக் கண்ணாடி தம்ளரையும் மென்று விழுங்கத் துவங்கி விட்டான். எங்கள் பள்ளியில் இருந்து அவன் விலகும் முன்பாகவே, கண்ணாடி தம்ளரை மென்று விழுங்கவும், ஆணிகளை விழுங்கவும் அவன் பயின்றிருந்தான். எனினும், நான் படிப்பை முடித்து சில வருடங்களுக்குப் பிறகு, ஜெயந்த் ஆசிட்டை விழுங்க முயற்சித்த போது, துரதிர்ஷ்டவசமாக உயிரிழந்திருக்கிறான். அவன் பயின்ற மாயாஜாலக் கலையே இறுதியில் அவனது உயிரை விழுங்கிவிட்டிருந்தது.

என் வகுப்பறையில் பயின்ற மற்றுமொரு சக மாணவனைப் பற்றியும் நான் குறிப்பிட்டாக வேண்டும். அவனது பெயர் அனில். அவனைப் பற்றி ஏதோவொரு விசேஷம் எப்போதும் இருந்து கொண்டிருந்தது. சிறுவயதில் அவனுக்கு ஏற்பட்டிருந்த தீவிர நோய்மையில் இருந்து விடுபட அவன் சில காலம் சுவிட்சர்லாந்தில் தங்கியிருந்தான். பின்னர் உடல் நிலையில் நல் விளைவுகள் உண்டானதன் பிறகு, 1933இல் மீண்டும் கல்கத்தாவுக்கு வந்து, எங்களது பள்ளியில் சேர்ந்துகொண்டான். அப்போது நான் எட்டாம் வகுப்பில் இருந்தேன். சஞ்ஜய்க்கு தாகூர் குடும்பத்தாருடன் தொடர்பு இருந்ததைப்போலவே, அனிலின் உறவினர் ஒருவர் மிகப் பெரிய செல்வந்தராக இருந்தார். பெங்காலியான அவரது பெயர் சத்யேந்திரபிரசன்னா சின்ஹா. இதன் காரணமாக, மாணவர்கள் அனிலையும் கேலி செய்வதில் இருந்து விட்டுவைக்கவில்லை. ஒருமுறை வரலாற்று வகுப்பு நேரத்தின்போது, ரோம் வரலாறு எங்களுக்குச் சொல்லிக் கொடுக்கப்பட்டது. ஆசிரியர் ஈத்ரூரா மற்றும் லார்ஸ் போர்செனாவின் பெயர்களை உச்சரித்த உடனேயே, மாணவர்களில் ஒருவன், "என்ன பெயர் சொன்னீர்கள் சார்? சின்ஹா பிரபுவா?" என்றான். உடனடியாக அனில் தனது இருக்கையில் இருந்து எழுந்து கேள்வி எழுப்பியவனின் தலையில் பலமாக அல்லாமல், லேசாகத் தட்டினான். உடனடியாக வகுப்பறை சிரிப்பலையால் நிறைந்தது. சின்ஹா பிரபு, அனிலுக்கு தாய்வழி தாத்தா ஆவார்.

அனில் தன்னளவில் கல்வியில் சிறந்த மாணவனாகத் திகழ்ந்தான். வெளிநாட்டில் சில வருடங்கள் தங்கியிருக்க நேர்ந்த தால், அவனது பெங்காலி மொழி உச்சரிப்பில் சிறிய தடுமாற்றம் உருவாகியிருந்தது. எனினும், ஆங்கிலத்திலும், கணித பாடத்திலும் அவன் சிறந்து விளங்கினான். செல்வந்தர் ஒருவருக்கு ஒற்றை மகனாக இருந்த அனில், எங்களால் கற்பனைகூட செய்து பார்க்க முடியாத எதுவொன்றையும் வெகு சுலபமாக அடைந்து விடும் வாய்ப்புகளைப் பெற்றிருந்தான். அந்த சமயத்தில், நெஸ்ட்லே சாக்லேட்ஸ் நிறுவனம் சிறிய திட்டமொன்றை அறிவித்திருந்தது. ஒரு அணா சாக்லேட் பையுடன் படம் ஒன்றை இணைத்திருந் தார்கள். ஒவ்வொரு படமும், உலக அதிசயங்கள் எனும் தொகுப்பின் தனித்தனி பாகங்கள். அவை அனைத்துப் படங்களையும் சேகரித்து, நெஸ்ட்லே நிறுவனத்தினர் கொடுக்கும் ஆல்பத்தில் ஒட்ட வேண்டும். நாங்கள் எல்லோரும் யார் முதலில் முழு ஆல்பத்தைத் தயார் செய்யப் போகிறார்கள் என்பதை அறிய ஆவலுடன் காத்திருந்தோம். இதில் நிலவிய சிக்கல் என்னவென்றால், ஒருமுறை நாம் சாக்லேட் வாங்கிச் சேகரித்து வைத்திருக்கும் படமே மீண்டும் வந்துவிடவும் சாத்தியமிருந்தது. முன்பே குறிப்பிட்டதுபோல அனில் செல்வந்தருக்கு மகனாகப் பிறந்தவன் என்பதால், அவனிடம் நூறு சாக்லேட் பைகளை வாங்குமளவுக்கு வசதி இருந்தது. அதனால், ஒரே நாளில் அவன் முழு படத்தையும் ஒட்டி ஆல்பத்தை நிறைவு செய்துவிட்டான். கனிவுமிகுந்த அனில், எங்கள் எல்லோரையும் அந்தப் படங்களை கையில் வைத்திருக்கவும், பார்க்கவும் அனுமதித் தான்.

மர டேபிளின் மீது நாங்கள் ஏற்படுத்தியிருந்த இங்க் குழிகளில் பேனா முனையை ஊற வைத்து குறிப்பேட்டில் நாங்கள் எழுதிக் கொண்டிருக்கும்போது, அனில் பவுண்டன் பேனாவைப் பயன் படுத்தி எழுதிக் கொண்டிருந்தான். அதேபோல ஐந்து ரூபாய் விலைக்கு விற்ற பாக்ஸ் கேமிராக்களைப் பார்ப்பது எங்களுக்கு பெரு மகிழ்வை அளித்துக் கொண்டிருந்தது. ஆனால், அனில் ஒருநாள் குறைந்தது ஐநூறு ரூபாய் மதிப்பிலான ஜெர்மன் லெய்சியா கேமிராவைப் பள்ளிக்கு கொண்டு வந்தான். சவுத் கிளப்பில் நடைபெற்ற டென்னிஸ் போட்டியொன்றின் பெரிதுபடுத்தப்பட்ட புகைப்படமும் அவனிடம் அப்போது இருந்தது. யோயோ எனும் விளையாட்டுப் பொருள் புழக்கத்துக்கு வந்தபோது, அவன் குறைந்தது எட்டு யோயோக்களையாவது வாங்கி இருப்பான். பின்னர், பல மாணவர்களும் இந்த எரிச்சலூட்டும் கருவியை வாங்கி விளையாடிக் கொண்டிருந்தனர். ஒருநாள் அனில் ஸ்கேட்டிங் ரோலர்களைப்

பள்ளிக்கு எடுத்து வந்திருந்தான். மதிய உணவுக்கு முன்பாக, அதனை எங்களது பாதங்களில் அணிந்துகொண்டு, வராண்டாவின் ஒரு பகுதியில் இருந்து மற்றொரு பகுதியில் விரைந்து ஓடிக் கொண்டிருந்தோம்.

உணவு இடைவேளையில் நாங்கள் நிறைய விளையாடுவோம். பல மாணவர்கள் உணவுகளைச் சிறிய பெட்டியில் வைத்து வீட்டில் இருந்து எடுத்து வந்தார்கள். என் நண்பர்களும், நானும் ஒரு பைசாவுக்கு இலைகளால் சுற்றித் தரப்படும் உருளைக்கிழங்கு பொரியலை வாங்கிச் சாப்பிடுவோம். அந்தப் பொட்டலத்தோடு சிறிய குச்சியும் தருவார்கள். உருளைக்கிழங்கை அந்தக் குச்சியால் குத்தி தூக்கிச் சாப்பிட வேண்டும்.

ஒருநாள் புதிய உணவுப் பொருள் ஒன்று விற்கப்படுவதை நாங்கள் பார்த்தோம். காகிதத்தில் சுற்றித் தரப்பட்டு பார்ப்பதற்கு வெண்ணெய் போல அது இருந்தது. ஹேப்பி பாய் என்று அழைக்கப் பட்ட ஐஸ்கிரீம்களே அவை. அதுவொரு இந்தியக் கம்பெனியால் தயாரிக்கப்பட்ட ஐஸ்கிரீம். அந்தக் கம்பெனி ஐஸ் கிரீம்களை விற்க சிறிய நடை வண்டிகளை அறிமுகப்படுத்திய துவக்க கால கம்பெனி களுள் ஒன்று. மிக விரைவாக, ஹேப்பி பாய் கல்கத்தா முழுவதும் விற்கப்பட்டது. காலமாற்றத்தில், ஹேப்பி பாயின் புகழ் மங்கி, மக்னோலியாவும், பின்னர் அதுவும் மறக்கப்பட்டு, குவாலிட்டியும், ஃபாரினியும் இப்போது புழக்கத்தில் இருக்கின்றன.

கற்களை வைத்து விளையாடும் விளையாட்டுதான் மதிய உணவு இடைவேளையின்போது வெகு பிரபலமாக இருந்தது. மற்றுமொரு பெருவாரியான மாணவர்களால் விரும்பப்பட்ட விளையாட்டு பம்பரம் விடுதல். கல்கத்தா நகரத்தின் மிகச் சிறந்த பம்பரம் உருவாக்கும் நிறுவனத்தை நடத்திக் கொண்டிருந்த குபி பாபு, ஒவ்வொரு நாள் மாலையிலும் மித்ரா அண்ட் முக்கர்ஜி எனும் பிரபலமான கடையொன்றின் வாசலில், தனது பம்பரங்களை விற்பனைக்கு வைத்திருப்பார். அவர் பம்பரம் சுழற்றுவதைப் பார்க்கும் வாய்ப்புக் கிடைத்திராத ஒருவர், எத்தனை அற்புதமாக பம்பரங்களைக் கையாள முடியும் என்பதைக் கற்பனைகூட செய்ய முடியாது. என் பள்ளியில் இருந்த மாணவர்கள் ஒருவர் மற்றவரது பம்பரத்தைச் சேதப்படுத்தும் வகையிலான விளையாட்டை செய்து கொண்டிருந்தார்கள். ஒரு பம்பரத்தை வைத்து மற்றொரு பம்பரத்தின் மேற்பகுதியை உடைப்பது அல்லது பம்பரத்தில் குத்துவது கிழிப்பது என விளையாடுவார்கள். அதேபோல, கயிறு ஒன்றில் சுழற்றி, காற்றில் அதனை ஒருகணம் சுழலச் செய்து, பின் சட்டென கையில் அதனை ஏந்தி, உள்ளங்கையில் சுழலும்

பம்பரத்தை மற்றொரு மாணவனின் கையில் சேர்ப்பது என அந்த விளையாட்டு அலாதியானது. ஒருமுறை காற்றில் வீசப்பட்ட பம்பரம், ஒரு மாணவனின் காலில் விழுந்து காயப்படுத்திவிட்டது. அவனது காலில் இருந்து ரத்தம் பீய்ச்சிக்கொண்டு வழிந்தோடியது.

பள்ளி மைதானத்தில் நிகழ்ந்த மற்றொரு விபத்தையும் இன்னமும் நினைவு வைத்திருக்கிறேன். ஒருமுறை பள்ளி ஆண்டு விழாப் போட்டியின்போது, சுஷந்தன் எனும் மாணவனுக்குப் பலமாக அடிபட்டுவிட்டது. பார்வையை மறைத்தபடியே ஓட்டப்பந்தயம் ஒன்றை எங்கள் பள்ளியில் நடத்துவார்கள். கறுப்புத் துணியால் கண்களை இறுக்கமாக மூடிக்கொண்டு, நாம் அந்த ஓட்டப் பந்தயத்தில் கலந்துகொள்ள வேண்டும். கல்வியிலும், விளையாட்டு களிலும் மிகச் சிறந்தவனாக விளங்கிய சுஷந்தன் கண்களில் துணியால் பார்வையை மறைத்துக்கொண்டு பிற மாணவர்களுடன் வரிசையில் நின்றிருந்தான். அவர்கள் நூறு மீட்டர் தூரம் ஓட வேண்டும். போட்டி ஆரம்பமானது. ஆனால், சுஷந்தன் மைதானத்தில் வரையப்பட்டிருந்த கோட்டில் இருந்து விலகி வேறு திசையில் ஓடத் துவங்கினான். இடதுபுறமாக மிக வேகமாக ஓடிக்கொண்டிருந்த அவனை நாங்கள் எல்லோரும் பார்த்தோம் என்றாலும், எங்களால் ஒன்றும் செய்ய முடியவில்லை. சுஷந்தனின் கண்கள் கட்டப்பட்டிருந்ததால், அவனாலும் எதையும் உணர முடியவில்லை. திடீரெனப் பார்வையாளர்கள் பகுதியில் யாரோ ஒருவர் எச்சரிக்கும் விதமாக அவனை நோக்கி குரலெழுப்பினார்கள். ஒரு நொடி அப்படியே ஓட்டத்தை நிறுத்திக்கொண்ட சுஷந்தன், பின் தான் பின்தங்கிவிடுவோம் என்று கருதி மீண்டும் வேகமாக ஓடத் துவங்கினான். பிறர் எவரும் எச்சரிக்கும் முன்பாக, வேகமாக ஓடிய சுஷந்தன் ஐம்பது அடி தூரத்தில் இடதுபுறத்தில் இருந்த சுவரின் மீது பலமாக மோதிவிட்டான். இப்போதும் அந்த நாளையும், அவனது தலை சுவரின் மீது மோதியபோது உண்டான அதிர்வேற் படுத்தும் ஒலியையும் நினைக்கையில், என் முதுகு தண்டு சிலிர்க்கிறது. அந்தப் போட்டியை அடுத்த ஆண்டே, பள்ளி முற்றிலுமாக தடை செய்து ஒழித்துக்கட்டியது.

* * *

பள்ளியில் சேர்ந்திருந்த முதல் நான்கு வருடங்கள் போகுல் பாகனில் இருந்த ஷோனா மாமாவின் வீட்டில்தான் நான் தங்கியிருந்தேன். அதன்பிறகு, நான் ஒன்பதாம் வகுப்பு படிக்கத் துவங்கியபோது அவர் எங்கள் எல்லோரையும் உடன் அழைத்துக் கொண்டு, பெல்டோலா சாலைக்கு குடிபெயர்ந்துவிட்டார். புதிய

வீடு மிகப் பெரியதாக இருந்தது. பக்கத்து வீட்டில் வசித்து வந்த சுதீர் ரே, சுதந்திரப் போராட்ட வீரரான தேஷ்பந்து சித்தரஞ்சன் தாஸின் மருமகன். சுதீர் ரே வெளிர் மஞ்சள் நிற கார் ஒன்றை வைத்திருந்தார். அதுதான் நான் பார்த்த முதல் மெர்சிடிஸ் பென்ஸ் கார். அவருக்கு இரண்டு மகன்கள் இருந்தார்கள். மானு மற்றும் மோண்டூ எனும் அவர்கள் மிக விரைவாகவே என் நண்பர்களாக மாறிவிட்டார்கள். தனது தந்தையைப் போலவே மானுவும் பிற்காலங்களில் வழக்கறிஞராக சிறிது காலம் பணியாற்றிவிட்டு, பின்னர் அரசியலில் இணைந்து, பெங்காலின் முதல் அமைச்சராகவும் மாறிவிட்டார். எல்லோருக்கும் இப்போது அவரை சித்தார்த்தா ஷங்கர் ரே எனும் பெயரில்தான் தெரியும்.

பெல்டோலா சாலையில் ஒரு விளையாட்டு கிளப் இருந்தது. நாங்கள் அங்கு குடிபெயர்ந்த உடனேயே, அந்தக் கிளப்பில் இணைந்துகொள்ளும்படி எனக்கு அழைப்பு வந்தது. மானுவும், மோண்டூவும் முன்னதாகவே அந்தக் கிளப்பில் உறுப்பினர்களாக இருந்தார்கள். மற்றொரு வழக்கறிஞரான நிஷ்ஷித் எங்கள் வீட்டில் இருந்து ஓரிரு வீடுகள் தள்ளிக் குடியிருந்தார். அவருக்கு உரிமையாக இருந்த பெரிய அளவிலான மைதானத்தில் நாங்கள் கிரிக்கெட்டும், ஹாக்கியும் விளையாடுவோம். மானுவின் வீட்டில் இருந்த சிறிய வெளியில் பேட்மிண்டன் விளையாடுவோம். நிஷ்ஷித் சென்னின் மகன்கள் மற்றும் மைத்துனர்கள் சுனி, புனு, அனு எல்லோரும் கிளப்பில் முன்னதாகவே உறுப்பினர்களாக இருந்தார்கள். கிளப்பின் உறுப்பினர்களில் பலரும் சாட்டர்ஜியின் குடும்பத்தைச் சேர்ந்தவர் தான். நிலு, போலு, ஆனந்த் மற்றும் கோபால் ஆகியோரும் கிளப் உறுப்பினர்களே. பள்ளியிலும் எனக்கு நிறைய நண்பர்கள் உருவாகியிருந்தார்கள். அவ்வப்போது, என் பள்ளி நண்பர்கள் என்னைப் பார்க்க வீட்டிற்கு வருவது வழக்கம். அவர்கள் எப்போதும் வாசலில் நின்றபடியே, “மாணிக், நீ வீட்டில் இருக்கிறாயா?” என்று சப்தமாகக் கேட்பார்கள். இப்போது, என் பள்ளி நண்பர்களையும், வீட்டருகில் புதிதாகக் கிடைத்திருக்கும் நண்பர்களையும் இணைத்து எங்களது குழு மிகப் பெரிய நண்பர்கள் குழுவாக விரிவு கண்டு விட்டது.

கிளப்பில் அருண் என்றொருவன் இருந்தான். அவனது புனைபெயர் பானு. அவன் சவுத் சப் அர்பன் பள்ளியில் பயின்று வந்தான். என்னை விட நான்கு வயது மூத்தவன் என்றாலும், நான் பயின்ற அதே ஒன்பதாம் வகுப்புதான் அவனும் பயின்றுவந்தான். பலமுறை தேர்வுகளில் தோல்வியுற்றிருந்ததால், அவன் ஒரே வகுப்பில் பல வருடங்களாக இருக்க வேண்டியிருந்தது. அவனுடன்

எவரும் நட்பு பாராட்டவில்லை. ஒருவேளை அவனது அறிவு குறைபாடு அதற்கொரு காரணமாக இருக்கலாம். ஆனால், ஒருநாள் அவன் டம் டம் மிதவை கிளப்பில் இணைந்து, விமானம் இயக்கக் கற்றுக் கொண்டான். அவன் எங்களை அந்தக் கிளப்பின் ஆண்டு விழாவுக்கு வருமாறு அழைப்பு விடுத்தான். அங்கு அவன் இரண்டு இருக்கை கொண்ட சிறிய அளவிலான விமானத்தில் எங்களை அமரச் செய்து, தரையில் இருந்து சில அடிகள் உயரமாக தனது விமானத்தைப் பறக்கச் செய்தான். பின்னர், மிக அதிக வேகத்துடன் விமானத்தைத் தரையை நோக்கி ஓட்டினான். நாங்கள் எல்லோரும் திகைத்துப்போய் விட்டோம். அந்த விமானத்தில் இருந்து பலமான இரைச்சல் வந்தபடியே இருந்தது. மீண்டுமொருமுறை எங்களை அவன் விமானத்தில் ஏற்றிப் பறக்கச் செய்தான். அந்தச் சம்பவத்திற்குப் பின்னர், எல்லோரும் அவனை மரியாதையுடன் நடத்தத் துவங்கிவிட்டோம்.

அந்த நாட்களில், அரசு விதிகளின்படி, பதினைந்து வயதுக்கு குறைவானோர் மெட்ரிகுலேஷன் தேர்வு எழுத முடியாது. எங்களது தேர்வு 1936ஆம் வருடம் மார்ச் மாதத்தில் நடைபெறுவதாக இருந்தது. அப்போது எனக்கு பதினான்கு வயது பத்து மாதங்கள் ஆகியிருந்தது. விதிகளின்படி பார்த்தால், என்னால் தேர்வெழுத முடியாது. மீண்டும் ஒரு வருடம் என் விரல்களை நெட்டி முறுக்கிய படி வீணாக அதே பள்ளியில் கழிக்க வேண்டும். நினைக்கவே சகிக்க முடியாததாக இருந்தது. நாங்கள் ஒரு வழக்கறிஞரைச் சந்திக்கச் சென்றிருந்தால் என் வயதில் சில மாற்றங்களைச் செய்து, தேர்வெழுத என்னைத் தயார் செய்துவிடுவார். ஆனால், என் தாயார் இதுகுறித் தெல்லாம் எதுவும் அறிந்திருக்கவில்லை. ஆனால் நம்ப இயலாத வகையில் திடீரென, மெட்ரிகுலேஷன் தேர்வு எழுதுவதற்கான வயது கட்டுப்பாடு முற்றிலுமாக நீக்கப்பட்டது.

பள்ளிக் கல்வியை நிறைவு செய்து பத்து வருடங்கள் கடந்ததற்குப் பிறகு, மீண்டுமொருமுறை நான் பள்ளிக்குச் செல்ல வேண்டி யிருந்தது. கிட்டத்தட்ட மறு இணக்க கூட்டத்தைப்போல, அன்றைய பிற மாணவர்களின் சந்திப்பு ஒத்திருந்தது. நான் பொது அறைக்குள் நுழைந்தபோது, பரவசமான உணர்வலை எனக்குள் உண்டானது. இந்தச் சிறிய அறையா முன் காலத்தில் மிகப்பெரியதாக எனக்குத் தோன்றியது? என் தலை அவ்வறையின் கூரையைத் தொடுமளவுக்கு இருந்தது. அந்த அறையும் அந்தக் கதவுகளும் மட்டுமல்ல, அதன் வராண்டா, வகுப்பறைகள், மேசைகள், மாணவர்களுக்கான இருக்கைகள் அனைத்தும் என் நினைவுகளில் நிறைந்திருக்கும் அளவில் இருந்து மிகச் சிறியதாக என் முன்னால் கிடந்தது.

அதன் காரணத்தை அறிந்துகொள்ள சில காலம் எனக்குத் தேவையாய் இருந்தது. நான் பள்ளிக் கல்வியை முடித்தபோது, என் உயரம் ஐந்தடி மூன்று அங்குலமாக இருந்தது. இப்போது பத்து வருடத்திற்குப் பிறகு, என் உயரம் கிட்டத்தட்ட ஆறு அடி ஐந்து அங்குலமாக இருக்கிறது. இயல்பாக, பள்ளி வளர்ந்திருக்கவில்லை. நான்தான் வளர்ந்திருந்தேன்.

அதன்பிறகு, என் பழைய பள்ளிக்கூடத்திற்கு நான் ஒருபோதும் செல்லவே இல்லை. ஒரு மனிதர் குறிப்பிட்ட ஒரு இடத்தின் மீது பெரும் நினைவலைகளைக் கொண்டிருக்கும்போது, மீண்டும் அங்கு திரும்பிச் செல்வது அதீத உற்சாகத்தை வழங்குவதோடு, நெகிழ்வுக் குள்ளாக்கவும் செய்யும் என்பது எனக்குத் தெரியும். அது பெரும் நினைவுத் தொகுப்புகளுக்குள் மீண்டும் உள்நுழைந்து, உங்களது கடந்த கால வாழ்க்கையை மீண்டும் தொடர்வதைப் போன்றது.

திரைப்படங்களை உருவாக்குதல்

அறிமுகம்

ஒட்டுமொத்தமான திரைப்பட உருவாக்கத்தை நாம் மூன்று பகுதிகளாகப் பிரிக்கலாம். முதலாவது, திரைக்கதை எழுதுவது. இரண்டாவது, எழுதியவற்றைப் படமாக்குவது, மூன்றாவது படம் பிடிக்கப்பட்ட காட்சிகளைத் தொகுத்து முழுமையாக்குவது.

திரையில் நாம் பார்க்கும் திரைப்படங்கள் முதலில் கதை வடிவத்தில் எழுதப்படும். இதனைத் திரைக்கதை என்று குறிப்பிடு வார்கள். படப்பிடிப்பு துவங்கியதும், ஒவ்வொரு காட்சியும், திரைக் கதையைச் சார்ந்தே படம்பிடிக்கப்படும். கேமிராவின் உதவியுடனும், சப்தங்களைப் பதிவு செய்யும் கருவிகளின் உதவியுடனும் இது நிகழ்த்தப்படுகிறது. இதைத்தான் நாம் படப்பிடிப்பு என்கிறோம்.

படப்பிடிப்பு நிறைவடைந்ததும், நம் முன்னால் குவிந்திருக்கும் காட்சித் துணுக்குகளை முன்னர் நாம் எழுதிய திரைக்கதையின் வடிவத்தில், வரிசையாகக் கோர்க்க வேண்டும். இறுதியில், திரையில் நாம் பார்க்கும் முழுமையான திரைப்படம் தயாராகிவிடும்.

படப்பிடிப்பு நிகழ்த்துவதுதான், ஒட்டுமொத்த திரைப்பட உருவாக்கத்திலேயே மிகவும் சிரமம்மிகுந்த, அதிக உழைப்பைக் கோருகின்ற செயல்பாடு. சில தருணங்களில், இந்தப் படப்பிடிப்பு ஸ்டூடியோவைத் தவிர்த்துவிட்டு, இயற்கை சூழலில் வெளிப்புறங் களிலும் நிகழ்த்தப்படும்.

கடந்த இருபத்தி ஐந்து வருடங்களில், என் திரைப்படங்களைப் படமாக்குவதற்காக, நமது தேசத்தின் பல்வேறு இடத்திற்கு நான் பயணம் செய்திருக்கிறேன். அதிலும், என் மூன்று திரைப்படங் களுக்காக நான் அதிகளவில் பயணம் மேற்கொள்ள வேண்டி யிருந்தது. கூப்பி கெய்ன் பாகா பைன், சோனார் கெல்லா மற்றும் ஜெய் பாபா ஃபெலுநாத். இந்தப் புத்தகத்தில், படப்பிடிப்புத் தளங்களில் நிகழ்ந்த புதிரான மற்றும் சுவாரஸ்யம் மிகுந்த பல தருணங்களைப் பகிர்ந்து கொள்ளப் போகிறேன். பிர்பூம் கிராமத்தில்

எங்களுக்கு நிகழ்ந்த அனுபவங்களையும், வாரணாசியின் குறுகலான பாதைகளில் பயணித்த சம்பவங்களையும், மேற்கு ராஜஸ்தானின் பரந்த விரிந்த பாலைவனங்களில் எங்களுக்கு நேர்ந்த நிகழ்வுகளையும், அதோடு பரவசமிகுந்த சிம்லாவின் பனிப்புகைச் சூழ்ந்த மலைத் தொடர்களையும் பற்றி பகிர்ந்துகொள்ளப் போகிறேன்.

இதுபோன்ற அனுபவங்கள்தான், நெருக்கடி அதிகமிருந்த பணிச் சூழலைச் சரியாகக் கையாளவும், எங்களது படப்பிடிப்பு சார்ந்த வேலைகளை வெற்றிகரமாக நிறைவு செய்யவும் கை கொடுத் திருக்கின்றன.

அப்புவுடன் இரண்டரை வருடங்கள்

என் முதல் திரைப்படமான பதேர் பாஞ்சாலி இரண்டரை வருடங்களில் உருவாக்கப்பட்டது. எனினும், அந்த இரண்டரை வருடங்கள் நாங்கள் தொடர்ச்சியாகப் படப்பிடிப்பை நிகழ்த்த வில்லை. அப்போது நான் ஒரு விளம்பர நிறுவனத்தில் வேலை பார்த்துக்கொண்டிருந்தேன். அதனால், எங்களால் வார இறுதியில் அல்லது பணியில் இருந்து விடுப்பு எடுத்து மட்டுமே படப்பிடிப்பை மேற்கொள்ள முடிந்தது. எங்களிடம் போதிய பணமும் இல்லாதி ருந்தது. எங்கள் கையிலிருக்கும் பணம் முழுவதும் செலவழிக்கப் பட்டுவிட்டது என்றால், மீண்டும் ஒரு தயாரிப்பாளர் கிடைக்கும் வரையில் பொறுமையுடன் காத்திருப்பதே எங்களது வாடிக்கையாக இருந்தது.

அதேபோல, படப்பிடிப்பைத் துவங்குவதற்கு முன்னதாக, திரைப்படத்துக்கு ஏற்ற பொருத்தமான நடிகர்களைத் தேர்வு செய்வது மிகப்பெரிய சவாலாக இருந்தது. அப்பு கதாபாத்திரத்தை ஏற்று நடிக்க பொருத்தமான ஆறு வயது சிறுவனைத் தேடுவது சாத்தியமே இல்லை என்றானபோது, நாங்கள் செய்தித்தாள்களில் விளம்பரம் அளித்தோம்.

கல்கத்தாவில் இருந்த ராஷ்பேகாரி வளாகத்தில் ஒரு அறையை வாடகைக்குப் பிடித்துக்கொண்டோம். ஒவ்வொரு நாள் மாலை யிலும் பல சிறுவர்கள் எங்களது திரைப்படத் தேர்வுக்காக அங்கு அழைத்து வரப்பட்டார்கள். ஏராளமான சிறுவர்களைத் தொடர்ச்சி யாகப் பார்த்துக்கொண்டிருந்தோம் என்றாலும், அப்பு கதாபாத்தி ரத்திற்குப் பொருத்தமான ஒருவனை எங்களால் அடையாளம் காண முடியவில்லை. ஒருநாள் ஓரளவுக்கு அப்பு கதாபாத்திரத்திற்கு பொருந்தக்கூடிய சிறுவன் ஒருவன் எங்களது அறைக்கு வந்திருந் தான். அவனது கழுத்தில் பவுடர் அப்பிக்கிடந்தது. இது எனக்கு சந்தேகத்தைக் கிளப்பி விட்டது. நான் அவனிடத்தில், “உனது பெயர் என்ன?” என்றேன். அந்தக் குழந்தை, “தியா” எனப் பதிலளித்தது.

அந்தக் குழந்தையை அங்கு கூட்டி வந்திருந்த பாதுகாவலரை, "தியாவுக்கு சமீபத்தில்தான், முடிவெட்டப்பட்டதா?" என்று கேட்டேன். அதற்கு மேலும் உண்மையை மறைக்க முடியாத சூழல் நிலவியதால் அவர் உண்மையை ஒப்புக்கொண்டார். என் எதிரில் அமர்ந்திருந்த தியா சிறுவன் அல்ல, சிறுமி. அவளது பாதுகாவலர் அவளுக்கு சிகை அலங்காரம் செய்து ஆண் வேடம் போட்டு, அப்பு கதாபாத்திரத்தில் எப்படியும் தேர்வாகிவிட வேண்டும் என்பதற்காக அழைத்து வந்திருந்தார்.

விளம்பரம் வெளிவந்த பின்பும், எந்தவிதமான சாதகமான பயனும் ஏற்படாததால், கிட்டத்தட்ட திரைப்படம் இயக்கும் எண்ணத்தைக் கைவிடலாம் எனும் நிலைக்கு நாங்கள் வந்து விட்டோம். ஆனால், ஒருநாள் என் மனைவி மிகத் தற்செயலாக எங்களது வீட்டின் மொட்டை மாடிக்குச் சென்றிருந்தபோது அங்கொரு சிறுவனைப் பார்த்துவிட்டு, கீழிறங்கி வந்து, "பக்கத்து வீட்டு மாடியில் ஒரு சிறுவன் விளையாடிக் கொண்டிருக்கிறான். ஏன் நீங்கள் அவனை அழைக்கக்கூடாது?" என்றாள். இவ்வாறு தற்செயலாக எங்கள் வீட்டின் அருகில் வசித்துவந்த சுபீர் பானர்ஜி எனும் சிறுவன் அப்பு கதாபாத்திரத்துக்கு தேர்வாகிவிட்டான். முதலில் நாங்கள் படப்பிடிப்பைத் துவங்கியபோது, இந்தத் திரைப்படம் இரண்டு வருடங்கள் வரையில் நீளப் போகிறது என்று நாங்கள் எதிர்பார்த்திருக்கவில்லை. ஆனால், மாதங்கள் உருண் டோட அப்பு மற்றும் துர்கா கதாபாத்திரங்களில் நடித்த சிறுவர்கள் இருவரும் வளர்ந்துவிடுவார்களோ என்ற கவலை எங்களிடத்தில் மேலோங்கியிருந்தது. ஏனெனில், அவர்களது உடலில் உண்டாகின்ற மிகச் சிறிய மாறுதல்கூட படத்தின் தொடர்ச்சியை வெகுவாகப் பாதித்துவிடும். ஆனால், அதிர்ஷ்டவசமாக, அப்படியொரு சம்பவம் நிகழவில்லை. அதேபோல, எண்பது வயது பாட்டியாகத் திரைப் படத்தில் நடித்த சுனிபாலா தேவியும் படப்பிடிப்பு காலங்களில் எதிர்கொண்ட மிகக் கடினமான சூழலையும் கடந்து எந்தவிதமான உயிர் அபாயமும் எதிர்கொள்ளாமல் இருந்தது எங்களைப் பெரிதும் நிம்மதி அடையச் செய்தது.

படப்பிடிப்பைத் துவங்கிய உடனேயே சிக்கல் உருவெடுத்து விட்டது. அப்புவையும், துர்காவையும் கல்கத்தாவில் இருந்து எழுபது மைல் தொலைவில் புர்த்வான் அருகில் இருந்த பால்சிட் எனும் பகுதிக்கு நாங்கள் அழைத்துச் சென்றிருந்தோம். அங்கிருந்த ரயிலடி தடத்துக்கு அருகாமையில், வங்காளத்தில் அதிகமாகக் காணப்படும், வெண்ணிறப் பூக்கள் பூத்துக் குலுங்கும் நீண்ட கதிர்கள் அதிகளவில்

முளைத்திருந்தது. இரு சிறுவர்களும் முதல் முதலாக ரயிலைப் பார்க்கும் காட்சியைத்தான் அப்போது நாங்கள் படமாக்க விருந்தோம். அதுவொரு நீண்ட காட்சி என்பதால், அக்காட்சியைப் படம்பிடிக்க குறைந்தது இரண்டு தினங்களாவது தேவை என்பது எங்களுக்குப் புரிந்தது. முதல் நாள் ஒரு விடுமுறை தினம். நாங்கள் அன்றைய தினம் முழுவதும் படப்பிடிப்பை நிகழ்த்தி, தேவையான காட்சியில் பாதியைப் படமாக்கிவிட்டோம். அந்தக் காட்சியில் அப்புவும், துர்காவும் சண்டையிட்டுக் கொள்வார்கள். அதனால், துர்கா அங்கிருந்து விலகி ஓடிவிட, அப்பு அவளை விரட்டிக் கொண்டு வெண்ணிறக் கதிர்கள் முளைத்திருக்கும் பகுதிக்கு ஓடுவான். எங்களது குழுவில் இருந்த நான், ஒளிப்பதிவாளர், இரண்டு சிறிய நடிகர்கள் அனைவருமே புதியவர்கள். அதனால், அவ்வப்போது எங்களில் எவருக்காவது உடல்நிலை சரியில்லாமல் போகுமென்ப தால், ஒருவிதமான வறட்டுத்தன்மையில் தான் படப்பிடிப்பு நிகழ்ந்து கொண்டிருந்தது. அன்றைய தினத்தின் பணிகளை முடித்துவிட்டு, நாங்கள் கல்கத்தாவிற்குத் திரும்பினோம். அந்தக் காட்சியில் மீதமிருந்த பகுதிகளைப் படமாக்க, ஒரு வாரத்திற்குப் பிறகு, மீண்டும் நாங்கள் பால்சிட்டுக்கு சென்றிருந்தோம். ஆனால், அந்த இடம் முற்றிலுமாக மாற்றமடைந்திருந்தது. கதிர்கள் அனைத்தும் உதிர்ந்த நிலையில் பொலிவற்றுக் காட்சியளித்தன. அந்த இடத்தை எங்களால் முந்தைய தினத்தில் தோன்றிய காட்சியுடன் பொருத்திப் பார்க்கவே முடியவில்லை. சில உள்ளூர் மக்கள் அங்கு என்ன நிகழ்ந்திருக்கிறது என்று எங்களிடம் தெரிவித்தார்கள். மாடுகள் அந்த வெண்ணிறப் பூக்களின் மீது கவரப்பட்டிருந்ததால், அந்த வாரத்தில் மொத்தப் பூக்களையும் அவை மென்று விழுங்கி விட்டன. அதனால், மீதமிருந்த காட்சிகளை அன்றைக்குப் படம்பிடித்தாலும், அது பயன் படப் போவதில்லை. முன்பு பதிவு செய்யப்பட்ட காட்சித் துணுக்கு களுடன் பொருந்தப் போவதில்லை என்கின்ற நிலை உருவானது.

அதனால், மீதமிருந்த காட்சிகளை அடுத்த வருடத்தில், மீண்டும் கதிர்களில் பூக்கள் பூத்து முளைவிட்டதற்குப் பிறகுதான் படம்பிடிக்க முடிந்தது. இந்தமுறை நாங்கள் ரயிலையும் சில காட்சிகள் படம் பிடித்துக்கொண்டோம். ஆனால், ரயிலைப் பல காட்சிகளில் பதிவு செய்ய வேண்டியிருந்ததால், மூன்று ரயில்களைப் பயன்படுத்துவது என்று நாங்கள் முடிவுசெய்தோம். ரயில் நிலையத்தில் குறிப்பிடப் பட்டிருந்த ரயிலின் பயண அட்டவணையைப் பார்த்து, என்ன நேரத்துக்கு அந்த வழியாக ரயில் வரும் என்பதைக் குறித்து வைத்துக் கொண்டோம். மூன்று ரயில்களும் ஒரே திசையில் வருபவையாக

இருக்க வேண்டும். எதிர்த்திசையில் செல்லும் ரயில்கள் எங்களுக்குப் பயன்படப் போவதில்லை. எங்களது குழுவைச் சேர்ந்த அனில் பாபு, குறிப்பிட்ட ரயில் புறப்படும் நிலையத்தில் அந்த ரயிலில் இருக்கும் ரயில் ஓட்டுநரின் அறைக்குள் நுழைந்து பாய்லரில் நிலக்கரி அதிகளவில் போடப்பட்டிருக்கிறதா என்று சோதனையிடுவார். அப்படியில்லை என்றால், மேலும் சில நிலக்கரிக் கட்டிகளைப் பாய்லரில் போடச் சொல்வார். ஏனெனில், அப்போதுதான், புகைப் போக்கியின் வழியாக அதிகளவில் புகை வெளியேறும். வெண்ணிறப் பூக்கள் பரந்து விரிந்திருக்கும் அவ்வெளியின் மீது கறுத்த புகை படர்ந்து செல்லவில்லையென்றால், எப்படி அந்தக் காட்சி வீரியமிக்க தாக இருக்கும்? எப்படி பார்வையாளர்களிடத்தில் பெரும் தாக்கத்தை அக்காட்சி உருவாக்கும்?

திரைப்படத்தில் உங்களால் அந்த ரயில் பயணக் காட்சியைப் பார்த்து, அவை வெவ்வேறு நேரங்களில் காட்சிப்படுத்தப்பட்ட மூன்று வெவ்வேறு ரயில்கள் என்பதைக் கண்டுபிடிக்கவே முடியாது. இன்றைய காலத்தில், அந்தக் காட்சியைப் படம்பிடிக்க நேர்ந்தால், நிச்சயமாக அதேவகையிலான தாக்கத்தை அக்காட்சி உருவாக்காது. ஏனெனில், இன்றைக்கு பெரும்பாலான ரயில்கள் டீசலையும், மின்சாரத்தையுமே தங்களது இயக்கத்துக்குப் பயன்படுத்துகின்றன.

கையில் பணம் இல்லாததும், தொடர்ச்சியாக படம் பிடிக்க முடியாத சூழலும் பல்வேறு சிக்கல்களைத் தொடர்ச்சியாக உருவாக் கியபடியே இருந்தன. அவற்றில் ஒன்றினை உங்களிடம் பகிர்ந்து கொள்கிறேன்.

பதேர் பாஞ்சாலி நாவலில் அப்பு மற்றும் துர்கா இருவரும் இணைந்து செல்லமாக புலோ என்றொரு நாய்க்குட்டியை வளர்ப்ப தாக எழுதப்பட்டிருக்கும். நாங்கள் விரைவாக அப்படியொரு நாய்க் குட்டியை கிராமத்தில் கண்டுபிடித்துவிட்டோம். எங்களுடன் சீக்கிரத்திலேயே இணக்கமான உறவை அந்த நாய்க்குட்டியும் வளர்த்துக்கொண்டது. திரைப்படத்தில் ஒரு காட்சியில், அப்புவின் தாயார் சர்பஜா அவனுக்கு உணவளித்துக் கொண்டிருப்பார். அப்பு தனது கைகளில் வில்லும் அம்பும் வைத்துக் கொண்டு உணவில் விருப்பமற்ற நிலையில் திரும்பி அமர்ந்திருப்பான். தனது தாயார் எப்போது தன்னை விளையாட அனுமதிப்பாள் என்று காத்திருப் பான்.

உணவைச் சாப்பிட்டு முடிக்கும் முன்பாகவே, அவன் தன் கையில் இருந்த அம்பைப் பறக்க விட்டிருப்பான். அந்த அம்பை மீண்டும் கையில் எடுப்பதற்காக, அதனை நெருங்கிச் செல்வான்.

அவனது தாயார் தனது கையில் உணவுத் தட்டை எடுத்துக் கொண்டு, அப்புவைப் பின்தொடர்ந்து செல்வாள். ஆனால், அப்புவுக்கு உணவின் மீது விருப்பம் இல்லாதிருக்கும். அதை அவன் மிக வெளிப்படையாகக் காண்பித்துக்கொள்வான். அவனது கால்களைச் சுற்றிக்கொண்டிருக்கும் அந்த நாய்க்குட்டி, சர்பஜாவின் கையில் இருக்கும் உணவுத் தட்டின் மீதே தனது பார்வையை நிலை நிறுத்தியிருக்கும்.

அதனால், வேறு வழியின்றி அவனது தாயார் அந்த உணவை வழித்து அதற்குரிய சிறிய தட்டில் போட்டுவிடுவாள். புலோ பெரும் ஆர்வத்துடன் முழுமையாக அந்த உணவைச் சாப்பிட்டு முடிக்கும். ஆனால், முந்தைய காட்சிப் பதிவுகளைப்போல இக்காட்சியை எங்களால் அன்றைய தினத்தில் படம்பிடிக்க முடியவில்லை. வெளிச்சம் குறைந்து போயிருந்தது. அதோடு, எங்கள் கையிருப்புத் தொகையும் அன்றைய படப்பிடிப்பு தினத்தோடு கரைந்து போயிருந்தது.

திரும்பவும் பணம் திரட்டிக்கொண்டு, படப்பிடிப்பைத் துவங்க எங்களுக்கு ஆறு மாத காலம் தேவைப்பட்டது. அதன்பிறகு நாங்கள் போரல் கிராமத்துக்கு (அங்குதான் முக்கிய காட்சிகள் படமாக்கப் பட்டன) சென்றுவிட்டோம். அப்போதுதான் புலோ நாய்க்குட்டி உயிருடன் இல்லை என்ற தகவல் எங்களுக்குக் கிடைத்தது. இப்போது நாங்கள் எப்படி முந்தைய காட்சியின் தொடர்ச்சியைப் படமாக்குவது?

வேறொருவர் எங்களிடம், புலோவை போன்ற தோற்றத்தில் மற்றுமொரு நாய்க்குட்டி அந்தக் கிராமத்தில் இருப்பதாகத் தெரிவித்தார். சரி, அந்த நாய்க்குட்டியைத் தூக்கி வாருங்கள் என்று நாங்கள் சொன்னோம்.

அவர் தெரிவித்திருந்த தகவல் உண்மையானதுதான். இரண்டாவதாகத் தூக்கி வரப்பட்ட நாய்க்குட்டி, அச்சு அசலாக புலோவை போலவே இருந்தது. உருவம் மட்டும் அல்லாமல் இரண்டு நாய்க்குட்டிகளுமே வாலின் நுனிப் பகுதி ஒன்றுபோல வெண்ணிறத்தில்தான் இருந்தது. ஒருவழியாக, புலோவின் 'நகலைப்' பயன்படுத்தி, சர்பஜா அதற்கு உணவளிக்கும் காட்சியைப் படமாக்கி நிறைவு செய்தோம். திரைப்படத்தைப் பார்த்த ஒருவரும் தாங்கள் அக்காட்சியில் பார்த்தது இரு வேறு நாய்க்குட்டிகள் என்பதைக் கண்டுபிடிக்கவில்லை. ஆனால், நாய்க்குட்டி மட்டுமே எங்களது பிரச்சனையாக இருக்கவில்லை. எங்களது குழுவில் இருந்த நடிகர் ஒருவரால் அப்போது இதேபோன்ற பிரச்சனை ஒன்றை நாங்கள் எதிர்கொள்ள வேண்டியிருந்தது.

திரைப்படத்தில் சினிபாஷ் என்றொரு சிற்றுண்டி விற்பனை யாளர் ஒரு காட்சியில் நடித்திருந்தார். அப்பு மற்றும் துர்காவிடம் இனிப்புகளை வாங்குவதற்குப் பணம் இல்லை. அதனால், அவர்கள் அந்தச் சிற்றுண்டி விற்பனையாளரைப் பின்தொடர்ந்து செல் கிறார்கள். தொலைவில், செல்வந்தர்களான முகர்ஜியின் வீட்டைக் கடக்கும்போது, அந்தச் சிற்றுண்டி விற்பனையாளரை அழைக்கும் அவர்கள், நிறைய இனிப்புகளை அவரிடமிருந்து பெற்றுக்கொள்கி றார்கள். அப்புவும், துர்காவும் தொலைவில் இருந்து இக்காட்சியைப் பார்த்தே மகிழ்ச்சி அடைகிறார்கள்.

பணப் பற்றாக்குறையால் அந்தக் காட்சியில் பாதியை மட்டுமே எங்களால் படமாக்க முடிந்தது. மீதிக் காட்சிகளை எங்களால் அப் போது படமாக்க முடியாமல் இருந்தது. மீண்டும் படப் பிடிப்பைத் துவங்குவதற்குள் பல மாதங்கள் கடந்திருந்தன. ஒருவழியாக, படப்பிடிப்புக்குத் தேவையான பணத்தைத் திரட்டிக்கொண்டு, திட்ட மிடல்களைத் துவங்கியபோது, அந்தச் சிற்றுண்டி விற்பனையாளராக நடித்த சினிபாஷ் இறந்து விட்டார் என்கின்ற தகவல் எங்களுக்குக் கிடைத்தது. அந்த நாய்க்குட்டி சம்பவத்தைப்போலவே, இந்தக் காட்சியையும் வேறொரு நடிகரை வைத்து நாங்கள் படமாக்கியதைப் பார்வையாளர்களில் ஒருவரும் கண்டுபிடிக்கவில்லை.

சினிபாஷுக்கு மாற்றாக நாங்கள் கண்டுபிடித்த நபருக்கும், சினிபாஷுக்கும் முக ஒற்றுமை துளியும் இல்லை என்றாலும், இவரது உடலமைப்பும் சினிபாஷைப்போலவே பருமனாக இருந்தது. அதனால், மிச்சக் காட்சிகளை இவரை வைத்து நாங்கள் படமாக்கி னோம். திரைப்படத்தில், மூங்கில் வனத்தினூடாக வருகின்ற முதல் சினிபாஷை நீங்கள் பார்க்க முடியும். அடுத்த ஷாட்டில், இரண் டாவது சினிபாஷ், முக்கர்ஜி வீட்டின் வாசலை நெருங்கிச் செல்வதை உங்களால் பார்க்க முடியும். இந்தக் காட்சியை அவரது முதுகுக்குப் பின்பிருந்தே நாங்கள் படம்பிடித்தோம். பலர் என்னிடம் பதேர் பாஞ்சாலியை தங்களது வாழ்நாளில் பலமுறை பார்த்திருப்ப தாகத் தெரிவித்திருக்கிறார்கள். ஆனால், ஒருவரும் எங்களது இத்தகைய தந்திரங்களைக் கண்டுபிடித்திருக்கவில்லை.

அதோடு, இனிப்பு விற்பனையாளர் காட்சிப் பதிவின்போது மற்றுமொரு சிக்கலான பிரச்சனையும் உருவெடுத்திருந்தது. மறுபடியும் அது புலோ நாய்க்குட்டியால்தான் நேர்ந்தது. ஒரு காட்சியில் இனிப்பு விற்பனையாளர் குளக்கரையின் அருகில் நின்றிருப்பார். அப்புவும், துர்காவும் அவருக்கு எதிர்த் திசையில் இருக்கும் அவர்களது வீட்டின் வாசலில் வாயில் எச்சில் ஊற

பேரார்வத்துடன் நின்றிருப்பார்கள். ஆனால், இனிப்பு விற்பனை யாளர் அவர்களிடம், "உங்களுக்கு ஏதேனும் இனிப்பு வேண்டுமா?" என்று கேட்கையில், வேண்டாம் என்று மறுத்து தலையசைக்க வேண்டும். சினிபாஷ் அதன்பிறகுதான், முக்கர்ஜியின் வீட்டை நோக்கி நடக்கத் துவங்க வேண்டாம். துர்கா, அப்புவிடம், "வா.. நாம் அவரைப் பின் தொடரலாம்!" என்று சொல்ல, இருவரும் அவரின் பின்னாலேயே ஓடுவார்கள்.

அவர்களது நாய்க்குட்டியான புலோவும் அவர்களைப் பின் தொடர்ந்து ஓடினால், காட்சி மேலும் சுவாரஸ்யம் மிக்கதாக இருக்கும் என எனக்குத் தோன்றியது. அதனால், முதல் ஷாட்டில், சுவரின் அருகில் நின்றிருக்கும் அப்புவும், துர்காவும் இனிப்பு விற்பனையாளரைப் பார்க்கும் செயலைக் காண்பித்துவிட்டு, கொய்யா மரத்தின் அடியில் அமர்ந்திருக்கும் நாய்க்குட்டியையும் காண்பிக் கலாம் என்று நாங்கள் முடிவு செய்தோம். அதன்பிறகு, இனிப்பு விற்பனையாளர் அவர்களது வீட்டைக் கடந்து செல்கையில், துர்கா அவரைப் பின்தொடர்ந்து ஓடுகிறாள். அப்பு துர்காவைப் பின் தொடர்ந்து ஓடுகிறான். நாய்க்குட்டியான புலோ அப்புவைப் பின் தொடர்ந்து ஓடுகிறது.

அந்த நாய்க்குட்டியின் உரிமையாளரை அழைத்து கேமிராவின் வலப்புறத்தில் நின்றுகொள்ளும்படி நாங்கள் வலியுறுத்தினோம். "துர்காவைப் பின் தொடர்ந்து அப்பு ஓடத் துவங்கியதும், உங்கள் நாய்க்குட்டியை நீங்கள் அழைக்க வேண்டும். நீங்கள் அதன் பெயரைச் சொல்லி அழைத்தால், அது ஓடி வரும் இல்லையா?" என்று அவரிடத்தில் கேட்டேன். இதழோரத்தில் புன்னகையைக் கசியவிட்டபடியே, "நிச்சயமாக. வேண்டுமென்றால், ஒருமுறை சோதித்துப் பாருங்கள்" என்றார்.

நாங்கள் ஒருமுறை சோதனையாக இக்காட்சியை நிகழ்த்திப் பார்த்தோம். அனைத்தும் சீராக ஒழுங்குடன் திட்டமிட்டபடியே நடந்தது. அவர் அழைத்தவுடன், அந்த நாய்க்குட்டி உடனடியாக அவருக்கு அடிபணிந்தது. நல்லது. அனைத்தும் சரியாக இருக்கிறது. இனி வருத்தப்பட எதுவுமில்லை.

இப்போது நாங்கள் அந்தக் காட்சியைப் பதிவு செய்ய ஆரம்பித் தோம். துர்கா ஓடத் துவங்கினாள். அவளைத் தொடர்ந்து அப்புவும் ஓடினான். இப்போது அந்த நாய்க்குட்டியின் உரிமையாளர் அதன் பெயரைச் சொல்லி அழைத்தார். ஆனால், அந்த நாய்க்குட்டி அசைய மறுத்துவிட்டது. அவர் ஒன்று, இரண்டு, மூன்று என தொடர்ச்சி யாக உரக்கக் குரலெழுப்பியும், அவரைத் தலையுயர்த்திப் பார்த்ததே

ஒழிய, இருந்த இடத்தில் இருந்து துளியும் அசையவில்லை. எங்களது கேமிராவில் தொடர்ந்து பிலிம் வீணாகிக்கொண்டே இருந்தது. அக்காலத்தில், ஆயிரம் அடி படச்சுருளின் விலை நூற்றி ஐம்பது ரூபாய். இந்தக் காட்சியில் நாங்கள் கிட்டத்தட்ட பத்து ரூபாய் மதிப்பிலான படச்சுருளைப் பயன்படுத்தியிருப்போம். ஆனால், நாய்க்குட்டி இன்னமும் அவரைப் பார்த்தபடி அசையாமல் நின்றிருந்தது. கட்! கட்! கட்!

உடனடியாக கேமிராவை நாங்கள் அணைத்துவிட்டோம். அப்போதும் அந்த நாய்க்குட்டி எவ்வித அசைவுமில்லாமல் அப்படியே நின்று கொண்டிருந்தது. எங்களது திட்டத்தை எவ்வளவு மோசமானதாக மாற்றியிருக்கிறோம் என்கின்ற அறிதல் இல்லாமல், அசைவற்று அந்த நாய்க்குட்டி நின்றிருந்தது. நாங்கள் பின்வாங்கு வதாக இல்லை. எனினும், அப்போதே எங்களது திட்டத்தின்படி அக்காட்சி படமாக்கப்பட்டிருந்தால், கிட்டத்தட்ட அந்த நாய்க்குட்டி உண்மையாகவே அப்புவுக்கும், துர்காவுக்கும் உரிமையானதாகவே தோன்றியிருக்கும்.

இப்போது அக்காட்சி அற்புதமானதாக தெரியலாம். ஆனால், அன்றைய தினத்தில் அந்த நாய்க்குட்டி பதினொரு டேக்குகளையும், ஆயிரம் அடி படச் சுருளையும் வீணடித்துவிட்டது. பன்னிரெண் டாவது 'டேக்' தான் எங்களது திட்டத்தின்படி மிகச் சரியாக வந்தது.

அந்தக் காட்சியில், இனிப்பு விற்பனையாளர் மூங்கில் வனங்களி னூடாக சென்று கொண்டிருக்கிறார். அவரைத் தொடர்ந்து அப்பு வருகிறான். துர்கா அப்புவுக்கும் பின்னால் வருகிறாள். அந்த நாய்க்குட்டி துர்காவின் பின்னால் வந்து கொண்டிருந்தது. திரைப் படத்தைப் பார்த்த எவரும், அந்த நாய்க்குட்டி ஒரு தேர்ந்த நடிகரைப் போல அக்காட்சியில் தோன்றியிருந்ததைக் கவனித்திருக்கவில்லை. அந்த நாய்க்குட்டி அவ்வாறு நடந்துகொள்ள காரணம், துர்கா தனது மூடிய கைகளை முதுகின் பின்னால் வைத்திருந்தாள். அந்த கைகளின் உள்ளே நாய்க்குட்டியை தூண்டும் வகையில் மிகப் பெரிய இனிப்பு துண்டு ஒன்று வைக்கப்பட்டிருந்தது!

திரைப்படத்தில் வருகின்ற மழைக் காட்சிகளையும் பணப் பற்றாக் குறையால் உரிய நேரத்தில் எங்களால் படமாக்க முடியாமல் போனது. பருவ மழைக்காலமும் வந்து சென்றது. ஆனால், எங்களிடம் பணம் இல்லாததால், எதுவும் செய்ய முடியாத நிலையில் நாங்கள் இருந்தோம். அக்டோபரில்தான் மீண்டும் எங்களுக்குப் பணம் கிடைத்தது. சூரியனின் பொன்னிற ஒளி பிரகாசமாகப் படர்ந்திருந்த வெயில் காய்ந்து கொண்டிருந்த அந்த

நாட்களில், கிராமப்புறக் காட்சிகளைப் படம்பிடிக்க அப்பு, துர்கா மற்றும் பிற குழுவினருடன் படப்பிடிப்புக் கருவிகளுடன் அங்கு சென்றிருந்தோம். மழை பொழியும் என்கின்ற நம்பிக்கை எங்களுக்கு உள்ளுக்குள் இருந்தது. கருமேகங்கள் சில வானில் இருந்ததால், எங்களது எதிர்பார்ப்பு அதிகரித்தது. ஏதேனுமொரு மாயாஜாலம் நிகழ்ந்து மழை பொழியப் போகிறது என்று எதிர்பார்த்து காத்துக் கிடந்தோம்.

இறுதியில், ஒருநாளில் எங்களது பிரார்த்தனைகளுக்கு பதில் கிடைத்தது. வானத்தில் அடர்த்தியான கறுப்பு மேகங்கள் உருத் திரண்டன. பெருமழை பொழியத் துவங்கியது. துர்கா தனது சகோதரன் அப்புவை நெருங்கி ஓடிச் செல்கிறாள். மழையில் இருந்து தப்பிக்க மரத்தின் அடியில் இருவரும் ஒருவரை ஒருவர் அணைத்த படி ஒதுங்கியிருக்கிறார்கள். விரைவில் மழை நிற்க வேண்டுமென் கின்ற கோரிக்கையை முன்மொழியும் பாடலொன்றை மிக மென்மை யாக துர்கா பாடத் துவங்குகிறாள் (எலுமிச்சை இலைகளே, பழங்களே, பெர்ரி பழங்களே உடனடியான உங்கள் அசைவுகளை நிறுத்துங்கள், என்னவொரு மழை அங்கு பெய்து கொண்டிருக்கிறது). அந்த ஈரம் ஊறிய அக்டோபர் மதியப்பொழுது மிக குளிரூட்டக் கூடியதாக இருந்தது. அல்கதீன் அட்டையின் அடியில் நின்று கேமிராவின் வழியாக அவர்களது பாவனைகளை நான் பார்வை யிட்டுக் கொண்டிருந்தேன். கனத்த உடைகள் இல்லாததால் அப்புவின் உடல் குளிரில் நடுங்கியது. அந்தக் காட்சிப் படமாக்கப் பட்டதும், உடனடியாக சிறுவர்களிடம் சிறியளவில் பிராந்தி கலக்கப் பட்ட சூடான பாலை அருந்தக் கொடுத்தோம். குளிரில் இருந்து உடலைச் சூடேற்றிக்கொள்ள அது பயன்படுத்தப்பட்டது. அந்தக் காட்சி வெகு சிறப்பாக உருவாகி வந்திருந்தது என்பதை நான் ஒத்துக்கொள்ள வேண்டும். அந்தக் காட்சியைப் பார்க்கும் எவரும், அதுவொரு அற்புதமான காட்சி என்பதை ஏற்றுக்கொள்வார் என்று நம்புகிறேன்.

போரல் கிராமம் பதேர் பாஞ்சாலியின் படப்பிடிப்புக்கு ஏற்ற இடமாக எங்களுக்குப்பட்டது. அப்புவின் பள்ளி, வயல் வரப்புகள், செழுமையான கதிர்கள், குளங்கள், மூங்கில் வனங்கள், மாங்காய் தோப்புகள் என போரல் கிராமமும், அதன் சுற்றுவட்டாரப் பகுதி களும் இவை அனைத்தையும் கொண்டிருந்தன. இப்போது அந்தக் கிராமத்தில் மின்சார வசதி உண்டாக்கப்பட்டிருக்கிறது. சாலைகள் சீரமைக்கப்பட்டிருக்கிறது. அதோடு சிமெண்ட் வீடுகள் எங்கும் காணக்கிடைக்கின்றன. ஆனால், அந்த நாட்களில் இவை எதுவும் அந்தக் கிராமத்தில் இல்லை.

நாங்கள் தொடர்ச்சியாக அந்தக் கிராமத்திற்கு சென்றுவர நேர்ந்ததால், அங்கிருந்த சில மனிதர்கள் எங்களுக்கு நன்கு பழக்க மாகியிருந்தார்கள். அவர்களுள் ஒருவர் மிகவும் விசித்திரமான குண இயல்புகளைக் கொண்டவராக இருந்தார். நாங்கள் அவரை சுபோதா என்றே அழைப்போம். தலையில் வழுக்கையேறிய அறுபதுகளில் இடைப்பட்ட வயதில் இருந்த அந்த மனிதர், தனது சிறிய குடிசையில் தனியேதான் வாழ்ந்து கொண்டிருந்தார். அவரது உதடுகள் எப்போதும் முணுமுணுத்தபடியே இருக்கும். அவரது வீட்டின் வாயிற்புற வராண்டாவில் பெரும்பாலான நேரங்களில் அவரை முணுமுணுத்த நிலையில் நாம் பார்க்க முடியும். நாங்கள் அங்கு படம்பிடிக்க வந்திருக்கிறோம் என்பதைக் கேள்வியுற்ற அந்த நபர் முதலில், அதனை ஏற்றுக்கொள்ள முற்றிலுமாக மறுத்து விட்டார். எங்களைப் பார்த்தவுடன் அவர் கோபத்துடன் சத்தமாக, 'பாருங்கள், அந்தத் திரைப்பட குழு மீண்டும் வந்திருக்கிறது. அவர்களை வெளியேற்றுங்கள். கையில் கிடைக்கும் ஆயுதங்களால், அவர்களைத் தாக்குங்கள்!' என்பார். அவரது மனப்பிறழ்வுத்தன்மையை நாங்கள் சற்றே தாமதமாகத்தான் தெரிந்துகொண்டோம். ஆனால், எங்களது தொடர் வருகையினால், அவரது இயல்பு சிறிது சிறிதாக மாற்றமடைந்து இறுதியில் எங்களுடன் இணக்கமாகப் பழகத் துவங்கிவிட்டார். சில தருணங்களில், தன் வீட்டின் வராண்டாவில் எங்களை அமரச் செய்து தனது வயலின் இசைக் கருவியில், பழைய நாட்டுப்புறப் பாடல்களை இசைத்துக் காண்பிப்பார். அவ்வப்போது மிக ரகசியமாக என் காதின் அருகில் குனியும் அந்த மனிதர், "அதோ பாரு. சைக்கிளில் செல்லும் அந்த மனிதன் யார் தெரியுமா? அவன் தான் ரூஸ்வால்ட். அவனொரு வஞ்சகன்!" என்பார். வேறொரு வருக்கு ஹிட்லர் என்றும், சர்ச்சில் என்றும் அந்த மனிதர் பெயரிட்டி ருந்தார். அவர்கள் ஒவ்வொருவரும் அவருக்கு எதிரிகள் அல்லது நயவஞ்சகர்கள்.

நாங்கள் படம்பிடித்துக்கொண்டிருந்த வீட்டிற்கு அருகில் வசித்துவந்த துணி வெளுக்கும் தொழில் புரிந்துவந்த ஒருவரும் சற்றே மனப் பிசகு கொண்டவர்தான். அவருக்கு எதையும் அதிரும் அளவுக்கு உரக்கப் பேசுவது வழக்கமாக இருந்தது. "அன்பான நண்பர்களே!" என்று துவங்கி, மிக நீண்ட அரசியல் சொற்பொழிவு ஒன்றை அவர் ஆற்றத் துவங்கிவிடுவார். அவரது இந்தச் செய்கை படப்பிடிப்புத் தருணங்களில் மிகப்பெரிய தொந்தரவை அளித்தது. காட்சிப் பதிவின்போதோ அல்லது நாங்கள் குறிப்பிட்ட இசைத் துணுக்கைப் பின்னணிக்காக இசைக்கச் செய்திருக்கும்போதோ

இவ்வாறு அவர் உரக்கப் பேசத் துவங்கிவிட்டார் என்றால், எங்களால் சீராக படப்பிடிப்பை வழிநடத்திச்செல்ல முடியாது. அவரது குடும்ப உறுப்பினர் அவரைக் கட்டுப்படுத்தி, எங்களுக்கு உதவி புரிந்திருக்கா விட்டால், நிச்சயமாக இதுவொரு நெடும் பிரச்சனையாக படப் பிடிப்பு காலம் முழுவதும் இருந்திருக்கும். வேலை செய்திடாத நேரங்களில், அவரது செய்கை எங்களை எவ்விதத்திலும் எரிச்சல் படுத்தியது இல்லை.

படப்பிடிப்புக்காக தேர்வு செய்யப்பட்டிருந்த வீடு, அதிகளவில் சிதிலமெய்தி இருந்தது. காட்டுச் செடிகள் வீடு முழுவதும் முளைத் திருந்தன. அந்த வீட்டின் உரிமையாளர் கல்கத்தாவில் வசித்து வந்தார். அந்த வீட்டின் பயன்பாட்டிற்காக மாதாமாதம் குறிப்பிட்ட தொகையை நாங்கள் அதன் உரிமையாளருக்கு கொடுத்துவந்தோம். அந்த வீட்டைச் சீரமைத்து படப்பிடிப்புக்குத் தயார்படுத்த ஒரு மாத காலம் தேவையாய் இருந்தது.

அந்த வீட்டின் ஒரு குறிப்பிட்ட பகுதியில், வரிசையாக சில அறைகள் இருந்தன. ஆனால், படத்தில் நாங்கள் அதனையெல்லாம் காண்பிக்கவில்லை. அவற்றை நாங்கள் சேமிப்பு அறையாகப் பயன் படுத்திக் கொண்டோம். எங்களது பெரும்பாலான படப்பிடிப்புக் கருவிகளும் இவ்வறைகளில்தான் குவித்து வைக்கப்பட்டிருந்தது. அவ்வறைகளில் ஒன்றில்தான், எங்களின் ஒலிப்பதிவாளர் அமர்ந் திருப்பார். அவரை எங்களால் அடிக்கடி பார்க்க முடியாது என்றாலும், அவரது குரல் தொடர்ந்து எங்களுடன் தொடர்பிலேயே இருக்கும். அவரது பெயர் புபேன் பாபு. ஒவ்வொரு காட்சி படம் பிடிக்கப் பட்ட பிறகும், அவரிடம் நாங்கள் சத்தமாக, "ஒலி சரியாகப் பதிவாகியிருக்கிறதா புபேன் பாபு?" என்று கேட்போம். அவரும் பதிலுக்கு உரக்க தனது பதிலைத் தெரிவிப்பார்.

ஒருநாள், வழக்கமான இந்தக் கேள்விக்கு புபேன் பாபுவிடம் இருந்து பதில் வரவில்லை. அதனால், நான் மீண்டும், "ஒலி சரியாக பதிவாகியிருக்கிறதா புபேன் பாபு?" என்று கேட்டேன். அப்போதும் எந்தவொரு ஓசையும் அவரது அறையில் இருந்து வரவில்லை. என்ன நிகழ்ந்திருக்கும்? துணுக்குற்ற நான் உடனடியாக, அவரது அறைக்குள் நுழைய, சரியாக அத்தருணத்தில் பெரிய நாகப்பாம்பு ஒன்று அவ்வறையின் ஜன்னல் வழியாக வெளியேறிக் கொண்டிருந்தது. அந்தப் பாம்பின் இருப்பும், அசைவும் இயல்பாகவே புபேன் பாபுவை குறிப்பிட்ட சில நொடிகள் உறையச் செய்து பேச்சிழக்கச் செய்து விட்டிருந்தது.

நாங்கள் முன்னதாகவே, அந்தக் கிராமத்திற்கு வந்த வெகு சொற்ப தினங்களுக்குள் அவ்விடத்தில் பாம்பு ஒன்றைப் பார்த்திருக்கிறோம். நாங்கள் அதனைக் கொல்ல முயற்சித்தோம். ஆனால், அவ்வூர் மக்கள் எங்களைத் தடுத்து அவ்வாறு செய்ய வேண்டாமெனக் கூறி விட்டார்கள். மிகுந்த வயதான பாம்பான அது, அவ்வூரில் இருந்த கைவிடப்பட்ட பழுதடைந்த வீட்டில் மிக நீண்ட காலமாகவே இருந்து கொண்டிருக்கிறது. அத்தகைய பாம்பைக் கொல்வது, தவறான காரியம் மட்டுமல்ல, பல தீமைகளை உண்டாக்கும் செயலும்கூட என்பது அவ்வூர் மக்களின் நம்பிக்கை.

புராஜெக்ட் டைகர்

விலங்குகளை வைத்து திரைப்படம் உருவாக்குவதில், ஹாலி வுட்டை எவரும் மிஞ்சிவிட முடியாது. என் சிறுவயதில் பார்த்த சில திரைப்படங்களை நினைவு வைத்திருக்கிறேன். அவற்றில் ரின் டின் டின் எனும் அல்சேஷன் வகை நாய் ஒன்று இருக்கும். அந்த நாயின் நடிப்பாற்றல், மனிதர்களின் பாவனைகளை விடவும் அதிகம் ஈர்ப்பு உண்டாக்கக்கூடியது. அதன்பிறகு, லேஸி எனும் பெயருடைய கோலி வகை நாய் நடித்திருந்த மூன்று, நான்கு திரைப்படங்களையும் நினைவில் வைத்திருக்கிறேன். அந்தத் திரைப்படங்களின் இயக்குன ரால் லேஸியை என்ன வேண்டுமானாலும் செய்ய வைக்க முடியும் என்பதுபோலவே இருந்தது. இந்தப் பயிற்றுவிக்கப்பட்ட நாய்கள், அவையளவில் மிகவும் பிரபலமானவைகளாகவும், ஒரு திரைப்பட உச்ச நட்சத்திரம் பெறக்கூடிய சம்பளத்தை ஈட்டக்கூடியவை களாகவும் இருந்தன. அந்த நாய்களின் உரிமையாளர்கள் ஒரே திரைப்படத்தின் மூலமாக, லட்சக்கணக்கில் சம்பாதித்துவிடுவார்கள்.

இருபது வருடங்களுக்கு முன்பு, ஹாலிவுட்டில் இருந்த டிஸ்னி ஸ்டூடியோவில் நடைபெற்ற படப்பிடிப்பு ஒன்றைக் காணும் சந்தர்ப்பம் எனக்கு உண்டானபோது, அந்த நாய்களுக்கு எந்தளவுக்கு மரியாதை அளிக்கப்பட்டது என்பதை நேரடியாகவே பார்த்தேன். அந்தத் திரைப்படத்தில், பொதுவாக அமெரிக்கர்கள் உருவத்தில் பெரிய நாய் வகைகளை விவரிக்கப் பயன்படுத்தும், "ஷேகி நாய்" என்று குறிப்பிடும் உருத்தோற்றத்துக்கு பொருந்தக்கூடிய நாய் ஒன்றுதான் மையக் கதாபாத்திரம். நான் அந்த ஸ்டூடியோவிற்குச் சென்றிருந்த போது, படப்பிடிப்பு இன்னமும் துவங்கியிருக்கவில்லை. ஒளிப்பதிவாளர் அப்போதுதான் செயற்கை விளக்குகளைப் பொருத்திக் கொண்டிருந்தார். விளக்குகளை அமைக்கும் பணி நடைபெற்றுக் கொண்டிருந்தபோது நடிகர்களும் அங்கு இருக்க வேண்டியது அவசியமாகக் கருதப்பட்டது. நடிகர்கள் எந்த இடத்தில் நிற்க வேண்டும், எவ்வளவு தூரம் நடப்பார்கள் முதலிய தகவல்கள் அனைத்தும் அப்போது தீர்மானிக்கப்படும். இதுவே ஒரு உச்ச நட்சத்திர நடிகர்கள் பங்குபெறும் காட்சிகளில், அவருக்கு மாற்றாக

வேறொருவர் இந்த இடங்களைக் குறிக்கும் பணியில் ஈடுபடுத்தப் படுவார். அதாவது, காட்சி தயாராகும்வரையில் உச்ச நட்சத்திரங் களுக்குப் பதிலாக, அவர்களின் நகலைப் போல அந்த இடத்தில் இருப்பவர்கள். உச்ச நட்சத்திரங்கள், எப்போதும் விளக்குகள் அனைத்தும் சரியான திசைகளில் பொருத்தப்பட்டதற்குப் பிறகுதான் வருவார்கள்.

அந்த டிஸ்னி ஸ்டூடியோவில், சில நடிகர்கள் அங்குமிங்கும் இடங்களைக் குறிப்பதற்காக நகர்ந்து கொண்டிருந்ததை நான் பார்த்தேன். மற்றுமொரு திசையில், படத்தின் மைய கதாபாத்திர மான அந்தப் பெரிய நாய் நின்று கொண்டிருந்தது. ஒளிப்பதிவாளர் எல்லோரையும் தங்களுக்குரிய இடங்களில் சரியாக நிற்கும்படி கட்டளையிட்டார். ஆனால், அந்த நாய் அதன் இடத்தில் இருந்து துளியும் நகரவே இல்லை. இது என்னை முற்றிலும் குழப்பமடையச் செய்தது. ஒருவேளை நாய் இந்தக் காட்சியில் பங்கேற்கவில்லையோ?

நான் இதுபற்றி எவரிடமாவது கேட்கும் முன்னதாக மற்றொரு வினோதமான சம்பவம் அங்கு நிகழ்ந்தது. அவ்விடத்திற்கு திடீரென குள்ள உருவமுடையவரை ஒருவர் தூக்கிக்கொண்டு வந்தார். அவரது கையில் நாயின் ரோமத்தால் நெய்யப்பட்டிருந்த மேலாடை இருந்தது. என்னைப் பெரிதும் ஆச்சர்யமடையச் செய்யும் வகையில், அந்தக் குள்ள மனிதர் தனது கைகளையும், கால்களையும் தரையில் ஊன்றி விலங்கைப்போல நின்றிருக்க, அவரின் மீது அந்த நாய் தோல் மேலாடை போர்த்திவிடப்பட்டது. அவரது பாதைகளின் அடியில் புள்ளிகளை இட்டு, குறித்துக் கொண்டார்கள். அதன் பிறகு, அந்த குள்ள உருவ மனிதர் ஒரு புள்ளியில் இருந்து மற்றொரு புள்ளிக்கு விலங்கின் தன்மையிலேயே நடந்து கொண்டிருந்தார். அப்போது தான் எனக்குப் புரிந்தது அந்தக் குள்ள உருவ மனிதர், அந்தப் பெரிய நாயின் போலி என்று.

ஹாலிவுட்டில் இருந்த அனைத்து விலங்குகளுமே நன்கு பயிற்றுவிக்கப்பட்டவைகள்தான். ஒரு குதிரையையோ அல்லது நாய்க்குட்டியையோ பயிற்றுவிப்பது சிரமமான பணியல்ல. ஆனால், நீங்கள் எப்போதாவது அண்டங்காக்கைகளுக்கு பயிற்சி அளிப்பது பற்றிக் கேள்விப்பட்டிருக்கிறீர்களா? ஒன்றிரண்டு அண்டங் காக்கைகள் அல்ல, நூற்றுக்கணக்கான அண்டங்காக்கைகளுக்குப் பயிற்சி அளிக்கப்பட்டிருக்கிறது என்று கேள்விப்பட்டிருக்கிறீர்களா? ஆனால், ஹாலிவுட்டில் இதுவும் கூட நிகழ்த்தப்பட்டிருக்கிறது. திரைப்பட வரலாற்றில் மர்ம படங்களை இயக்குவதில் மேதையாக திகழ்ந்து கொண்டிருந்த ஆல்பிரட் ஹிட்ச்காக், அண்டங் காக்கை களை வைத்து, “பறவைகள்” எனும் திரைப்படத்தை இயக்க முடிவு

செய்தபோது, அந்தப் பயிற்சி மேற்கொள்ளப்பட்டது. இந்தக் கதையில், உலகம் முழுவதும் இருக்கின்ற அண்டங்காக்கைகள் அனைத்தும் ஒன்று திரண்டு, மனிதர்களைத் தாக்கத் துவங்குகின்றன. ஹிட்ச்காக் ஏராளமான பிற பறவை இனங்களையும் பயன்படுத்த விரும்பினார் என்றாலும், அண்டங்காக்கைகள்தாம் மிகுதியாக உபயோகப்படுத்தப்பட்டன. அமெரிக்கா முழுக்க, செய்தித்தாள்களில், அண்டங்காக்கைகளைப் பயிற்றுவிக்கத் தெரிந்தவர் அவர்களின் திரைப்படக் குழுவை அணுக வேண்டுமென கோரிக்கை விடுக்கப் பட்டிருந்தது.

வெகு சொற்ப தினங்களில், ஒருவர் அவர்களைத் தொடர்பு கொண்டார். அவரிடம் தனது பறவைகளை எடுத்து வரும்படி சொல்லப்பட்டது. நூற்றுக்கணக்கான அண்டங்காக்கைகளுடன் அவரும் திரும்பிவந்தார். உண்மையைச் சொல்லவேண்டுமென்றால், அவர்களது பயிற்சி சிறப்பானதாக அமைந்தது என்று கருத முடியாது. அதாவது, படப்பிடிப்புக் குழுவினரை வியப்பளிக்கும் வகையில் எதுவொன்றும் நிகழ்த்தப்படவில்லை. ஆனால், ஐம்பது அண்டங்காக்கைகள், ஒரே சமயத்தில் அதன் வளர்ப்பாளரின் கட்டளையின்படி ஒன்றாகக் கத்துகிறது என்றால், அது ஆச்சர்ய மளிக்கும் செயல்தானே?

இயல்பாகவே, இந்தியாவில் அதுபோன்ற விலங்கினப் பயிற்றுநர்களைத் தேடிப் பிடிப்பது சாதாரண காரியமல்ல. பம்பாயிலும், மெட்ராஸிலும் சில திரைப்படங்கள் யானையையும், குதிரையையும், புலிகளையும் வைத்துப் படமாக்கப்படுகிறது என்றாலும், அவற்றிக்கான பயிற்றுநர் கிடைப்பது வெகு சிரமமானது. அவைகளின் பங்கேற்பு என்பது, அதன் உரிமையாளர்களின் கட்டளைகளுக்கு கீழ்ப்படிதல் எனும் அளவிற்குத்தான் இருந்தது. வங்காளத்தில், சாதுர்யம் மிக்க நாய்களைக் கண்டுபிடிக்க சில தருணங்களில் வாய்ப்பிருந்தது. குறிப்பாக, காவல்துறையில் பயன் படுத்தப்பட்ட நாய்கள் புத்திக் கூர்மை உடையவையாக இருந்தன. ஒரு குறிப்பிட்ட நாய் கீழ்ப்படிதலுக்கு தயாராகி விட்டது என்றாலும், அதனிடமிருந்து சிறந்த வகையிலான நடிப்பினைப் பெறுவது கடினமானது.

ஒரு நாய்க்குட்டியை வைத்து வேலை வாங்குவது சிரமமான தாக இருக்கலாம். ஆனால், முற்றிலும் சாத்தியமில்லாதது அல்ல. ஆனால், ஒரு திரைப்படத்துக்கு புலி தேவைப்படுகிறது என்றால், அவர்கள் என்ன செய்ய வேண்டும்? கூப்பி கெய்ன் பாகா பைன் திரைப்பட உருவாக்கத்தின்போது, எங்களுக்கு இந்தச் சிக்கல் உருவெடுத்தது. அந்தத் திரைப்படத்தின் கதை இவ்வாறு இருந்தது:

வசதியில் பின்தங்கிய கூப்பியை அரசன் தனது ஆளுகைக்கு உட்பட்ட நிலத்தில் இருந்து வெளியேறச் சொல்கிறான். அதனால், தனது கழுதையுடன் ஊரில் இருந்து வெளியேறும் அவன், மெல்ல நடந்து சென்று காட்டிற்குள் தஞ்சமடைகிறான். அந்தக் காட்டில் தான் அன்றைய இரவை அவன் கழிக்க வேண்டியிருக்கிறது. எப்போது வேண்டுமானாலும், புலியின் வருகைக்குச் சாத்தியமுள்ள காடு அது. பதற்றமும், பேரச்சமும் சூழ்ந்த நிலையில், தனது கழுதை மேலிருந்து இறங்கும் கூப்பி தனக்குள்ளாக, "அடர்ந்த இந்த இருளில் ஒரு புலி என்னைத் தாக்கிவிட்டால் என்னவாகும்? ஒருவேளை நான் இறந்துவிட்டால்?" என்று முணுமுணுக்கிறான். காட்டுப் பாதையில் மெல்ல கவனத்துடன் சுற்றும்முற்றும் தலையுயர்த்திப் பார்த்தபடியே நடந்து செல்லும் அவன், சிறிது நேரத்தில் பாஹா என்பவனைச் சந்திக்கிறான். அவனும் முந்தைய காலங்களில் அரசனால் ஊரில் இருந்து வெளியேற்றப்பட்டவனே. இருவரும் உரையாடிக் கொண்டிருக்கும்போது, தொலைவில் அசையும் புலியைப் பார்த்துவிடு கிறார்கள். ரத்தம் உறைந்த நிலையில் அசைவுகளற்று அமைதியாக நின்றிருக்கிறார்கள். ஆனால், அந்தப் புலி அவர்களைத் துளியும் பொருட்படுத்தாமல் அமைதியாக கடந்து செல்கிறது. பின்பு அங்குமிங்கும் சிறிது நொடிகள் உலவிவிட்டு, மீண்டும் அமைதியாக வந்த வழியே திரும்பிச் செல்கிறது.

இந்தக் காட்சியை நினைத்திருந்த நான், அதனைப் படமாக்கி விட வேண்டுமென்று கருதினேன். எனினும், ஒரு புலியை நான் எங்கு போய் கண்டுபிடிப்பது? என்னிடம் இருந்த ஒரே வழி, சர்க்கஸில் புலியைத் தேடுவது மட்டுமே. ஏனெனில், அங்கு மட்டும்தான் பயிற்சியளிக்கப்பட்ட புலிகள் இருக்கும். சரியாக அந்தத் தருணத்தில், கல்கத்தாவில் இருக்கும் மார்கஸ் சதுக்கத்தில் பாரத் சர்க்கஸ் குழுவினர் வருகை புரிந்திருப்பதாக எனக்கொரு தகவல் வந்தது. உடனடியாக, அந்தக் குழுவின் பொறுப்பாளரை (அவர் ஒரு தமிழர்) எங்கள் தரப்பில் இருந்து ஒருவர் அணுகி, ஒரு சந்திப்புக்கு ஏற்பாடு செய்திருந்தார். பின்னர், நான் அவர்களைச் சந்திக்கச் சென்றிருந்தேன். காட்சிகள் நடக்காத ஒரு தருணத்தில் சர்க்கஸுக்குள் நுழைவது அதுதான் எனக்கு முதல்முறை. நாங்கள் நேரடியாகப் பொறுப்பாளரின் அறைக்குச் சென்றோம். மன்னிக்கவும் கொட்டகைக்குச் சென்றோம். அந்தக் கொட்டகையைச் சுற்றி மேலும் மூன்று சிறிய சிறிய கொட்டகைகள் அமைந்திருந்தன. பொறுப் பாளரின் கொட்டகை மற்றைய கொட்டகைகளை விடவும் சற்றே பெரியதாகவும், தேவையான அளவில் நாற்காலிகள் போடப்பட்டி ருந்ததாகவும் இருந்தது.

எங்களை மிகுந்த பணிவுடன் வரவேற்ற அந்த மனிதர், தென்னக தேனீரை எங்களுக்கு வரவழைத்துக் கொடுத்தார். அந்தத் தேனீர் அங்கிருந்த சாகசப் பெண்களில் ஒருவரால் போடப்பட்டு, எங்களிடம் அளிக்கப்பட்டது. அந்தப் பெண் குதிரை ஏறுதல் விளை யாட்டைச் சார்ந்தவளாகவோ அல்லது, கம்பிகளின் மீது நடக்கக் கூடியவர்களில் ஒருவராகவோ இருக்கக்கூடும். எங்கள் வருகைக்கான காரணத்தைக் கேட்டறிந்த பொறுப்பாளர், மிஸ்டர் தொண்டை எனும் மனிதரைச் சந்திக்க எங்களை அனுப்பிவைத்தார். அவர்தான் ரிங் மாஸ்டர். அவரும் தென்னகத்தைச் சேர்ந்தவர்தான் என்றாலும், அவரது உறுதியான உடலமைப்பும், தோற்றமும் ஒரு நேபாளியாக அவரைக் கருதச் செய்தது. கிட்டத்தட்ட நாற்பது வயதுடைய மனிதராக அவர் இருந்தார். தனது தோள்பட்டையில் முன்பு உண்டாகியிருந்த காயம் ஒன்றை எங்களிடம் காண்பித்த அந்த மனிதர், அது புலியினால் உண்டான காயம் என்று சொன்னார்.

எங்களது தேவையை அவரிடம் நாங்கள் விளக்கினோம். படப் பிடிப்பு பிர்பூமின் அருகில் நடைபெற்றுக் கொண்டிருந்தது. அடர்த்தியான மூங்கில் மரங்களுக்கிடையில் புலியை நாங்கள் காண்பிக்க வேண்டும். அந்தப் புலி செய்ய வேண்டியது என்ன வென்றால், மூங்கில் மரங்களின் ஊடாக நிதானமாக நடந்து வந்து, சாத்தியம் இருந்தால் ஒரேயொருமுறை மட்டும் கேமிராவைப் பார்த்துவிட்டு, பின் மீண்டும் திரும்பிச் சென்றுவிட வேண்டும். பாரத் சர்க்கஸில் இருக்கும் ஏதேனுமொரு புலி இதனைச் செய்ய முடியுமா? மிஸ்டர் தொண்டை ஒப்புக்கொண்டார். சர்க்கஸின் பொறுப்பாளர், “எவ்வளவு நேரம் உங்களுக்கு புலி தேவைப்படும்?” என்றார். “சில மணி நேரங்கள் தான்” என்றேன் நான். “ஆனால், இங்கிருந்து படப்பிடிப்புத் தளத்திற்கு புலியை அழைத்துச் செல்லும் நேரத்தையும் சேர்த்துத்தான் நான் குறிப்பிட்டேன்” என்று மேலும் அவருக்கு நம்பிக்கை அளித்தேன். ஆனால், இந்தப் பயணம் மட்டும் இரண்டு தினங்களுக்கு நீளக்கூடியது. பொறுப்பாளர் என் கோரிக்கைக்கு ஒப்புதல் வழங்கி, கூண்டில் புலியை அடைத்து லாரியில் ஏற்றி அனுப்ப ஒப்புக்கொண்டார். அந்த இரண்டு நாட்களும், அவர்களது சர்க்கஸில் புலியை வைத்து நிகழ்த்தக்கூடிய சாகசம் மட்டும் தவிர்ப்பது என்று முடிவு செய்யப்பட்டது.

மிஸ்டர் தொண்டை இப்போது தனது இருக்கையில் இருந்து எழுந்து, புலியைக் காண எங்களை அழைத்துச் சென்றார். பொறுப்பாளரின் கொட்டகைக்குப் பின்னால், அவரைத் தொடர்ந்து நாங்களும் சென்றோம். சிறிய விலங்கியல் பூங்கா அங்கு அமைக்கப் பட்டிருக்கிறது என்பது தெளிவாகப் புரிந்தது. எங்களது உடனடி

கவனத்தை ஈர்த்த விலங்கு, அங்கிருந்த நீர்யானைதான். அதற்காகவே சிறிய அளவில் நிலத்தைத் தோண்டி நீர் தேங்கிக் கிடக்கும் குளத்தை அமைத்திருந்தார்கள். அதன் அருகிலேயே, ஒரு லாரியும் அதனில் ஒரு கூண்டும் இருந்தது. ஒரு தடிமனான மரப்பலகை அந்த லாரியின் மீது சரிவாக வைக்கப்பட்டிருந்தது. கல்கத்தாவில் அந்த சர்க்கஸ் நிகழ்வு முடிவடைந்ததும், நீர்யானை அந்த மரப்பலகையின் மீது ஏறி கூண்டுக்குள் நுழைய வேண்டும். அங்கிருந்து தனது அடுத்த இடத்துக்கான பயணத்தை அந்த நீர்யானை துவங்கிவிடும்.

அங்கு மேலும் பல விலங்குகள் இருந்தன. சிங்கம், கரடி மற்றும் வெவ்வேறு ரகத்திலான புலிகள் அங்கிருந்தன. மிஸ்டர் தொண்டை அங்கிருந்த சில ராயல் பெங்காலி புலிகளின் அருகில் நின்று, அவற்றில் ஒன்றை அழைத்துக்கொண்டு சரியான தருணத்தில் படப்பிடிப்புத் தளத்துக்கு வருவதாகத் தெரிவித்தார்.

“மூங்கில் வனத்தின் இடையில் புலியை உலவச் செய்வது, அத்தனை எளிதான காரியமா?” ஆர்வத்தை அடக்க முடியாமல் அவரிடத்தில் வினவினேன்.

திணறிய மிஸ்டர் தொண்டை, “அதனை உறுதியாகச் சொல்ல முடியாது” என்றார். “இதுவரையில் ஒருமுறைகூட இந்தப் புலியை நான் கூண்டில் இருந்து விடுவித்து வெளியில் உலவவிட்டது கிடையாது. அதனால், எனக்குத் தெரியவில்லை”.

என்ன! பிறகு எப்படி எங்களது திட்டமிடலை சரியான வகையில் நிறைவேற்றுவது? எப்படி நாங்கள் புலியின் பயிற்சியாளரை, புலியின் அருகிலேயே இருக்கச் செய்வது? கூப்பியும், பாஹாவும் அபாயம் மிகுந்த புலியை எதிர்கொள்கையில் உண்டாகக் கூடிய அச்சவுணர்வை எவ்வாறு கையாளப் போகிறார்கள்? முடியாது. எங்களால் இதனை அனுமதிக்க முடியாது.

மிஸ்டர் தொண்டை இதற்கொரு தீர்வை முன்மொழிந்தார். “புலியின் கழுத்தில் சிறிய மெலிதான கயிறைக் கட்டிவிடுகிறேன். அந்தக் கயிறு உறுதியானதாக இருக்கும்”.

“நல்ல யோசனைதான். ஆனால், மிக நீண்ட கயிறை நீங்கள் புலியின் கழுத்தில் கட்ட வேண்டும்”.

“அது ஒன்றும் பிரச்சனை இல்லை. புலியின் கழுத்தில் கட்டப்படும் கயிற்றின் மறுமுனை ஒரு இரும்புக் கம்பியின் மீது சுற்றப் பட்டிருக்கும்”.

அந்தக் கயிறு மெலிதானதாக இருந்தால்தான், கேமிராவில் அது பதிவாகாது. ஆனால், கயிறு கட்டப்பட்டிருக்கும் புலியின் கழுத்தில் அதன் ரோமச் சுருள்களின் மீது உண்டாகும் சிறிய அளவிலான

மாற்றம்கூட எளிதில் எங்களது தந்திரத்தை வெளிக்காண்பித்துவிடும். சில நிமிட யோசனைக்குப் பிறகு நான், "புலி தோலினால் ஒரு மேற்சட்டையை தைத்து, அதனைப் புலியின் மீது போர்த்தினால் என்ன? கம்பி அந்த மேற்சட்டையின் மீது இணைக்கப்பட்டிருக்கும். சரிதானே?".

மிஸ்டர் தொண்டை ஒப்புக்கொண்டார். பத்தே நிமிடத்தில் அனைத்தும் தீர்மானிக்கப்பட்டுவிட்டது. மிஸ்டர் தொண்டையிடம் அனைத்தையும் விளக்கமாகத் தெரிவித்துவிட்டு, படப்பிடிப்புக்கான தேதியையும் எழுதிக் கொடுத்துவிட்டு, கொஞ்சம் முன்பணத்தையும் கொடுத்துவிட்டு, அங்கிருந்து திரும்பினோம். "எதற்கும் கவலைப் படாதீர்கள் சார். அனைத்தும் மிகச் சரியாக நடக்கும்" என்றார் தொண்டை. அவருக்கு நன்றி தெரிவித்துவிட்டு, பொறுப் பாளரிடமும் விடைபெற்றோம். அப்போது அவர் ஒரேயொரு கோரிக்கையை மட்டும் எங்களிடம் தெரிவித்தார்: "படத்தின் தலைப்பில் எங்களது பாரத் சர்க்கஸின் பெயரைக் குறிப்பிட முடியுமா சார்?"

* * *

படப்பிடிப்பு நிகழ்ந்த ஷியூரி மற்றும் ராம்புராத் பகுதியில் சில தினங்களை நாங்கள் செலவிட்டோம். கூப்பி வாழும் ஊரைக் காண்பிப்பதற்காக, நோதும் கிராமம் என்றொரு ஊரைத் தேர்வு செய்தோம். அங்கிருந்து பதினைந்து மைல் தொலைவில், மயூராக்ஷி எனும் ஆறு ஓடிக் கொண்டிருந்தது. அதன் அருகில், கூப்பியும், பாஹாவும் உரையாடிக் கொண்டிருக்கும்போது புலி அவர்களை நெருங்கி வரும் காட்சியைப் பதிவு செய்வதற்கு தேவையான மூங்கில் மரங்களை நாங்கள் தெரிவு செய்திருந்தோம். படப்பிடிப்புக்கு முந்தைய தினத்தின் மாலையில், மிஸ்டர் தொண்டை தனது புலியுடன் லாரியில் இருந்து கிளம்பிவிட்டார் என்றும், படப்பிடிப்புத் தளத்தை அவர் அடைந்துவிட்டார் என்றும் தகவல் எங்களுக்குக் கிடைத்தது. உடனடியாக, அவருடன் இணைந்துகொள்ள நாங்களும் புறப்பட்டோம். எங்களது குழுவில் மொத்தமாக இருபத்தி ஐந்து நபர்கள் இருந்தார்கள். சில உள்ளூர் மக்களும், நாங்கள் புலியைச் சாமர்த்தியமாக கையாளும் விதத்தைப் பார்ப்பதற்காக எங்களுடன் வருவதற்கு ஒப்புதல் பெற்றிருந்தார்கள்.

லாரியில் இருந்த புலிக்கூண்டு மூடப்பட்டிருந்தது. எங்களைப் பார்த்தவுடன் மிஸ்டர் தொண்டை புலிக்கூண்டின் மீது போர்த்தப் பட்டிருந்த துணியை விலக்கினார். எங்களை ஆச்சர்யப்படுத்தும் வகையில், அவர் இரண்டு புலிகளை அங்கு கொண்டு வந்திருந்தார்.

ஏன் அவர் இவ்வாறு செய்தார்? ஒரேயொரு புலியே அவ்விடத்திற்குப் போதுமானது. குழப்பத்துடன் மிஸ்டர் தொண்டையிடம் கேட்டேன்: "நான் இதனை மிகப் பாதுகாப்பாக செய்து முடிக்கத் திட்டமிட்டிருந்தேன்". ஆனால், எவ்விதப் பதற்றமும் இல்லாமல் மிஸ்டர் தொண்டை, "ஒரு புலி நமக்கு ஒத்துழைப்பு வழங்க மறுத்து விட்டால், மற்றொரு புலியை நாம் பயன்படுத்திக் கொள்ளலாம்" என்றார். என்னால் இதனைத் துளியும் ஏற்றுகொள்ள முடியவில்லை. எனினும், அந்த இரண்டாவது புலியும் ஒத்துழைக்க மறுத்துவிட்டால் என்ன செய்வது என்று கேட்க நான் துணியவில்லை. அதனால், அவரிடம் "நாங்கள் அனைத்து ஏற்பாடுகளையும் முடிக்கும் வரையில் அமைதியாக இருங்கள்" என்றேன். முந்தைய தருணங்களில், சிறிய சிறிய சர்க்கஸ்களில் நான் பார்த்திருந்த புலிகள் அனைத்தும் துயரமான முகத்துடன் பரிதாபமாகக் காட்சியளிக்கும். ஆனால், என் முன்னால் இரும்பு கம்பிகளுக்குள் அடைபட்டு நின்றிருந்த இவ்விரு புலிகளும் உறுமும் கண்களுடன், வெறிப் பிடித்தாற்போல காட்சியளித்தது.

டிரைபேடில் கேமிராவைப் பொருத்தி, மூங்கில் வனத்தைக் காட்சிப் பதிவாக்கும் வகையில் அதனை நிறுத்தினோம். அதன்பிறகு, மிஸ்டர் தொண்டையிடம் நாங்கள் தயாராகிவிட்டதாகத் தெரிவித்தோம். அங்கு குழுமியிருந்த ஒட்டுமொத்த குழுவினர் மற்றும் பிற மனிதர்களையும் கூடுமானவரையில் வெகு தொலைவில் நின்றிருக்க வேண்டுமென கட்டளை விடுத்தோம். நாங்கள் கேமிராவுடன் மூங்கில் மரங்களின் ஊடாக நின்றிருந்தோம். அதேபோல கூப்பியும், பாஹாவும் எங்களுக்கு வெகு அண்மையில் நின்றிருக்க வேண்டியிருந்தது. குறைந்தபட்சம் ஒரேயொரு காட்சியாவது இவர்களுடன் புலியும் இருக்கும் விதமாக படம்பிடித்துவிட வேண்டுமென்பது தேவையாக இருந்தது.

ஒருபுறத்தில் நாங்கள் எங்களது பணிகளைச் செய்து கொண்டிருக்க, மற்றொருபுறத்தில் மிஸ்டர் தொண்டை தனது ஆட்களுடன் இணைந்து புலிக்குத் தேவையான ஏற்பாடுகளைச் செய்தபடி இருந்தார். நிலத்தில் இருந்து ஐந்து அடி உயர இரும்புத் தூண் ஒன்றைப் புதைத்து, அதில் ஒரு மெல்லிய கம்பியை இணைத்திருந்தார். அந்தக் கம்பியின் மறுமுனை புலியின் கழுத்தில் கட்டப்பட்டிருந்தது. ஒரு முப்பது அடி தூரத்துக்கு மட்டுமே நடக்க இயலும் வகையில், அந்தத் தூண் அமைக்கப்பட்டிருந்தது. அந்தத் தூணின் ஐந்தில் மூன்று பகுதி நிலத்தில் புதையுண்டிருந்தது. புலியின் மீது போர்த்தப்பட்டிருந்த ரோமச் சுருள் மாதிரியின் மீது அந்தக் கம்பி சுற்றியிருந்தது.

* * *

அனைத்தும் தயாராக இருந்தது. லாரியில் இருந்த கூண்டுகளில் ஒன்றின் கதவு திறக்கப்பட்டது. மிஸ்டர் தொண்டை புலியை வெளியே வரும்படி அழைத்தார். உடனடியாக, அவரது அழைப்புக்கு செவி சாய்த்து அந்தப் புலி கூண்டில் இருந்து கீழே குதித்து, எங்கள் முன்னால் இருந்த வெற்றுவெளியில் உலவத் துவங்கியது. ஆனால், அதன்பிறகு நடந்ததை நாங்கள் முற்றிலுமாக எதிர்பார்த்திருக்க வில்லை. மிஸ்டர் தொண்டையின் முகம் வெளிறிப் போயிருந்ததை வைத்தே எங்களைப் போலவே அவரும் நிலைகுலைந்து போயிருக் கிறார் என்பதை உணர்ந்துகொள்ள முடிந்தது. ஒழுங்குடன் நிதான மாக நடப்பதற்குப் பதிலாக, புலி மிகுந்த உற்சாகத்துடன் அங்கு மிங்குமென உலவத் துவங்கிவிட்டது. அந்தப் புலி மகிழ்ச்சியுடன் உடலை அசைத்தது, குதித்தது, தரையில் உருண்டு புரண்டது, அதனைக் கட்டுக்குள் கொண்டு வர முயற்சித்தபடியே மெல்லிய கம்பியைப் பிடித்து இழுத்துக் கொண்டிருந்த அதன் பயிற்சியாளர் களைத் தரையில் தடுக்கி விழச் செய்தது. நாங்கள் அமைதியாக நின்ற நிலையிலேயே, முற்றிலும் புதிதான, சிலிர்ப்புண்டாக்கும் சர்க்கஸ் நிகழ்வொன்றை இலவசமாகப் பார்த்துக் கொண்டிருந்தோம். கேமிரா இன்னமும் டிரைபேடில் ஊன்றப்பட்ட நிலையில் அமைதி யாக நின்றிருக்க, புலி தனது சேட்டைகளை நிறுத்தாமல் தொடர்ந்த படியே இருந்தது.

கிட்டத்தட்ட தனது விசித்திர நடவடிக்கைகளில் ஐந்து நிமிடங்கள் வரை ஆழ்ந்திருந்த புலி, சட்டென நிதானமுற்றது. மிஸ்டர் தொண்டையும், அவரது இரு உதவியாளர்களும் எங்களைப் பார்த்தார்கள். தனது உலர்ந்த உதடுகளைத் திறந்து என்னிடம் பேசத் துவங்கிய மிஸ்டர் தொண்டை, அந்தப் புலி இதுவரையிலும் கானகச் சூழலை எதிர்கொண்டதில்லை என்று தெரிவித்தார். அந்தப் புலி சர்க்கஸ் உள்ளாகவே பிறந்து, வளர்ந்திருக்கிறது. வெகு அரிதாக மட்டுமே சர்க்கஸினுள்ளாக அதன் சங்கிலி அவிழ்க்கப்பட்டிருக் கிறது. தனது இயற்கை சூழலுடனான உறவு குறித்த திடீர் விளைவும், எண்ணமும் அதற்கு உண்டாகி கிறுக்குப் பிடித்தாற் போல, அதனைச் செயல்பட செய்திருக்கிறது எனவும் அவர் தெரிவித்தார்.

புலி அமைதியுற்றதும், எங்களுக்குத் தேவையாய் இருந்த காட்சித் துணுக்குகளை நாங்கள் படம்பிடித்தோம். எனினும், வேறொரு கோணத்தில் மீண்டுமொரு சிக்கல் உருவெடுத்தது. லாரியில் இருந்த கூண்டின் கதவுகள் இன்னமும் திறந்து வைக்கப்பட்டிருந்தன. அதன் அருகில் ஒரு நாற்காலியும் போடப்பட்டிருந்தது. படப்பிடிப்பு முடி வடைந்ததும், அந்தப் பயிற்சியாளர் புலியைப் பார்த்து, “மேலேறு”

என்று சொல்ல வேண்டும். அந்தப் புலி நாற்காலியின் மீது ஏறி, கூண்டிற்குள் நுழைந்ததும், உடனிருக்கும் இரு உதவியாளர்களும் அந்தக் கூண்டினை தாழிட்டு மூட வேண்டும். மிஸ்டர் தொண்டை, "மேலேறு" என்று புலியைப் பார்த்துச் சொன்னார். ஆனால், அந்தப் புலி அவருக்குச் செவி சாய்ப்பதாகவே இல்லை. அது அவரைப் புறக்கணித்துவிட்டு, இன்னமும் கீழேயே நின்றிருந்தது. கூண்டுக்குள் அடைபட்டுக் கிடப்பதை விட, மூங்கில் மரங்களின் ஊடாக அலைந்தபடியே, அதன் மெல்லிய இலைகளை மென்று விழுங்குவது அதற்கு உவப்பானதாக இருந்தது.

மிஸ்டர் தொண்டை இதற்கு முன்பு, இப்படியொரு தர்ம சங்கடமான சூழலை எதிர்கொண்டதில்லை. ஆனால், அந்தப் புலியின் செயல் எங்களது தன்னம்பிக்கையை வலுப்படுத்தியது. புற்களை மேய்ந்து கொண்டிருந்த அந்தப் புலி நிச்சயமாக மனிதர் களைக் காயப்படுத்தாது. அதனால், எங்களது கேமிராவை சுமந்து கொண்டு, எஞ்சி இருந்த பிலிம் சுருளில் புலியை மிக நெருக்கமாக அணுகிய நான், அதன் செயல்களை விரிவாகப் பதிவு செய்து கொண்டேன். எனினும், அந்த தட்பவெப்ப சூழலைக் கடந்து, கேமிராவில் பதிவு நடந்து கொண்டிருந்ததையும் கடந்து, புலி ஒரு நீண்ட தாவலில் கூண்டை அடைந்துவிட்டது. கிட்டத்தட்ட அது நின்றிருந்த இடத்துக்கும், கூண்டிற்கும் இடையில் அறுபது அடி தூரம் இருந்தது. ஆனால், ஒரு நொடியில் அந்தப் புலி இந்த இடைவெளியைத் தாவிக் கடந்துவிட்டது.

இதுதான் இந்தக் கதையின் முடிவாக இருந்திருக்க வேண்டும். ஆனால், நாங்கள் கல்கத்தாவுக்குத் திரும்பியதும், புலி தொடர் புடைய காட்சிகளைப் பார்வையிடத் துவங்கியபோதுதான், அக்காட்சிப் பதிவுகளின்போது கேமிரா சரியாக வேலை செய்திருக்க வில்லை என்பது புரிந்தது. அந்தக் கேமிரா பதிவுகள் மிகவும் இருண்மையாக இருந்ததால், புலியின் அசைவுகள் பின் சூழலோடு முற்றிலுமாக புதைந்து போயிருந்தது.

இப்போது நாங்கள் என்ன செய்யப் போகிறோம்? எங்களது தோல்வியை ஒப்புக்கொண்டு, இக்காட்சியைப் படத்தில் இருந்து நீக்கிவிட வேண்டுமா? ஆஹா. இல்லை. பாரத் சர்க்கஸ் இன்னமும் கல்கத்தாவில்தான் இருந்தது. இதில் குறிப்பிட்டுச் சொல்லும்படியான நல்ல விஷயம் என்னவென்றால், மீண்டும் புலிகளும், அதன் பயிற்றுவிப்பாளரும் அதே இடத்துக்கு வர வேண்டியதில்லை. நாங்கள் போரல் அருகிலேயே மற்றுமொரு மூங்கில் வனத்தைக் கண்டுபிடித்திருந்தோம். போரல் கிராமம் எங்களுக்கு நன்கு பரிச்சயமாகியிருந்த ஊர். அங்குதான், அப்புவையும், துர்காவையும்

வைத்து பதேர் பாஞ்சாலியின் படப்பிடிப்பை நிகழ்த்தினோம். இப்போது நாங்கள் கூப்பியையும், பாஹூவையும், புலியையும் வைத்துக்கொண்டு மீண்டும் படம்பிடிக்க வேண்டியிருந்தது.

மீண்டும் லாரி படப்பிடிப்பு தளத்துக்கு வந்தது. மிஸ்டர் தொண்டையும், புலியும், மெல்லிய கம்பியும், புலி ரோம மேலாடையும், இரும்புத் தூணும் மீண்டுமொருமுறை வந்தது. லாரி கிராமத்தின் வழியாக வந்திருந்ததால், அவ்வூரில் இருந்த பெரியவர்களில் இருந்து சிறுவர்கள் வரையில் அனைவரும் படப்பிடிப்பைப் பார்க்க மிகுந்த ஆர்வத்துடன் இருந்தார்கள். முந்தைய படப்பிடிப்பின்போது நிகழ்ந்த சம்பவங்கள் துளியும் மாற்றமின்றி மனதில் பதிந்திருந்ததால், அந்தக் கிராமத்து மனிதர்கள் கேமிராவின் அருகில் வர வேண்டாம் என எச்சரிக்கை விடுத்திருந்தோம். அவர்கள் குறைந்தது எழுபது அடி தூரத்துக்கு அப்பால்தான் நிற்க வேண்டுமென உத்தரவிடப்பட்டது. படப்பிடிப்பு தளத்தில் என்ன நிகழ்கிறதென்று பார்க்க முடியவில்லை என்றாலும், அவர்கள் நெருங்கி வரக்கூடாது என்று கட்டளையிடப் பட்டது. படம் நிறைவடைந்து திரையிடல் கண்டபிறகு, நாங்கள் என்ன படம் பிடித்தோம் என்பதைத் துல்லியமாகப் பார்க்கவும், உணர்ந்து கொள்ளவும் முடியுமல்லவா?

ஆனால், ஒருவரும் எங்களது குரலுக்கு செவி சாய்க்கவில்லை. ஒட்டுமொத்தப் பேரும் தங்களால் இயன்றவரையில் கேமிராவை நெருங்கி வந்தார்கள். எங்களால், அதற்கு மேலும் எங்களது நேரத்தை விவாதங்களிலும், புரிய வைப்பதிலும் செலவிட முடியாது. அதனால், கேமிராவைத் தயார்படுத்திவிட்டு, மிஸ்டர் தொண்டையிடம் சிக்னல் கொடுத்தோம். கூப்பியும், பாஹூவும் தங்களுக்குரிய இடங்களில் சரியாக நின்றுகொண்டார்கள். மிஸ்டர் தொண்டை கூண்டின் கதவுகளைத் திறந்தார்.

அப்போது நிகழ்ந்த காட்சியை அதற்குமுன்பு ஒருவரும் பார்த்ததோ, அனுபவித்ததோ இல்லை. கதவு திறக்கப்பட்டதும், எங்களது புலி பெருத்த உறுமலுடன் கேமிராவின் பின்னால் நின்றிருந்த ஊர் மக்கள் நின்றிருந்த திரையில் ஓடத் துவங்கியது. முதலாவது தருணத்தில், ஒற்றை நொடியில் நிலத்தில் இருந்து தாவி ஏறி கூண்டுக்குள் நுழைந்த புலியை நாம் பார்த்தோம். இப்போது, எங்கள் கண் முன்னாலேயே, ஐம்பதில் இருந்து நூற்றுக்கணக்கான மனிதர்கள் சட்டென அவ்விடத்தில் இருந்து மறைந்து காணாமலாகி விட்டார்கள். இலக்கியரீதியாக சொல்ல வேண்டுமென்றால், ஒரு நொடியில் அவர்கள் இருந்தார்கள். அடுத்த நொடியில் அவர்கள் மறைந்துவிட்டார்கள். ஆனால், அந்தப் புலியால் நீண்ட தூரமெல்லாம் பயணிக்க முடியாது. அதன் பயிற்றுநர், அதன் காலரைப்

பிடித்திழுத்து, பழைய நிலைக்கு வரும்படி செய்தார். ஒருவரும் அந்த புலியின் எல்லை கட்டுப்படுத்தப்பட்டிருக்கிறது என்பதை அறிந் திருக்கவில்லை. என்னால், ஒருபோதும் எப்படி அத்தனை மனிதர் களும் கண நேரத்தில் தொலைந்து போனார்கள் என்பதையும், அவர்களது முகங்களில் படர்ந்த அச்சவுணர்வையும் எப்போதும் மறக்கவே முடியாதென்று நினைக்கிறேன்.

புரிபடாதவகையில், இத்தகைய சீற்றத்துக்குப் பிறகு நம்ப வியலாத வகையில், புலி முற்றிலுமாக அமைதி நிலைக்குச் சென்று விட்டது. ஒரு குழந்தையைப்போல, அந்தப் புலி தனக்கான குறிக்கப் பட்ட இடத்தில்போய் நின்றுவிட்டு, நிதானமாக எங்களுக்குத் தேவை யாய் இருந்த அளவில் தனது நடை வேகத்தைக் கட்டுப்படுத்திக் கொண்டு, வெகு சிறப்பாக நடித்துவிட்டு மீண்டும் தனது பயிற்று நரை நோக்கி நடக்கத் துவங்கியது.

இந்தமுறை கேமிரா சிறப்பாக இக்காட்சியைப் பதிவு செய்தி ருந்தது. கல்கத்தாவுக்குத் திரும்பிய பிறகு, அந்தக் காட்சிகளைப் பரிசோதித்துப் பார்க்கும்போதுதான், எங்களது எண்ணம் உறுதிப் பட்டது. அந்தப் புலி தனது பாத்திரத்தை வெகு சிறப்பாகச் செய் திருந்தது.

ஹுந்தி ஜுந்தி ஷுந்தி

கூப்பியும், பாஹாவும் பேய்களின் அரசனால் ஆசீர்வதிக்கப் பட்டு, மூன்று வரங்கள் பெறுகிறார்கள். முதலாவது வரம், அவர்கள் நினைக்கின்ற நேரத்தில் உலகத்தின் எந்தப் பகுதியில் இருந்தாலும், எந்த நேரத்தில் வேண்டுமானாலும், உணவு மற்றும் உடைகளை அவர்களால் பெற்றுவிட முடியும். இரண்டாவது வரம் அரசனால் அளிக்கப்பட்ட காலணிகளை அணிந்துகொண்டு, உலகத்தின் எந்தப் பகுதிக்கு வேண்டுமானாலும் நினைத்தவுடனேயே பயணம் செய்திட முடியும். அவர்கள் செய்ய வேண்டியது என்னவென்றால், கைகளைப் பலமாகத் தட்ட வேண்டும். மூன்றாவது வரம் பேச்சு மற்றும் செவி திறனற்ற கூப்பி ஆசீர்வதிக்கப்பட்ட சிறந்த பாடகராகவும், பாஹாவை மிகச் சிறந்த டிரம்மராகவும் மாற்ற வழி செய்யக்கூடியது.

கூப்பி கெய்ன் பாகா பைன் திரைப்படத்தைப் பார்த்திருக்கும் எவருக்கும், அடுத்து என்ன நிகழும் என்று தெரியும். அந்த இருவரும் தங்களது கரங்களைப் பலமாகத் தட்டி, அற்புதமான சுவைமிகுந்த உணவுகளை வரவைத்து உண்ணுகிறார்கள். உணவுக்குப் பின்னர், கிளாசிக்கல் இசையில் மேதமை கொண்ட உஸ்தாத் ஒருவர் தனது சிஷ்யப் பிள்ளைகளுடன் பல்லக்கில் தூக்கிச் செல்லப்படுவதை இருவரும் பார்க்கிறார்கள். அவர்கள் எங்கு செல்கிறார்கள்? ஷுந்தி எனும் இடத்தில், அரசன் ஒருவன் இசை விற்பன்னர்களுக்கான சங்கீதப் போட்டியொன்றை நடத்த இருப்பதாக அவர்களுக்குத் தகவல் கிடைக்கிறது. அந்த உஸ்தாத் அந்தப் போட்டியில் கலந்து கொள்ளச் செல்கிறார்.

அந்தக் குழு கூப்பியையும் பாஹாவையும் கடந்துசென்ற சில நொடிகளுக்குள்ளாக, தாங்களும் அந்தப் போட்டியில் கலந்து கொள்வதென்று முடிவு செய்கிறார்கள். அரசனுக்கு அவர்களது இசை பிடித்துவிட்டதென்றால், அரசவை இசை விற்பன்னர்களாகப் பணியில் அமர்த்தப்படுவார்கள். பேய்களின் அரசன் வழங்கியிருந்த காலணியால், அவ்விடத்திற்குச் செல்வது கூப்பிக்கும், பாஹாவுக்கும் மிக எளிதான காரியமாகப்பட்டது. ஆனால், பொறுங்கள். அந்த இசைப் போட்டி நிகழும் இடத்தின் பெயர் என்ன? இருவருக்குமே

சத்யஜித் ரே ◆ 135

அந்த இடத்தின் பெயர் நினைவில் இல்லை. கூப்பி அந்த மனிதரின் சொற்களை நினைவுகூர்ந்து "ஜுந்தி" என்கிறான். ஆனால், பாஹாவுக்கு, "ஹுந்தி" என்பதாக நினைவில் இருக்கிறது.

சில நிமிட விவாதத்திற்குப் பிறகு, பாஹாவின் கூற்றின்படியே இருவரும் கை தட்டி, "ஜுந்தி" என்று ஒருமித்தக் குரலில் சொல்கிறார்கள். கணப்பொழுதில், பனி மலையும், பெரும் புகையும் படர்ந்திருக்கும் நிலவெளியில் இருப்பதாக தங்களை அவர்கள் உணர்கிறார்கள். அவர்களது கைகளும், கால்களும் நடுங்குகின்றன. பற்கள் தொடர்ந்து குளிரில் ஆடியபடியே இருக்கிறது. உடனடியாக இருவரும் மீண்டும் கை தட்டி வெப்பமூட்டக்கூடிய ஆடைகளை வேண்டுகிறார்கள். இப்போது இருவருக்குமிடையில் மீண்டும் சண்டை மூள்கிறது. ஜுந்தி என்பது நிச்சயமாக தவறான இடம்தான் என்பது உறைக்கிறது. "சரி, இப்போது நாம் ஹுந்திக்குச் செல்வோம்" என்று கூப்பி சொல்கிறான்.

ஒரு நொடியில் அவர்கள் இருவரும் வேறொரு இடத்தில் நின்றிருக்கிறார்கள். பரந்த பாலைவனமான அவ்வெளி அவர்களது உடலின் மீது வெப்பமேற்படுத்துகிறது. அவர்களது உடைகள் அசௌகர்யமான சூழலை உண்டுபண்ணுகின்றன. பொறுக்க முடியாமல், அந்த உடைகளை கிழித்து வீசி எறிந்துவிட்டு நிமிர் கையில்தான், அந்த இடத்தின் பெயர் "ஷுந்தி" என்பது நினைவுக்கு வருகிறது.

திரைப்படத்தில், இந்த ஒட்டுமொத்தக் காட்சிகளும் மொத்தமாக மூன்றிலிருந்து, மூன்றரை நிமிடங்கள் வரையில் வரக்கூடியவை. எனினும், இந்தக் காட்சிகளைப் படமாக்கும்போது நேர்ந்த சிக்கல்களையும், அனுபவங்களையும் இன்று உங்களிடம் நான் பகிர்ந்து கொள்ளப் போகிறேன்.

***

திரைப்படத்தின் முதல் சில காட்சிகள் பிர்பூம் மாவட்டத்தில் இருந்த நோதுன் கிராமம் எனும் ஊரில் படமாக்கப்பட்டது. கூப்பியும், பாஹாவும் அற்புதமான உணவைச் சாப்பிடுவது, உஸ்தாத்தின் வருகை மற்றும் முதல்முறையாக கை தட்டி, "ஜுந்தி" என்று சொல்வது வரையில் அவ்வூரில் நாங்கள் படம்பிடித்து விட்டோம்.

அவர்கள் ஜுந்தி என்று குறிப்பிட்டதும், உடனடியாக இருவரும் நிலத்தில் இருந்து சில அடிகள் உயர்ந்து மென்மையான காற்றின் அலையில் கரைந்து காணாமல் போக வேண்டும். இதனைச்

செயல்படுத்துவதற்கு நாங்கள் கடினமாக உழைக்க வேண்டியிருந்தது. ஒரு எட்டு அடியில் மூங்கில் தளமொன்று அமைக்கப்பட்டது. கூப்பியும், பாஹாவும் ஏணியில் ஏறி அந்த மூங்கில் தளத்தில் நின்றுகொள்ள வேண்டும். சரியான தருணத்தில் இருவரும் ஒன்றாக நிலத்தில் கேமிராவின் முன்னால் குதிக்க வேண்டும் என்று அறிவுறுத்தப்பட்டது. இந்த குறிப்பிட்ட காட்சியைப் படம்பிடிக்கும் போது, கேமிரா வழக்கத்துக்கு மாறாக, முற்றிலும் நேரெதிராக செயல்பட வேண்டும். நாங்கள் கேமிராவில் பதிவாக்கும் காட்சி எதிர்நிலையில் உபயோகப்படுத்தப்படும். இதன்மூலமாக, அவர்கள் மேலிருந்து கீழே குதிப்பது, திரையில் பார்க்கையில் கீழிருந்து மேலே தாவுவதைப்போல காட்சியளிக்கும்.

அடுத்த காட்சியில் அவர்கள் ஆறுகளையும், மரங்களையும், கிராமத்தின் அழகிய வயல்வெளிகளையும் கடந்து வேறொரு இடத்தில் நின்றிருப்பார்கள். அவர்களைச் சுற்றிலும் இப்போதும் புகை மட்டுமே அலைவுற்றுக் கொண்டிருக்கும். ஆனால், அவ்வளவு புகைக்கு நாங்கள் என்ன செய்வது? பிப்ரவரி மாதத்தில் சிம்லாவுக்கு சென்றால், அங்கு அதிகளவில் பனியும் புகையும் படர்ந்து விரவியிருக்கும் என்று எங்களுக்குத் தெரிவிக்கப்பட்டது. அதோடு, சிம்லாவில் இருந்து எட்டு மைல் தொலைவில், மேற்கொண்டு ஆயிரம் அடி உயரத்தில் குஃப்ரி என்றொரு இடம் இருக்கிறது. அங்கு மனிதர்களோ அல்லது குடியிருப்புகளோ எதுவும் இருக்காது. அந்தப் பகுதி முழுவதிலும் பனியால் மட்டுமே சூழப்பட்டிருக்கும். கூப்பி மற்றும் பாஹா தொடர்புடைய சில காட்சிகளை குஃப்ரியில் படமாக்குவதென்று நாங்கள் முடிவு செய்தோம்.

கல்கத்தாவில் இருந்து தில்லி வழியாக சிம்லாவை அடைவதென்று பயணத் திட்டமும் ஏற்பாடாகிவிட்டது. எங்களது குழுவில் இருந்த சிலர் தில்லியிலேயே தங்கிவிட்டார்கள். ஏனெனில், குஃப்ரி காட்சிகள் முடிவடைந்ததும் மீண்டும் நாங்கள் தில்லி வந்து, அங்கிருந்து ராஜஸ்தானுக்கு பயணித்து ஹாலா மற்றும் ஷுந்தி ராஜ்ஜியங்களைப் படம்பிடிக்கும் திட்டம் எங்களிடம் இருந்தது. அதனால், சிம்லாவுக்கும் அதன் தொடர்ச்சியாக குஃப்ரிக்கும் பயணித்த குழு வெகு சொற்பமான ஆட்களையே கொண்டிருந்தது. இரண்டு நடிகர்கள் உட்பட மொத்தமாக பத்துப் பேர் மட்டுமே அங்கு சென்றோம்.

* * *

சிம்லாவுக்கு ஏற்கெனவே ஒருமுறை நான் சென்றிருக்கிறேன். எனினும், அந்தப் பயணம் கோடை காலத்தில் நிகழ்ந்தது. இப்போது

மீண்டும் அந்த நிலவெளியை அடையாளம் காண்பது கடினமாக இருந்தது. அந்த முழு நகரமும் சரும நோயினால் பாதிக்கப்பட்டிருப்பதைப்போல காட்சியளித்தது. அந்த இடம் முழுவதிலும் இருந்த அனைத்து மரங்களிலும், தெருக்களிலும் வெண்ணிற பனிப் படலம் படர்ந்திருந்தது. சாலையில் குவிந்திருந்த பனிக்கட்டிகள் மெல்ல உருகிய நிலையில் இருந்ததால், ஒவ்வொரு அடியையும் மிகுந்த கவனத்துடன் எடுத்துவைக்க வேண்டியிருந்தது.

எங்களுக்கு அதிகளவில் நேரம் இல்லாதிருந்தது. அதனால் மதிய உணவை முடித்தவுடன் உடனடியாக காரில் ஏறி குஃப்ரியில் இருந்த படப்பிடிப்புத் தளத்தைத் தேர்வு செய்யச் சென்றுவிட்டோம். அதற்கும் அடுத்த நாள், ஒட்டுமொத்தத் திரைப்படக் கருவிகளையும் சுமந்துகொண்டு, அந்த இடத்துக்கு நாங்கள் செல்ல வேண்டி இருந்தது. கேமிரா மட்டுமில்லாமல், எட்டு அடி உயர தளம் ஒன்றையும் சுமந்து செல்ல வேண்டியிருந்தது. முன்பு நான் குறிப்பிட்டிருந்த மூங்கில் தளத்தில் இருந்து இது வேறுபட்டது. இந்தக் காட்சியின் முடிவில், கூப்பியும் பாஹாவும் மீண்டும் நிலத்திலிருந்து உயர்ந்து புகையினூடாக மறைந்து கரைய வேண்டும். அதனால் தளத்தின் மீதிருந்து மீண்டும் கீழே குதிக்கும் காட்சி இப்போதும் பதிவாக்க வேண்டியிருந்தது.

சிம்லாவில் இருந்து எட்டு மைல் தொலைவுதான் என்றாலும், கிட்டத்தட்ட குஃப்ரியை அடைய ஒருமணி நேரம் தேவையாய் இருந்தது. நாங்கள் பயணித்துக் கொண்டிருந்த சாலையின் மீது எட்டு அங்குலத்துக்குப் பனி படிந்திருந்தது. மலையின் மீது ஆழமாகப் பதிந்துகிடந்த அந்தப் பனிச் சாலையில் பல்வேறு திடீர் திருப்பங்களும், வளைவுகளும் இருந்தன. எங்களுடைய காரின் சக்கரங்களில் அந்தப் பனி குழாயில் பாதை அமைத்துக்கொண்டு நகர வேண்டியிருந்தது. அவ்வப்போது, எங்களது காரின் சக்கரங்கள் பனிப் படலத்தின் உள்ளாக ஆழமாகச் சிக்கிக்கொள்ளவும் செய்தது. பனித் துகள்களைச் சிதறடித்தபடியே மிக விரைவாக நகர்ந்து கொண்டிருந்த அந்தக் கார்கள் அவ்வப்போது சிக்கி முன்னெழ இயலாமல் திணறிய சம்பவங்களும் நேர்ந்தது.

பயணத்தின்போது வானம் முழுவதுமாக இருண்டு கனத்திருந்தது என்றாலும், குஃப்ரியை நாங்கள் அடைந்தபோது வெளிச்சம் படரத் துவங்கிவிட்டது. குஃப்ரி உண்மையில் ஓர் எளிய கிராமம். குளிர்காலத்தில் அங்கு வரும் மனிதர்கள் பனிச்சறுக்கு விளையாடுவதற்காக, பலவிதமான வசதிகளும் அங்கு ஏற்படுத்தப்பட்டிருந்தன. அங்கு ஒரு கிளப்பும், பங்களாவும், ஓய்வெடுப்பதற்கான விடுதியும்

இருந்தது. எங்களுக்கு அவற்றில் ஒன்று தேவைப்பட்டது என்பதால், குளிர் போர்த்திய ஆனால் அதே நேரத்தில், அதிகம் வெறுமை கவிந்திருக்கும் நிலவெளியைத் தேடி அலையத் துவங்கினோம். அதேபோல, அவ்விடுதி மைய சாலைக்கு நெருக்கமானதாகவும் இருக்க வேண்டும். அப்போதுதான் உபகரணங்களைச் சரியாகக் கையாள வசதியாக இருக்கும்.

நாங்கள் மேற்கொண்டு இருநூறு அடிகள் மேலேறி, மூன்று பக்கமும் பார்க்கக்கூடிய பகுதியொன்றைக் கண்டுபிடித்தோம். அவ்விடத்தில் நின்று பார்த்தால், பல அடுக்குகளில் அமைந்திருக்கும் அடர்த்தியான மலைகளைப் புகையினூடாக எங்களால் பார்க்க முடிந்தது. எங்களுக்கு வலப்புறத்தில் வெண்பனி மலை ஒன்று இருந்தது. எங்களது காரை நிறுத்திவிட்டு, நாங்கள் கீழிறங்கினோம். எப்போதும் அலைவுற்றுக் கொண்டிருக்கும் புகைப் படலங்களையும் கடந்து, எங்களால் அங்கு நிற்க முடிந்தது. குளிர் குறைவாகவே அப்போது இருந்தது. அதோடு, சூரியன் வெளிச்சமிடத் துவங்கிய வுடன் அக்காட்சி மேலும் அழகு மிகுந்ததாக ஒளிரத் துவங்கியது.

திடீரென்று, சூரியனின் பிரகாசிக்கின்ற வெளிச்சத்தையும் மீறி மீண்டும் பனிப்பொழிவு ஆரம்பமானது. பனித் திரை வடிவத்தில் ஆகாயத்தில் மிதந்து கொண்டிருந்தது. ஒருவர் தனது கரங்களை வெளியில் நீட்டினார் என்றால், சில நிமிடங்களில் அவரது உள்ளங் கையைப் பனி மூடி நிறைத்துவிடும். பனிப்பொழிவு எவ்விதச் சப்தமும் இல்லாமல், மிக அமைதியுடன் ஒருவித மர்மத்தைக் கட்டமைத்த படியே நிகழ்ந்து கொண்டிருந்தது. அனைத்தையும்விட, வானத்தில் இருந்து தரை நோக்கி பொடிப் பொடியாக ஏதோ ஒன்று தூவப்படு கிறது என்பதே பெரும் விநோதமாக இருந்தது. வானத்தில் கனத்த மேகம் அப்போது இல்லாதிருந்தது.

எங்களுக்கு துளியும் நேரமிருக்கவில்லை. நொடிப் பொழுதையும் நாங்கள் வீணடிக்க முடியாது. அந்தக் குளிர் வெளியில் எங்களுக் குரிய இடத்தைத் தேடி அலைந்தோம். சில மணி நேர தேடுதலுக்குப் பிறகு, படப்பிடிப்புக்கு உகந்த ஓரிடத்தை எங்களால் கண்டுபிடிக்க முடிந்தது. நாங்கள் நின்றிருந்த இடத்தில் இருந்து பத்தடி உயரத்தில் இயற்கையாக பனிப்படலம் அழகிய பாலத்தைப் போல உருவாகிக் கிடந்தது. அதனால், கூப்பியும், பாஹாவும் எளிதில் அங்கு நின்று, கீழே தாவிக் குதித்துவிட முடியும். நான் உடனடியாக முடிவு செய்து விட்டேன். அதுதான். அந்த இடம், வங்காளத்தில் தொலைந்து போயிருக்கும் இருவரும், வந்தடையும் இடமாக இருக்க வேண்டும். எங்களால் பனியையும், தொலைவில் அவ்வப்போது புகையினூடாக

வெளிப்பட்ட கறுத்த பாறைப் பிளவுகளையும் மட்டும்தான் அங்கி ருந்து பார்க்க முடிந்தது.

* * *

நாங்கள் மிகப் பொருத்தமான படப்பிடிப்புத் தளத்தைக் கண்டடைந்துவிட்டோம் என்றாலும், இப்போது மற்றொரு சிக்கல் உருவெடுத்தது. முந்தைய காட்சியில், கூப்பியும் பாஹாவும் கிராமத்தில் இருந்து மறையும் தருணத்தில், மெலிதான சிறிய உடைகளைத்தான் அணிந்திருந்தார்கள். பருத்தித் துணியொன்றைத் தோளின் மீது போட்டிருந்தார்கள். அதனால், அந்தக் குளிர்ப் பிரதேசத்தில் மீண்டும் அவர்கள் தோன்றும்போதும் அதே உடையைத்தான் அணிந்திருக்க வேண்டும். எனினும், அங்கு நிலவிய குளிர் மிகக் கடுமையாக இருந்தது. இப்போது என்ன செய்வது? கூப்பியும், பாஹாவும் மிகுந்த உற்சாக மனநிலையில்தான் இருந்தார்கள். வெளியில் நிலவிய அற்புத நிலக் காட்சிகள் அவர்களது தன்னம்பிக்கையைக் கூடுதலாக கிளர்த்தி விட்டிருந்தது. அதே உடையில் பனிப்பாலத்தின் மீதிருந்து குதித்து விட அவர்கள் தயாராக இருந்தார்கள். ஆனால், எங்களுக்கு அதில் உடன் பாடில்லை. அவர்களை அப்படியொரு மோசமான சூழலில் சிக்க வைக்க நாங்கள் தயாராக இல்லை. முடிவில், தங்களது குர்தாவின் உள்ளாக அணிந்துகொள்ள கையில்லாத பனியனைக் கொடுத்தோம். கால்களைப் பொருத்தவரையில், நைலான் காலுறைகளைக் கொடுத் திருந்தோம். அந்த நைலான் காலுறைகள் தோல் நிறத்திலேயே இருந்ததால், தொலைவில் இருந்து பார்க்கையில் அவை தனித்து தெரியாது. இவைகளைத் தவிரவும், அவர்களது பாதங்களில் மாயாஜால காலணி அணியச் செய்திருந்தோம். இந்தக் காலணி எங்களது திரைப்படத்துக்கென்றே பிரத்யேகமாக உருவாக்கப்பட்டது.

இந்தக் காட்சி உண்மையிலேயே வலிமையானதாக இருக்க வேண்டும் என்பதற்காக, பனியில் குதிக்கும் இரு நடிகர்களும், லேசாகத் தடுமாறி பனிப்படலத்தில் சிறியளவில் உருண்டு பின் எழ வேண்டும் என்று தீர்மானித்தோம். இரண்டு நடிகர்களும் மிகுந்த ஆர்வத்தில் இருந்ததால், நாங்கள் சொல்லும் எதனையும் செய்துவிட அவர்கள் தயாராக இருந்தார்கள். ஆனால், எனக்கு இந்த யோசனை பிடித் திருக்கிறது என்றாலும், அதனது செயலாக்கத்தை நினைக்கையில் கவலை சூழ்ந்துகொண்டது. எல்லாவற்றையும் விட, இதற்கு முன்பு ஒருமுறைகூட அவர்கள் தங்களது வாழ்நாளில் பனியில் உருண்டது கிடையாது. அவர்களுக்கு காயமேற்பட்டால் என்ன செய்வது? பனியில் காயம் ஏற்படுத்தக்கூடிய கூரிய கற்கள் புதைந்திருந்தால் என்ன செய்வது?

இதைப் பற்றி நாங்கள் எங்களுக்குள் விவாதித்துக் கொண்டிருக்கும்போது, அந்தப் பகுதியைச் சேர்ந்த ஒருவர் எங்களது குழுவை நெருங்கி வந்தார். அவர் எங்களது குழப்பங்களைப் போக்கி நம்பிக் கையை அளித்தார். நாங்கள் தேர்வு செய்திருக்கும் அந்தக் குறிப் பிட்ட நிலவெளியில் சிறிய கற்களோ அல்லது உடலைக் கிழிக்கக் கூடிய பாறைகளோ எதுவும் புதைந்திருக்கவில்லை எனவும் அது வொரு சமதளம் என்றும் அவர் தெரிவித்தார். அவரது முகத்தில் நம்பிக்கையும், உறுதியும் பெருகியிருந்தது. அதனால், எங்களது திட்டத்தின்படி அக்காட்சியைப் பதிவு செய்வது என முடிவு செய்தோம்.

கேமிரா தயாரானதும், கூப்பியும் பாஹாவும் விறுவிறுவென குன்றின் மீது ஏறி, அங்கிருந்து பார்வைக்குப் புலனாகும் பாறைக் கற்களில் கால் பதித்து, அந்தப் பனிப் பாலத்தை அடைந்து விட்டார்கள். நான் கேமிராவை இயக்கத் துவங்கினேன். ஒத்திகை பார்ப்பதற்கெல்லாம் எங்களுக்கு நேரம் இருக்கவில்லை. ஆனால், அதிர்ஷ்டவசமாக, வெறும் ஐந்தே நிமிடங்களில் நாங்கள் திட்ட மிட்டிருந்ததைப்போலவே முழுக் காட்சியும் பதிவு செய்து முடிக்கப் பட்டது.

அந்த இரு நடிகர்களும் பனியில் உருளும் காட்சியை உங்களால் நினைவுபடுத்திக்கொள்ள முடியும். ஆனால், உண்மையில் அங்கு என்ன நிகழ்ந்ததென்று உங்களால் கணிக்க முடியாது. அந்தக் காட்சிப் பதிவு முடிவடைந்ததும் இரு நடிகர்களும் தங்களது பாதங்களை தரையில் ஊன்றி நிற்க முடியாமல், உரத்தக் குரலில், “நாங்கள் எங்களது காலணிகளை தொலைத்துவிட்டோம்” என்றார்கள். என்னது! எப்படி? எப்போது! “நீங்கள் காட்சிப் பதிவை துவங்கிய உடனேயே” என்றார்கள் இருவரும். இருவருடைய காலணிகளுமே பாதங்களில் இருந்து, அவர்கள் கீழே குதிக்க முயன்ற தருணத்தில் கழன்று தொலைந்திருந்தது. அந்தக் காலணிகள் இப்போதும் அந்தப் பனி வெளியில் புதைந்து கிடக்கும்.

நாங்கள் அரைமணி நேரம் புகையினூடாக காலணிகளைத் தேடிக் கொண்டிருந்தோம். எனினும், அவை என்றென்றைக்குமாக எங்களிடமிருந்து தொலைந்து போயிருந்தன. குளிர்காலம் முடிந்த பிறகான கோடையில் அவை மீண்டும் தென்பட்டிருக்கக் கூடும். பேய்களின் அகண்ட இரு கண்களையுடைய கோர உருவங்கள் வரையப்பட்டிருக்கும் அந்த இரண்டு ஜோடிக் காலணிகளை உள்ளூர் மக்கள் பார்க்க சாத்தியமிருக்கிறது என்கின்ற கதியில் சிந்திப்பதற்கே எங்களுக்கு நெருடலாக இருந்தது.

எனினும், நாங்கள் அந்தக் காலணிகளின் மாற்றாக வேறொரு புதிய ஜோடியைத் தயாராக வைத்திருந்ததால், எங்களால் இதனை எளிதாக ஏற்றுக்கொள்ள முடிந்தது.

அதற்கு அடுத்த காட்சிப் பதிவும் சிறப்பாக அமைந்துவிட்டது. குளிரில் நடுங்கியபடியே, கூப்பியும், பாஹாவும் தங்களது கைகளைத் தட்டி, வெப்பமூட்டக்கூடிய ஆடைகளை வேண்டி பிரார்த்தனை செய்ய, உடனடியாக திபெத்திய கம்பளி ஆடை அவர்களுக்கு வழங்கப்படுகிறது. கல்கத்தாவில் இருந்த ஐரோப்பியர் ஒருவரிட மிருந்து அந்த ஆடையை நாங்கள் வாங்கினோம். சிறியளவில் வெப்பம் உண்டாகியதும், பாஹா மிகுந்த கோபத்துடன் பனிக் கட்டிகளை கூப்பியின் மேல் எறிந்தபடி, "ஜுந்தி? இதுவா உனது ஜுந்தி? இங்கேயா சங்கீதப் போட்டி நிகழவிருக்கிறது?" என்று கேட்க, முகம் சுருங்கும் கூப்பி மன்னிப்புக்கோரும் விதமாக, "விடு, நீ தெரிவித்தபடியே நாம் இப்போது ஹுந்திக்குச் செல்வோம்" என்கிறார்.

மீண்டும் இரும்புத் தூண் பனிப்படலத்தின் மீது ஊன்றப் பட்டது. கூப்பியும், பாஹாவும் அதே வகையில், பனிப்பாலத்தின் மீது ஏறி, அங்கிருந்து கீழே குதித்தார்கள். முன்பு குறிப்பிட்டதைப் போல, இக்காட்சி திரையில் நேரெதிரான விளைவை ஏற்படுத்தும். அவ்வளவுதான். குஃப்ரியில் எங்களது படப்பிடிப்பு சிறப்பாக நிறை வடைந்திருந்தது. இப்போது நாங்கள் ராஜஸ்தானின் பாலைவனப் பகுதிகளை எதிர்கொள்ளத் தயாராக வேண்டும்.

* * *

நமது நாட்டில் இருக்கும் ஒரேயொரு உண்மையான பாலை வனம் தார் மட்டும்தான். அது ராஜஸ்தானின் மேற்குப் பகுதியில் இருக்கிறது. ஆனால், அங்கு நாம் பார்க்க வேண்டிய மேலும் சில இடங்கள் இருக்கின்றன. கூப்பி கெய்ன் கதையில், உங்கள் எல்லோருக்கும் தெரியும், இரண்டு அரசர்கள் வருவார்கள். ஒருவர் ஷுந்தி பகுதியை ஆளும் நல்ல அரசர். மற்றொருவர் ஹாலா எனும் பிரதேசத்தை ஆளும் கெட்ட அரசர். முதலில் நல்ல அரசருக்கு உகந்த நிலமாகக் காண்பிக்க, புந்தியை நாங்கள் தேர்வு செய்திருந் தோம். புந்தியில் காணக் கிடைக்கக்கூடிய பூக்களை, மரங்களை, நிலவெளிகளை, குளங்களை, மலையடுக்குகளை ராஜஸ்தானில் வேறு சில இடங்களிலும் நம்மால் பார்க்க முடியும். ஹாலா பிரதேசத்திற்கு, ஜெய்சால்மர் தேர்வு செய்யப்பட்டது. அந்தப் பகுதி புந்திக்கு அப்படியே நேரெதிராகக் காட்சியளிக்கும். எனினும், இருண்மை யான அந்த நிலத்தின் மீது ஒருவிதமான வசீகரமும் கவிந்தே இருந்தது. அது கிட்டத்தட்ட முழுவதும் கைவிடப்பட்ட நிலத்தைப் போல இருந்தது.

ஜெய்சால்மரில் உண்மையான பாலை நிலங்கள் இல்லை என்றாலும், அங்கிருந்து இருபத்தைந்து மைல் தூரம் மேற்கு திசையில் பயணம் செய்தால், நம்மால் பாலைவனத்தைப் பார்க்க முடியும். ஒருநாள் நாங்கள் கூப்பியையும், பாஹாவையும் அழைத்துக் கொண்டு, பனிப் பிரதேசத்திலிருந்து அவர்கள் உடனடியாக கரைந்து தோன்றக்கூடிய பாலைவனப் பகுதிக்கு ஏற்ற இடத்தைத் தேடி அலைந்தோம்.

ஜெய்சால்மரில் இருந்து நாங்கள் வெகு தூரம் செல்லவில்லை. ஒரு மைல் தூரம் சென்ற உடனேயே எங்களது பாதையில் பெரிய பெரிய கற்களால் அமைந்த பெருவெளி எதிர்பட்டது. அந்தப் பாதையில் ஜீப்பைத் தவிர, வேறு எந்தவொரு வாகனமும் பயணிக்க சாத்தியமில்லாதிருந்தது. இது எங்களைச் சோர்வூட்டவில்லை. உடனடியாக, நாங்கள் ஒரு ஜீப்பை வாடகைக்குப் பிடித்துக்கொண்டு, அந்தப் பாலையில் மீண்டும் எங்களது பயணத்தைத் தொடர லானோம். ஆனால், அந்த ஜீப்பும் தடுமாறியபடியேதான் நகர்ந்து கொண்டிருந்தது. ஜீப் ஓட்டுநரின் அந்தச் சாலையின் மீதான முரட்டுத்தனமான அணுகுமுறை, ஒன்று அந்தப் பாதையை அவர் உள்ளங்கை ரேகையென அறிந்து வைத்திருக்க வேண்டும் அல்லது துளியும் அதைப்பற்றி அறிந்திருக்கவில்லை என்ற இருநிலைகளில் யோசிக்க வைத்தது. ஏனெனில், அவர் தன்போக்கில் கற்பாறைகளின் மீது அலட்சியமாக ஜீப்பை முன்செலுத்திக் கொண்டிருந்தார். எனினும், ஜீப் நாங்கள் செல்ல வேண்டிய பகுதிக்குச் சரியாகப் போய்ச் சேர்ந்துவிடும் என்று அவருக்கு பெரும் நம்பிக்கை இருந்தது.

ஆனால், மெல்ல மெல்ல எங்கள் பாதையில் இருந்த மணற் துகள்கள் மறைந்தபடியே இருந்தது. ஒவ்வொரு பத்து நிமிடத்துக்கும் எங்களில் ஒருவர், “பாலைவன மணற்பரப்பு எங்கே?” என்று ஓட்டுநரிடம் கேட்கத் துவங்கிவிட்டனர். ஒவ்வொருமுறையும் ஓட்டுநரும், “சீக்கிரத்தில் நாம் அதனை அடைவோம்” என்று பதிலளித்துக் கொண்டிருந்தார். எங்களுக்குத் தெரிந்திருந்ததெல்லாம், ‘மோகங்கார்க்’ எனும் பகுதியை நாங்கள் அடைய வேண்டும் என்பது மட்டும்தான். ‘கார்க்’ எனும் சொல், இயல்பாக ஒரு கோட்டையின் சித்திரத்தை எனக்குள் எழுப்பியிருந்தது. அதனால், நான் மிகுந்த ஆர்வத்தில் இருந்தேன். அதோடு, நான் வாசித்திருந்த எந்தவொரு புத்தகத்திலும் ‘மோகங்கார்க்’ எனும் இடம் குறிப்பிடப்படவில்லை.

நாங்கள் மேலும் பத்துப் பதினைந்து மைல் தொலைவு பயணித்த பின், ஓரிடத்தை அடைந்தோம். அந்த இடத்தைப் பற்றி விவரிக்க வேண்டுமென்றால், அங்கு சாலையே இல்லாதிருந்தது. சாலை மட்டுமல்ல, அதுவரையிலும் எங்களுடைய பயணத்தில்

இருபுறமும் தென்பட்ட மரங்கள், வீடுகள், குன்றுகள், சிறிய மணற் திட்டுகள் என அனைத்துமே மறைந்து போயிருந்தது. மணல்? ஆமாம். அவ்விடத்தில் மணலும் முற்றிலும் இல்லாதிருந்தது. நான், இந்தியாவின் பல்வேறு நிலப்பகுதிகளுக்கு பயணம் செய்து இருக்கிறேன். ஆனால், அன்று என் முன்னால் கிடந்த அப்படி யொரு நிலத்தை அதன்பிறகு ஒருபோதும் கண்டதில்லை.

அதன்பிறகு, நிலக்காட்சி ஒவ்வொரு நிமிடமும் மாறியபடியே இருந்தது. ஒரு சமயம் நாங்கள் பாறைப் படிமங்களின் இடையில் பயணிக்கிறோம். அங்கு பாறைகளையும், சிறிய சிறிய கற்களையும் மட்டும்தான் எங்களால் பார்க்க முடிந்தது. மற்றொரு சமயத்தில், நிலம் முழுக்க கிடந்த உடைந்த பானைகளின் வழியே ஊடுருவிக் கொண்டிருக்கிறோம். மற்றொரு சமயத்தில், படிகக் கற்கள் குவிந்து கிடந்த நிலத்தின் இடையே இருந்தோம். இவைகளில் எந்தவொரு பகுதியும் சமதளமாக இருக்கவில்லை. எங்களது ஜீப் வளைவு நெளிவுகளினூடாகவே பயணித்துக் கொண்டிருந்தது. எந்த திசையில் நாங்கள் பார்க்கிறோம் என்பது ஒரு பொருட்டே அல்ல, அந்த நிலம் முழுக்க பல்வேறு வகையிலான அசையாப் பொருட்கள் குவிந்து கிடந்தது. அதுவொரு விநோதமான காட்சி. எனினும், எங்களுக்குத் தேவையாய் இருந்தது, இப்படியொரு நிலக்காட்சி அல்ல. எங்களுக்குப் பாலைவனப் பகுதிதான் தேவை. இல்லையெனில், குளிர்ந்த பனிப் பிரதேசத்துக்கும், வறண்ட பாலை நிலத்துக்குமான முரணை எப்படி காட்சிப்படுத்துவது. கூப்பியும் பாஹாவும் இருவேறு எதிர்நிலை நிலங்களை அடைந்திருக்கிறார்கள் என்பதை எப்படி விளக்குவது?

நல்லபடியாக அன்றைய தினத்தில் எங்களால் 'மோகங்கார்க்கை' அடைய முடிந்தது. ஆமாம். 'கார்க்' கோட்டை இருந்தது. ஆனால், அது மற்றைய ராஜஸ்தானின் கோட்டைகளைப் போல பிரமாண்ட தூண்களை உடையதாக இருக்கவில்லை. உருவ அளவில் மிகச் சிறியதாக, நவீன வடிவத்தில் அந்தக் கோட்டை இருந்தது. அதனால், அந்தக் கோட்டை பிரமிப்பை உருவாக்குவதற்குப் பதிலாக, எரிச்சலைத்தான் அதிக மாக்கியது. எனினும், அதனை முழுவதுமாக சுற்றிப் பார்க்காமல் எங்களால் அங்கிருந்து வெளியே வர முடிய வில்லை. அதன் உள்புறம் நுழைந்த உடனேயே, அங்கிருந்த பெரிய அறை ஒன்றில் சிறுவர் களுக்கு பாடம் நடந்ததற்கான அறிகுறிகளை எங்களால் உணர்ந்து கொள்ள முடிந்தது. அந்தக் கோட்டையில், சிறிய அளவிலான சண்டை கூட நடந்திருக்கவில்லை என்பதை எங்களுக்கு யாரும் தனியே சொல்ல வேண்டியதில்லை.

கிட்டத்தட்ட இருபது மைல் தூரம் பயணித்தும், எங்களால் பாலைவனத்தைக் கண்டடைய முடியாமல் இருந்தது. இந்த முழுப் பயணமும் தோல்வியில் முடியப் போகிறதா? பெட்ரோலுக்காக நாங்கள் செலவிட்ட தொகை, நாங்கள் செலவிட்டிருக்கும் நேரம், ஜீப்பில் அமர்ந்து பயணிப்பதால் உண்டாகின்ற உடல் உபாதைகள் இவை அனைத்தும் பாழாகிவிட்டதா?

இறுதியில், மோகங்கார்க்கில் நாங்கள் சந்தித்த உள்ளூர் மனிதர் ஒருவர், நாங்கள் முற்றிலும் தவறான பாதையைத் தேர்ந்தெடுத்திருக்கி றோம் என்பதை உணரச் செய்தார். வெகு தொலைவுக்கு முன் பிருந்தே நாங்கள் தவறான திசையில்தான் பயணித்திருக்கிறோம். குழப்பத்துடன் நாங்கள் பயணித்துக் கொண்டிருந்ததைப் புரிந்து கொண்ட ஜீப் ஓட்டுநர் துணிச்சலுடன் இந்தச் சாலையில் பயணிக்கும் தீர்மானத்தை எடுத்திருக்கிறார். ஆனால், ஓட்டுநர் “இவ்வளவு தூரம் நாம் பயணித்துவிட்டதால், ஏன் மேற்கொண்டு சிறிது தூரம் மேற்கு திசையில் பயணம் செய்து பார்க்கக் கூடாது?” என்றார். “அப்போதும் நம்மால் எதையும் கண்டுபிடிக்க முடிய வில்லை என்றால், நான் உங்களை ஜெய்சால்மருக்கு அழைத்துச் சென்று விடுகிறேன்” என்றும் சொன்னார்.

அதனை ஆமோதித்து ஏற்றுக்கொண்ட நாங்கள், மீண்டும் பயணத்தைத் தொடர்ந்தோம். ஆனால், ஒரு மைல் தொலைவிலேயே ஒரு இடத்தைப் பார்த்தோம். உண்மையைச் சொல்ல வேண்டு மென்றால், அதனைப் பாலை நிலம் என்று எங்களால் குறிப்பிட முடியாது. எனினும், நான் மனதில் நினைத்திருந்த காட்சிக்கு அதைவிடவும் பொருத்தமான வேறொரு இடம் கிடைக்கப்போவ தில்லை என்பதாக எனக்கு எண்ணம் உருவானது. அந்த இடத்துக்கு ஒரு பெயர் இருந்ததா? எங்களுக்கு ஒருபோதும் அந்த இடத்தின் பெயர் தெரியாது. அந்த இடத்தில் மணல் குவியல் குவியலாகப் படர்ந்திருந்தது. எனினும், ஒரு நேர்த்தியான பாலை நில மணலைப்போல அவை இல்லை. மணல் அந்த சமதளத்தின் மீது உறுதியாகக் கிடந்தது. நாம் கூர்ந்து கவனித்தால் மட்டுமே அவற்றை உணர முடியும். ஒருவர் அந்த நிலத்தின் மீது நடந்தால், அதன் அடியில் நீர் இருப்பதை உணர முடியும். மதிய வெயில் நேரடியாக அந்த நிலத்தின் மீது கவிந்து, பொன்னொளிகளை அவ்வெளியின் மீது மிளிரச் செய்தது. பிப்ரவரி மாதத்தின் இறுதி தினங்களான அன்றைய சூழலில், அவ்வெளி மிகுந்த வெப்பம் கொண்டதாக இருந்தது என்று என்னால் சொல்ல முடியாது. எனினும், கேமி ராவின் வழியாகப் பார்க்கும்போது என் முன்னால் நீண்டு விரவிக் கிடக்கும் அந்த மணற்வெளி சஹாரா பாலைவனத்துக்கு நிகரான

தாகத் தோன்றியது என்பதில் எனக்குத் துளியும் மாற்றுக் கருத் தில்லை.

இந்த இடத்தைப் பார்த்தவுடன், ஜீப்பை நிறுத்தும்படி ஓட்டுநரிடம் தெரிவித்தேன். நான் நினைத்திருந்ததைப் போலவே அவ்விடம் அமைந்திருந்ததால், திடீர் உற்சாகமும், பரவசமும் உண்டானது. அதன்பிறகு நான் மேற்குத் திசையில் பார்க்க, ஒரு நொடி என் இருதயம் நின்றேவிட்டது. நாம் எங்கு இருக்கிறோம்? ஒருவரும் இதற்கு முன்பு ராஜஸ்தானில் அந்தளவிற்கு மிகப் பெரிய ஏரி ஒன்று இருக்கிறது என்று குறிப்பிட்டிருக்கவில்லை. அது கிட்டத்தட்ட கடல் என்று சொல்லுமளவுக்கு மிகப் பெரியதாக இருந்தது. ஆனால், அதன் நீர்ப் பரப்பு எவ்வித அசைவுகளுமற்று அமைதியில் ஆழ்ந்து கிடந்தது. சிறிதளவு அசைவுகூட அந்த நீர்ப் பரப்பின் மீது இல்லை. எங்களால் அதன் நீரையையும், உள்ளே கிடந்த மணல் பரப்பையும் துல்லியமாகப் பார்க்க முடிந்தது. அதில் மேகத்திரள்களின் பிம்பமும், தொலைவில் வரிசையாக வீற்றிருந்த மரங்களின் பிம்பமும் ஆழப் பதிந்திருந்தது. நாங்கள் சில நொடிகள் பேச்சிழந்து அப்படியே நின்று விட்டோம். ஆனால், பின்புதான் நாங்கள் அதனை உணர்ந்தோம். நாங்கள் பார்த்துக் கொண்டிருந்தது உண்மையான நீர்த் தேக்கம் அல்ல. அது கானல்நீரின் தோற்றமே. அதுபோன்ற ஒரு வெளியில் மிக அரிதாகவே ஒருவரால் அத்தகைய கானல்நீரைப் பார்க்க முடியும்.

உடனடியாக கேமிராவைப் பொருத்தி, கூப்பி மற்றும் பாஹூ அங்கு தோன்றி, மீண்டும் அங்கிருந்து மறையும் ஒன்றரை நிமிடக் காட்சியைப் பதிவு செய்ய நீண்ட நேரம் பிடிக்கவில்லை. மாலை நாங்கள் ஜெய்சால்மருக்குத் திரும்பியதும் பல உள்ளூர் மக்கள் எங்களிடம் அந்தக் கானல்நீரைப் பற்றி தங்களுக்குத் தெரியும் என்று சொன்னார்கள். அந்தக் கானல்நீர் மனிதர்களை மட்டுமல்ல, பல தருணங்களில் விலங்கினங்களையும் குழப்பமடையச் செய்திருக்கிறது. ஒவ்வொரு வருடமும், கூட்டமாக அங்கு வரும் மான்கள் பெரும் தாகத்துடன் அந்த நிலத்தில் இறங்கி நடக்கத் துவங்கிவிடுமாம். வெகு அருகில் நீர் இருக்கிறது என்று நம்பி அவை தொடர்ந்து நடந்த படியே இருக்குமாம். இதனால், ஒட்டுமொத்த மான்களுக்கும் ஒரு சொட்டு நீர் கூட கிடைக்காமல் அவ்வெளியில் உயிரிழந்திருக் கின்றன.

ரயிலுக்கு எதிராக ஒட்டகங்கள்!

என் சோனார் கெல்லா திரைப்படத்தைப் பார்த்தவர்கள், அதிலிருந்த ஒட்டகங்கள் பங்குபெறும் சுவாரஸ்யம் மிகுந்த காட்சிகளை நினைவில் வைத்திருப்பார்கள். மர்மக் கதை எழுதுவதில் விற்பன்னரான லால்மோகன் கங்குலி எனும் ஜதாயூ அவ்வப்போது பாலைவனத்தில் தானொரு ஒட்டகத்தில் பயணம் செய்வதாக கனவு காண்பார். படத்தின் இறுதியில், அற்புதமான வகையில் அவரது கனவு நிஜத்தில் நடந்துவிடும். திரைப்படத்தின் வில்லன் கதாபாத்திரமான மந்தார் போஸ், துப்பறியும் நிபுணர் பெலுடாவின் துரத்தலில் இருந்து தப்பிக்க, அவரது கார் ஒன்றிற்கு இரண்டு முறை பஞ்சர் ஆகும்படி திட்டமிட்டிருப்பார். இதன் மூலமாக, ஜெய்சால்மர் வரையில் எவ்வித இடையூறுமின்றி தன்னால் சாலையில் பயணிக்க முடியுமென்பது அவரது திட்டமாக இருக்கும். இதனால், தனது பயணத்தைத் தொடர இயலாமல் தவிக்கும் பெலுடாவும் அவரது குழுவினரும், ஒட்டகத்தில் சவாரி செய்கின்ற ஒரு ராஜஸ்தானி குழுவைப் பார்க்கிறார்கள். பெலுடா அங்கிருந்து எட்டு மைல் தொலைவில் இருக்கும் ராமோத்ரா ரயில் நிலையத்துக்கு அவர்களது ஒட்டகத்தில் பயணம் செய்யலாம் என்று முடிவெடுக்கிறான். அங்கிருந்து இரவில் புறப்படவிருக்கின்ற ரயிலில் பயணம்செய்து ஜெய்சால்மரை அடைந்துவிடலாம் என்பது அவனது திட்டமாக இருக்கிறது.

பெலுடாவும், டோப்ஷியும் எதைப்பற்றியும் கவலைப்பட வேண்டியதில்லை. அவர்கள் இருவரும் இளையவர்கள், அறிவுக் கூர்மையுடைவர்கள் அதோடு, தொடர்ச்சியாக தினசரி உடற்பயிற்சிகளில் ஈடுபடுகிறவர்கள். ஆனால், ஜதாயூ? யதார்த்தத்தில் முதல் முறையாக ஒட்டகங்களைப் பார்த்ததும், அவரது கனவுகள் அனைத்தும் திகிலூட்டக்கூடியவையாக மாறிவிடுகின்றன. என்னவொரு விநோதமான மிருகங்கள் அவை! மங்கலான அதே சமயத்தில் போதையில் திளைப்பதைப் போன்ற கண்கள், நெடிய உயரம், ஒழுங்கற்ற பற்கள், எப்போதும் புலப்படாத பொருள் ஒன்றை மென்றபடியே இருப்பது என அவை பார்க்கவே அச்சுறுத்தக் கூடியவையாக

அவருக்குத் தோன்றுகின்றன. நடைபோடுகையில் அப்படியொரு அலட்சியம் அதற்கு உண்டாகி விடுகிறது. அதன் மேலேறிப் பயணம் செய்பவர்களின் ஒவ்வொரு எலும்பும் ஒடிந்து நொறுங்கிவிடும் அளவிற்கு அதன் அசைவு இருக்கிறது. இவற்றில் ஏதேனுமொரு ஒட்டகத்தின் மீது ஒருவர் ஏறிப் பயணம்செய்ய வேண்டுமென்றால், பின்னர் என்ன நிகழப் போகிறது என்பது கடவுளுக்கே வெளிச்சம்.

ஆனால், ஜதாயூ எதுவும் செய்ய முடியாது. பெலுடாவும், டோப்ஷியும் ஆளுக்கொரு ஒட்டகத்தில் எவ்விதச் சிரமமுமின்றி ஏறிக்கொண்டார்கள். லால்மோகன் கங்குலி முயற்சிக்கிறார். கிட்டத் தட்ட நழுவி விழும் நிலையில் இருக்கும் அவர், பின்னர் சமாளித்து அதன் மீது தொங்கியபடியே பயணிக்க ஆரம்பிக்கிறார். “ராமோத் ராவுக்குப் போக வேண்டும்!” பெலுடா, அந்த ராஜஸ்தானிய கும்பலின் தலைவனிடம் தெரிவிக்கிறார்.

அவர்கள் மெல்ல அசைந்து அங்கிருந்து நகரத் துவங்கிய போதும், ஜதாயூவின் பயம் நீங்கியிருக்கவில்லை. அவர் தொடர்ந்து அச்சத்துடனேயே பயணித்துக் கொண்டிருக்கிறார். அப்போது, தொலைவில் தென்படும் ரயிலொன்றை டோப்ஷி பார்க்கிறார். அந்த ரயிலை மட்டும் அவர்களால் நிறுத்திவிட முடிந்தால், ராமோத் ராவில் பத்து மணிநேரம் காத்திருக்க வேண்டிய துயரத்தைத் தவிர்த்துவிடலாம். அதனால் ஒட்டகங்கள் வேகமெடுத்து பயணித்து, ரயில் தண்டவாளத்தை அடைந்துவிடுகின்றன. பெலுடா தனது கைக் குட்டையை எடுத்து, ரயிலின் திசையில் அசைத்துக் காண்பிக் கிறார். என்ஜின் ஓட்டுநர் அதனைப் பார்த்துவிட்டு, நிறுத்த வேண்டும் என்பது அவரது எண்ணம். ஆனால், அப்படி நிகழ வில்லை. என்ஜின் ஓட்டுநர் துளியும் அவர்களைப் பொருட்படுத்த வில்லை. ரயில் அதிவிரைவாக காற்றைக் கிழித்துக்கொண்டு விரைந்து முன்னோடுகிறது. பெலுடா தனது பற்களைக் கடித்த படியே, ஏமாற்றத்துடன், “சபாஷ்” என்கிறார். ஆனால், இந்தத் தருணத்தில் எல்லாம் ஜதாயூ பாதி செத்துவிட்டார். அந்தத் துயரார்ந்த அனுபவத்தை அவரால் வாழ்நாள் முழுக்கவும் மறந்துவிட முடியாது. முடிவில், மீண்டும் ஒட்டகங்கள் திரும்பி தன் திசை வழியே ராமோத்ராவை நோக்கி தமது உடலை நகர்த்து கின்றன.

இந்தக் காட்சித் தொகுப்பைத்தான் நாங்கள் படம்பிடிக்க வேண்டியிருந்தது. இப்போது, இந்தச் சிறிய காட்சியைப் பதிவு செய்வதில் நாங்கள் சந்தித்த சவால்களை விவரித்தால், உங்களால் திரைப்பட உருவாக்கம் என்பது எவ்வளவு சிரமம் மிகுந்த பணி என்பதைப் புரிந்து கொள்ள முடியும்.

ராஜஸ்தானில் ஒட்டகத்துக்குப் பஞ்சமில்லை என்பது எல்லோருக்கும் தெரியும். கூப்பி கெய்ன் பாகா பைன் திரைப்பட உருவாக்கத்தின்போது, எங்களுக்கு இரண்டு மூன்று தினங்களில் ஆயிரம் ஒட்டகங்கள் தேவை. சோனார் கெல்லா திரைப்படத்திற்கு மிகக் குறைந்த அளவிலான ஒட்டகங்கள்தான் தேவைப்பட்டன. ஆனால், சிக்கல் என்னவென்றால் படப்பிடிப்புக்காக நாங்கள் தேர்வு செய்திருந்த இடம், குடியிருப்புகளில் இருந்து வெகு தூரம் தள்ளியிருந்தது. எங்களால் பார்க்க முடிகின்ற தொலைவு வரையில், மணல்தளமும், ஆங்காங்கே சில வறண்ட புதர்களும், காய்ந்த சருகுகளும்தான் காட்சியளித்தன. ரயில் தண்டவாளத்தின் துவக்கமும், முடிவுமற்று பாலைவனத்தை ஊடறுத்து நீண்டிருந்தது. ரயில் பாதையின் பக்கவாட்டில் ஜெய்சால்மர் செல்வதற்கான மோட்டார் வாகனப் பாதையொன்றும் இருந்தது. அந்தச் சாலை ரயில்பாதையில் இருந்து தொலைவாக இருந்திருந்தால், எங்களால் ஒரேயொரு காட்சித் துணுக்கைக் கூட அங்கு பதிவு செய்திருக்க முடியாது. நாங்கள் ஜெய்சால்மரில் தங்கியிருந்தோம். அங்கிருந்து இந்தப் பகுதிக்கு எங்களது குழுவினர் அனைத்து உபகரணங்களையும் எடுத்துவர வேண்டியிருந்தது. ஒளிப்பதிவாளர் மேற்புறம் திறந்த நிலையில் இருக்கும் ஜீப் ஒன்றில் ஏறி நின்றுகொண்டு தனது தோளில் தாங்கியிருக்கும் கேமிராவின் மூலமாக ரயிலை நோக்கி ஓடிவரும் ஒட்டகங்களைப் பதிவு செய்ய வேண்டும். அதனால் அப்பகுதியில் ஒரு நடைபாதை இருக்க வேண்டியது மிக மிக அவசியமானதாகும்.

இந்த இடத்தைத் தேர்வு செய்வதற்கு முன்னதாக, கிட்டத்தட்ட நூறு மைல் ஜோத்பூருக்கும், ஜெய்சால்மருக்கும் இடையில் நாங்கள் பயணித்திருப்போம். ஒவ்வொரு சிறு அங்குலத்தையும் நாங்கள் தவறவிட்டிருக்கவில்லை. இறுதியில், இந்த இடம் காட்சியின் தன்மைக்குப் பொருத்தமானதாக இருந்ததால், இதனைத் தேர்வு செய்தோம். இந்த இடம் ஜெய்சால்மரில் இருந்து கிழக்குமுகமாகப் பயணித்து ஜோத்பூர் செல்லும் பாதையில் எழுபது மைல் தொலைவில் இருந்தது. ஒட்டகங்கள் அங்கிருந்து மேலும் ஏழு மைல் தொலைவில் இருந்த காச்சி எனும் ஊரில் இருந்து கொண்டு வர ஏற்பாடு செய்யப்பட்டிருந்தது. ஒட்டகங்களை நன்கு அலங்கரித்துக் கொண்டுவரும்படி அதன் உரிமையாளர்களிடத்தில் தெரிவித்திருந்தோம். ஒரு ஒட்டகத்தின் தோற்றம் நமக்கு நகைப்பளிக்கக்கூடியதாக இருக்கலாம், ஆனால், ஒரு ராஜஸ்தானிக்கு ஒட்டகங்கள்தான் தோழன். சமயங்களில், அந்தப் பாலைவனப் பிரதேசத்தில் அவைதான் அவர்களை உயிருடன் வாழ உதவிகரமாக இருக்கின்றன. பண்டைய காலத்தில் இருந்தே, ஒட்டகத்தின் மீது அதிகளவிலான

நெருக்கத்தை அவர்கள் வளர்த்துக் கொண்டுள்ளனர். அவற்றை வண்ணமயமான போர்வைகளாலும், குஞ்சங்களாலும், சில சமயங் களில் நகைகளை அணிவித்தும் அலங்காரம் செய்திருப்பார்கள். அந்த வறண்ட பாலைவன நிலத்தில் வரிசையாக அவை அலங் கரிக்கப்பட்டு அணிவகுத்து நகர்கையில் பேரற்புதமாக அவை காட்சியளிக்கும்.

ஒட்டகத்தைத் தவிர, வேறு எந்தவொரு விலங்குகளும் பாலை வனத்துக்குப் பொருத்தமானதாக நம்மால் கருதமுடியாது. ஒட்டக உரிமையாளர்கள் மதியத்தில், எங்களது படப்பிடிப்புத் தளத்தை அடைந்துவிடுவோம் என்று தெரிவித்திருந்தார்கள். எங்களுடைய குழுவில் இருந்த சிலர் வழியில் அங்கு நின்றிருப்பது என முடிவு செய்யப்பட்டது. ஏனெனில், அவர்களை அந்தப் பரந்த நிலப் பரப்பில் கண்டுபிடிப்பது கஷ்டம்.

இப்போது எங்களுக்கு ஒட்டகங்கள் கிடைத்துவிட்டன. அடுத்து எங்களுக்கு ரயில் தேவை. ஜோத்பூரில் இருந்து பொக்ரானுக்கு காலைவேளையில் செல்லும் ரயிலைப் பயன்படுத்திக் கொள்வ தென்று நாங்கள் திட்டமிட்டோம். பொக்ரான் ஜோத்பூருக்கும், ஜெய்சால்மருக்கும் இடையில் அமைந்திருந்தது. நாங்கள் படப் பிடிப்புக்குத் தேர்வு செய்திருந்த இடம் சரியாக, மேற்கு பொக்ரானுக்கு இருபது மைல் தொலைவில் இருந்தது. ஆனால், அதிகாரிகள் ரயிலைப் படமாக்க அனுமதி வழங்குவார்கள் என்பதில் ஓரளவுக்கு நம்பிக்கையுடன் நாங்கள் இருந்தோம்.

* * *

படப்பிடிப்புத் தினத்தில் திட்டமிட்டபடி அனைத்தையும் படமாக்கிவிட நாங்கள் தயாராகிக் கொண்டிருந்த நேரத்தில் திடீரென நிகழ்ந்த ஒன்று, கிட்டத்தட்ட எங்களது ஒட்டுமொத்த திட்டமிடலையும் பாழாக்கிவிடப் பார்த்தது. நிலக்கரி விலை ஏற்றப் பட்டதால், நாங்கள் பயன்படுத்த நினைத்திருந்த ரயில் ஒரேயொரு அறிவிப்பை மட்டும் வெளியிட்டுவிட்டு, தனது பயணத்தை அன்றைக்கு ரத்து செய்துவிட்டது. என்ன ஒரு பேரிழப்பு! இந்தக் குறிப்பிட்ட காட்சியை நான் மிகுந்த கவனத்துடன் எழுதியிருந்தேன். இப்போது என்ன செய்வது? பெலுடாவும் அவரது குழுவினரும் பாலைவனத்தில் ஒட்டகத்தின் மீதேறி ரயிலை நெருங்கியோடும் காட்சியைத் தவிர்த்துவிடுவதா? இல்லை. நிச்சயமாக அதனை நான் அனுமதிக்கப் போவதில்லை.

அன்றைக்கே ரயில்வே துறையினரை நான் நேரில் சந்தித்து, அன்றைக்கு ரயில் வரவில்லை என்றால் எங்களால் அக்காட்சியைப் படமாக்க முடியாது என்றும், எங்களது ஒட்டுமொத்த ராஜஸ்தான் பயணமும் பாழாகிவிடும் என்றும் விளக்கமாகக் கூறினேன். நல்லவேளையாக, நான் சந்தித்துப் பேசிய சில அதிகாரிகளுக்கு என் மீது அனுதாபம் ஏற்பட்டிருந்தது. எங்களது பிரச்சனையை முழுமையாகப் புரிந்துகொண்ட அவர்கள், அதற்கொரு தீர்வையும் சொன்னார்கள். அவர்கள் எங்களுக்கு ஆறு பெட்டிகளைக் கொண்ட முழு ரயிலையும், அதோடு தேவையான அளவு நிலக்கரியும், ரயில் என்ஜினும் கொடுக்கத் தயாராக இருப்பதாகத் தெரிவித் தார்கள். ஆனால், ரயில் இயக்கத்துக்குத் தேவைப்படும் நிலக்கரிச் செலவுக்கு நாங்கள் பணம் செலுத்தவேண்டும் என்றனர். ஆஹ்! என்னவொரு விடுவிக்கப்பட்ட உணர்வு. மொத்தச் சிக்கலும் எளிதாகத் தீர்வு காணப்படும் என்று நான் நினைத்திருக்கவில்லை. அதோடு, ரயில் இப்போதும் ஒட்டு மொத்தமாக எங்களது கட்டுப் பாட்டில் இருந்தது. சில மணிநேரம் எங்களுக்கு ஏற்ற வகையில் ரயில் இயக்கப்படும். மிகுந்த மனச் சோர்வூட்டும் நிலையில் இருந்து இப்போது பெரும் ஆசீர்வாதம் அளிக்கப்பட்டவர்களாக எங்களை உணர்ந்தோம். இப்போது எங்களால் ரயிலை நினைத்த நொடியில் இயங்கச் செய்ய முடியும். முன்னாலும் பின்னாலுமாக எப்படி வேண்டுமானாலும் காட்சிக்கு உகந்த வகையில் பயன்படுத்திக் கொள்ள முடியும்.

ரயில் எங்களுக்காக பொக்ரானில் காத்திருக்கும் என முடிவு செய்யப்பட்டது. ஜெய்சால்மரில் இருந்து நாங்கள் காரில் பொக்ரானுக்கு (நூறு மைல்) பயணம் செய்து, அங்கிருந்து மீண்டும் ரயிலில் பயணித்து, பெலுடாவும், டோப்ஷியும், ஜதாயூவும் எங்களுக்காகக் காத்திருக்கும் இடத்திற்கு வர வேண்டும். எங்களது இந்தப் பயணத்தின்போது, முகுலை (பொன்னிற கோட்டையைக் காண வேண்டுமென்று விரும்பும் சிறுவன்) வைத்து சில காட்சி களையும் பதிவு செய்துகொள்வது என நாங்கள் முடிவு செய்தோம். அதோடு, திரைப்படத்தின் இரண்டாவது எதிர்நாயகனான பர்மன் (மந்தார் போஸின் உதவியாளனான இவன்தான் முகுலைக் கடத்து கிறான்) சம்பந்தப்பட்ட காட்சியும் பதிவு செய்வது என்று முடி வானது. இந்தக் காட்சியில் அவர்கள் இருவரும் ரயிலினுள் பயணித்துக் கொண்டிருப்பார்கள். பர்மன் ஓய்வில் இருக்க, முகுல் ஜன்னலின் வழியே பரந்து விரிந்திருக்கும் பாலைவனக் காட்சியை மனம் சொக்கிப் பார்த்துக் கொண்டிருப்பான்.

மேலும் சிலவற்றை நான் என் திரைப்படத்தில் காண்பிக்க விரும்பினேன். நிலக்கரி இருக்குமிடத்திற்குள் என்னால் நுழைய முடிந்தால், என்னால் என்ஜினையும் ஒரு காட்சியில் பதிவு செய்ய முடியும். அடர்ந்த கறுப்பு புகையை வெளியேற்றும் என்ஜினின் சிம்னியை அண்மைக் காட்சியாக என்னால் பதிவு செய்ய முடியும். அந்தப் புகையின் வழியே, நெடுந்தொலைவுக்கு ஊர்ந்து செல்லும், தண்டவாளத்தின் இரண்டு இரும்புத் தண்டுகளையும் என்னால் பதிவு செய்ய முடியும்.

முதல் உறுத்தல், பொக்ரானில் இருந்தபோது உண்டானது. பதினொன்றரை மணிக்கு வருவதாக இருந்த ரயில், இரண்டரை மணிக்குத்தான் வந்தது. மூன்று மணிநேர காலதாமதம் எங்களது திட்டமிடலில் மிகப்பெரிய பாதிப்பை உருவாக்கிவிடும். குறிப்பாக, நேரமெடுத்து மிக நுணுக்கமாக நாங்கள் அன்றைய படப்பிடிப்பைத் திட்டமிட்டிருந்தோம். ஒரு பதினைந்து நிமிட காலதாமதம்கூட எங்களது திட்டமிடலைப் பெரியளவில் பாதித்துவிடும் சாத்திய மிருந்தது. ஆனால், வீண் வாக்குவாதங்களில் அப்போது எங்களது நேரத்தை மேற்கொண்டு வீணடிக்க நாங்கள் விரும்பவில்லை. உடனடியாக எங்களது உடமைகளை ரயிலில் ஏற்றிக்கொண்டு, புறப்பட்டோம்.

முகுல் மற்றும் பர்மன் தொடர்புடைய சில காட்சிகள் எவ்விதச் சிரமமும் இன்றி பதிவாக்கப்பட்டன. அதன்பிறகு ரயில் ஒரு குறிப் பிட்ட இடத்தில் நின்றதும், நானும் என் இரு உதவி இயக்குனர்களும், நிலக்கரி சேமிப்பிடத்திற்குள் நுழைந்தோம். அங்கு மலையளவில் நிலக்கரி குவித்து வைக்கப்பட்டிருந்தது. நான் நிலக்கரிக் குவியலின் மீது நின்றபடியே, கையில் கேமிராவைப் பிடித்தபடி மீண்டும் ரயிலை இயக்கச் சொல்லி வேண்டினேன். அங்கு என்ஜின் ஓட்டுநருடன் மற்றொருவரும் இருந்தார். அவர்தான் நிலக்கரிக் கட்டிகளை பாய் லரில் திணிப்பவர். அவரை 'ஸ்டோக்கர்' என்று அழைப்பார்கள். அவர் நிலக்கரியை எடுத்து பாய்லரில் போட, பாய்லரில் நிலக்கரி எரிந்து சிம்னியின் வழியே கரும்புகையாக வெளியேறும்.

நான் நிலக்கரிக் குவியலின் மீது நின்றுகொண்டேன். என் முழங்கை என்ஜின் அறையின் மேற்கூரையின் மீது ஊன்றப்பட்டி ருந்தது. கைகளில் கேமிராவை ஏந்தியிருந்தேன். அங்கு நிலவும் சூழலைக் கூர்மையுடன் கவனித்துக் கொண்டிருக்கையில், அவ்வப் போது பிடிப்புத் தளருகையில் என் பாதங்கள் நழுவியபடியே இருந்தது. துவக்கத்தில் என் கால்களில் உண்டாகும் இடையூறு களைப் புரிந்து கொள்ள முடியாமல் இருந்த நான், ஒட்டுமொத்தமாக எனக்குத் தேவையான அனைத்துக் காட்சிகளைப் படம்பிடித்த

பிறகுதான், நிலக்கரிக் குவியலின் மீது நான் நின்றிருந்ததால், ஸ்டோக்கர் வேறுவழியின்றி என் கால்களின் கீழிருந்துதான் கொஞ்சம் கொஞ்சமாக, நிலக்கரியை எடுத்து பாய்லரில் போட்டிருக்கிறார். இப்போது எனக்கு, "என் பாதங்களில் அடியிலிருந்த கம்பளம் விலக்கப்பட்டது" எனும் சொற்றொடருக்கான முழுமையான அர்த்தத்தை விளங்கிக்கொள்ள முடிந்தது.

படப்பிடிப்புத் தளத்தை நாங்கள் அடைந்திருந்தபோது, அங்கிருந்த ஒட்டுமொத்தத் திரைப்படக் குழுவினரும் ஆர்வத்துடன் காத்திருந்தனர். ஆனால், சூரியன் மட்டும் எங்களுக்காகக் காத்திருக்காமல், மறைந்து மிதமான இருளை வெளி முழுமைக்கும் நிரப்பிவிட்டிருந்தது. அன்று சூர்ய அஸ்தமனம் விரைவாகவே நடந்துவிட்டது. நாங்கள் படப்பிடிப்புத் தளத்திற்குச் சென்றபோது, முற்றிலுமாக சூரியன் மறைந்து போயிருந்தது. முக்கியத்துவம் வாய்ந்த அந்தக் காட்சியை மறைந்து கொண்டிருக்கும் சூரிய நிழலில் படமாக்குவது துளியும் சாத்தியமில்லாதது. எங்களால், செய்ய முடிந்ததெல்லாம் அனைத்து உபகரணங்களையும் மூட்டை கட்டிக் கொண்டு, மீண்டும் எங்களது அறைக்குத் திரும்புவது மட்டும்தான். ஆனால், மறுநாள் மீண்டும் ஒட்டகங்கள் உட்பட ஒட்டுமொத்தக் குழுவினரும் அவ்விடத்திற்கு இரண்டரை மணிக்கெல்லாம் குழுமியிருக்க வேண்டுமென்று தீர்மானிக்கப்பட்டது.

* * *

முன்பே நான் குறிப்பிட்டதைப்போல, நாங்கள் ஜெய்சால்மரில் தங்கியிருந்தோம். பொன்னிறக் கோட்டையில் இருந்து அரை மைல் தொலைவில், நாங்கள் ஒரு சிறிய தங்குமிடத்தைக் கண்டுபிடித்திருந்தோம். இப்போது அந்த இடம் விருந்தினர் மாளிகையாக பயன்படுத்தப்படுகிறது. எங்கள் குழுவில் இருந்த முப்பத்தி ஐந்து நபர்களும் தங்குவதற்கு அந்த விடுதி போதுமானதாக இருந்தது. மறுநாள் காலையில் நாங்கள் சீக்கிரம் எழுந்து, படத்தின் இறுதிக் காட்சிகளைப் படமாக்குவதற்காக வெண்ணிறக் கோட்டைக்குச் சென்றோம். அதன்பிறகு, மீண்டும் விடுதிக்கு வந்து, விரைவாக மதிய உணவை முடித்துவிட்டு, மீண்டும் முந்தைய தினத்தில் படப்பிடிப்பு நடத்திய இடத்திற்கு உடனடியாகச் சென்றோம். சரியாக இரண்டரை மணிக்கு நாங்கள் அங்கு போனபோது, ஒட்டகங்களும், அதன் உரிமையாளர்களும் முன்னதாகவே அங்கு வந்திருந்தார்கள்.

இப்போது ரயிலுக்காக மட்டும்தான் அனைவரும் காத்திருக்க வேண்டியிருந்தது. ஒருவர் வானத்தைத் தாடையை உயர்த்திப் பார்த்து விட்டு, படப்பிடிப்புத் தள்ளிப்போனது மீண்டுமொரு ஆசீர்வாதத்தைப்போல அமைந்திருக்கிறது என்றார். வானத்தில் இப்போது

சத்யஜித் ரே ◆ 153

சாம்பல் மற்றும் வெள்ளை மேகங்கள் படர்ந்து திரண்டிருந்தன. சூரியனின் பொன்னிறக் கதிர்கள் அந்த மேகத்திரளின் இடை வெளியில் புகுந்து பாலைவனத்தின் மீது படிந்து, எங்களது நாடகீய மான காட்சிக்கு உகந்த அற்புதமான தோற்றத்தை உருவாக்கி யிருந்தது.

சரியான நேரத்தில் ரயிலும் வந்துசேர்ந்தது. அந்த ரயில் வரும் வரையில் எங்களுக்குள் உண்டாகியிருந்த பதற்ற உணர்வை எங்களால் கட்டுப்படுத்தவே முடியவில்லை. அதுதான் அந்தக் குறிப் பிட்ட காட்சியைப் படம்பிடிப்பதற்கு அளிக்கப்பட்டிருக்கும் இறுதி யான வாய்ப்பு. மறுநாளே நாங்கள், ஜோத்பூரில் இருந்து ராஜஸ் தானுக்குச் சென்று அங்கிருந்து உடனடியாக கல்கத்தாவுக்குப் பயணிக்க வேண்டியிருந்தது. அதாவது மறுநாள் மாலை நாங்கள் கல்கத்தாவில் இருந்தாக வேண்டும். ஒருவழியாக, தொலைவில் ரயிலின் ஹார்ன் ஓசை அதிர்ந்து ஒலிக்கவும்தான் ஒட்டுமொத்தக் குழுவினரிடத்திலும் பெரும் ஆசுவாசம் உண்டாகியது.

என்ஜின் ஓட்டுநர் எங்களைப் பார்த்ததும், ரயிலை நிறுத்தி னார். அவர் என்ன செய்ய வேண்டுமென்பதை விளக்கினோம். வந்த திசையிலேயே கால் மைல் தொலைவிற்கு மீண்டும் பயணித்து விட்டு, திரும்பவும் அதே வழியில் அவ்விடத்திற்கு வரவேண்டும். தொலைவில் எங்கள் கண்பார்வைக்கு ரயில் தெரிந்தவுடனேயே, நாங்கள் கேமிராவை இயக்கத் தயாராகிவிடுவோம். ஒட்டகங்களும் பெலுடாவையும், அவரது குழுவினரையும் சுமந்துகொண்டு, ரயிலை நோக்கி ஓடத் துவங்கிவிடுவார்கள். அதேபோல, மேற்புறம் திறந்த நிலையில் இருக்கும் ஜீப்பில் ஒளிப்பதிவாளரும் தயாராக இருந்தார். ரயிலுக்குப் பக்கவாட்டில் இருக்கும் சாலையில் பயணித்து இக்காட்சியை அவர் பதிவு செய்தாக வேண்டும்.

என்ஜின் ஓட்டுநர் நாங்கள் கூறியிருந்த அனைத்தையும் புரிந்து கொண்டவராகத் தோற்றமளித்தார். ஆனாலும், முதல் முயற்சி முற்றிலுமாக தோல்வியுற்றது. ரயில் எங்களை நெருங்கி வருகையில், ஒட்டகங்கள் அதனை நெருங்கி ஓடத் துவங்கின. ஒளிப்பதிவாளரும் ஜீப்பில் பயணித்தபடியே அக்காட்சியைப் படம்பிடிக்கத் துவங்கினார். பெலுடா ரயிலை நெருங்கிய உடனேயே, தனது கைக்குட்டையை உயர்த்தி ரயிலை நோக்கிக் காண்பிக்க, என்ஜின் ஓட்டுநர் மெல்ல மெல்ல ரயிலின் வேகத்தைக் குறைத்து, முற்றிலுமாக அதனை நிறுத்திவிட்டார். "ஏன் ரயிலை நிறுத்தினீர்கள்?" என்று நான் கேட்டதற்கு, "அவர்தானே தனது கைக்குட்டையை அசைத்து ரயிலை நிறுத்தச் சொன்னார், இல்லையா?" என்று அப்பாவியாகக் கேட்டார். அந்த ரயில் என்ஜின் ஓட்டுநருக்கு நமது திரைப்படத்தின்

கதை என்னவென்று விளக்கப்படவில்லை என்பதால், கைக்குட்டை அசைக்கும்போது என்ன செய்ய வேண்டுமென்று அவருக்குத் தெரிந்திருக்கவில்லை. அதனால், நாங்கள் இப்போது மறுபடியும் இக்காட்சியைப் பதிவு செய்தாக வேண்டும். ரயில் மீண்டும் அரை மைல் தூரம் பின்னால் போக வேண்டும். ஒட்டகங்கள் முன்பிருந்த இடங்களுக்குச் செல்ல வேண்டும். ஒளிப்பதிவாளரின் ஜீப் மீண்டும் பழைய நிலைக்குத் திரும்ப வேண்டும். இந்தமுறை அனைத்தையும் சரியாகச் செய்தாக வேண்டும். எந்தவிதமான சிக்கலும் மீண்டும் உருவெடுத்துவிடக்கூடாது.

ரயில் மீண்டும் கால் மைல் தூரம் பயணித்து, அங்கிருந்து மீண்டும் தனது பயணத்தைத் துவங்கியது. அதோ.. சப்தம் நெருங்கி வந்துவிட்டது... ரயில் நம்மருகே வருகிறது.. ரயிலை எங்களால் இப்போது கிட்டத்தட்ட பார்க்க முடிந்தது. ஒட்டகங்கள் தயாராயின. ஜீப்பை பின்னால் இருந்து தள்ள சிலர் தயாராக இருந்தார்கள். முதல் முயற்சியே அவர்களை அயர்ச்சிக்குள்ளாக்கி இருந்ததால், அவர்களது உடல் வியர்வையால் நனைத்திருந்தது. அதனால், இரண்டாம் முயற்சிக்காக மிகச் சிரமப்பட்டு தங்களை அவர்கள் தயார்படுத்திக் கொண்டார்கள்.

நான், “கேமிராவை இயக்குங்கள்” என்று சொல்ல ஆயத்த மானேன். ஆனால், வார்த்தைகள் என் உதடுகளில் இருந்து நழுவி யிருந்தது. ரயில் வந்துகொண்டிருக்கிறது. உண்மைதான். ஆனால், அது வெளியிட வேண்டிய கரும்புகை எங்கே? எங்களது ஒட்டு மொத்த எண்ணமே, வறண்ட பாலை நிலத்தை, ரயில் என்ஜினில் இருந்து வெளிப்படுகின்ற கரும்புகையால் சில நொடிகள் மூழ்கச் செய்வதுதான். புகையில்லாமல் எப்படி இந்தக் காட்சி சுவாரஸ்யம் மிகுந்ததாக இருக்க முடியும்? நிறுத்துங்கள். நிறுத்துங்கள். நிறுத்துங் கள். மீண்டும் அனைவரும் பழைய நிலைக்குத் திரும்புங்கள். ரயில், ஒட்டகங்கள், ஜீப் அனைத்தும் பழைய நிலைக்கு மீண்டும் திரும்ப வேண்டியிருந்தது. அனைத்தும் முதலில் இருந்து மீண்டும் துவங்க வேண்டும்.

எங்களது குழுவில் இருந்த உறுப்பினர்கள், ஓடிச் சென்று கைகளை உயர்த்தி ரயிலை நிறுத்தச் சொன்னார்கள். ரயில் மீண்டு மொருமுறை கிறீச்சிட்டு தனது இயக்கத்தை நிறுத்தியது.

ஏன் என்ஜினில் இருந்து புகை வரவில்லை? ஸ்டோக்கர் தனது தவறை உடனடியாக ஒப்புக்கொண்டார். படப்பிடிப்பை வேடிக்கை பார்ப்பதில் ஆர்வமுற்றிருந்த ஸ்டோக்கர் பாய்லருக்குத் தேவையான அளவு நிலக்கரியைப் போடத் தவறிவிட்டார். அதனால்தான் ரயிலில் இருந்து துளியும் புகை வெளிவரவில்லை. சரி, ஆனால்

இந்த முறை நாம் எந்தவொரு தவறையும் செய்ய முடியாது. வெளிச்சமும் சரியான அளவில் அங்கு அமைந்திருந்தது. அதனால், நான்காவது முறையாக படம்பிடிக்க வேண்டிய சூழல் அமைந்து விட்டால் நிச்சயமாக வெளிச்சம் மெல்ல கொஞ்சம் கொஞ்சமாக நம் கண் முன்னாலேயே மங்கிக் கரையப்போவதைத் தடுக்க முடியாது. இனியும் தவறிழைக்க முடியாது என்பதால், எங்கள் குழுவில் இருந்த ஒருவரையும் ஸ்டோக்கருடன் அனுப்பிவிட்டேன்.

பெலுடா, டோப்ஷி மற்றும் ஜதாயூ மீண்டும் ஒட்டகங்களின் மீது ஏறி அமர்ந்தார்கள். ஒரே காட்சியை மூன்று முறை படம்பிடிப்பதில் ஒரு புரிதலும் எனக்கு ஏற்பட்டது. எந்தவொரு நடிகரும் வேண்டுமென்றே அசௌகர்யமாகவும், சோர்வுற்றும் இருப்பதைப்போல காண்பித்துகொள்ள மாட்டார்கள் என்பதை உணர்ந்தேன். ஜதாயூ அப்போது வீட்டிற்குச் செல்ல வேண்டும் என்பதைப்போல மிகச் சோர்வாகக் காட்சியளித்தார். ஆனாலும், எல்லோரும் இந்தக் காட்சி சரியாக அமைய வேண்டுமென்று விரும்பியதால் தங்களது அவஸ்தைகள் அனைத்தையும் விலக்கி வைத்துவிட்டு, காட்சிக்கு மீண்டும் தயாரானார்கள்.

அதிர்ஷ்டவசமாக, மூன்றாவது முறையாக நாங்கள் படமாக்கிய காட்சி மிகச் சிறப்பாகவும் கதைக்கு நியாயம் சேர்ப்பதைப்போல உருவாகியிருந்தது.

எனினும், எங்கள் வேலை இதோடு முடிந்துவிட்டது என்று அர்த்தமில்லை. எங்களுக்கு அந்த ரயில் அன்றைய இரவு பத்து மணியளவில் மீண்டும் தேவைப்பட்டது. ராமோத்ரா ரயில் நிலையத்தில் நடைபெறும் அக்காட்சியை நாங்கள் படமாக்க வேண்டியிருந்தது. கதைப்படி, ஜெய்சால்மருக்கு செல்லும் ரயில் நடு இரவில் நிலையத்திற்கு வந்து சேர்ந்ததும் பெலுடாவும், டோப்ஷியும், ஜதாயூவும் அதில் ஏறிவிடுகிறார்கள். ரயில் நகரத் துவங்கியதற்குப் பிறகு, ராஜஸ்தானியைப் போல மாறுவேடம் அணிந்திருக்கும் மந்தார் போஸ், நகர்ந்துகொண்டிருக்கும் ரயிலில் ஒரு பெட்டியின் வாயிற்புற கைப்பிடியைப் பற்றி ஏறி ரயிலினுள் நுழைய வேண்டும்.

ஆனால், அது முற்றிலுமாக வேறொரு கதை.

ஹாலா ராஜாவின் படை வீரர்கள்!

நான் முன்னதாகவே 'சோனார் கெல்லா' உருவாக்கத்தின் போது ஒட்டகங்கள் பங்குபெற்றிருந்த மிகச் சிறிய காட்சியைப் படமாக்குவதில் எதிர்கொண்ட சிக்கல்கள் குறித்து பேசியிருக்கிறேன். அந்தத் தருணத்தில், எங்களுக்கு தேவையாய் இருந்த ஒட்டகங்களின் எண்ணிக்கை வெறும் ஐந்துதான். ஆனால், அதற்கும் சில வருடங்களுக்கு முன்பு கூப்பி கெய்ன் பாகா பைன் உருவாக்கத்தின் போது, ஹாலா ராஜாவின் ஊர்வலக் காட்சியில் பங்குகொள்ள ஆயிரம் ஒட்டகங்கள் எங்களுக்குத் தேவைப்பட்டது. அது மட்டுமல்ல. எங்களுக்கு ஆயிரம் நபர்களும் வேண்டியிருந்தது. அவர்களுக்கான ஆடைகள், கவசங்கள், கொடிகள், வேல்கம்புகள் மற்றும் நாகராக்களையும் நாங்கள் தயார்படுத்த வேண்டும். உண்மையைச் சொல்ல வேண்டுமென்றால், அதற்கு முன்பு அத்தனை பெரிய தளத்தில் நாங்கள் பணி செய்ததில்லை. அதனால், கூப்பி கெய்ன் பாகா பைன் திரைப்பட உருவாக்கத்தில் பங்கு கொண்ட அனைவருக்குமே என்றும் அகலாத நினைவுகளாக அந்த நாட்கள் இருந்திருக்கும். எங்களுக்கு நேர்ந்த அனுபவங்களில் சிலவற்றை நான் இப்போது பகிர்ந்துகொள்ளப் போகிறேன்.

சந்தேஸ் இதழில் வெளியாகியிருந்த உபேந்திர கிஷோரின் கதையை அடிப்படையாகக் கொண்டு, இந்தத் திரைப்படத்துக்கான திரைக்கதையை எழுதியபோது, அந்தக் கதை நிகழும் நிலப்பரப்பு குறித்து எனக்கு எந்தவொரு புரிதலும் இல்லை. எனக்குத் தெரிந்திருந்தது எல்லாம், ஹாலாவின் அரசவையில் இருக்கும் வீரர்கள் குதிரை சவாரி செய்யக்கூடியவர்களாக இருப்பார்கள் என்பது மட்டும்தான். ஆனால், ராஜஸ்தானில் இருக்கும் ஜெய்சால்மருக்கு நான் சென்ற உடனேயே, இதுதான் ஹாலா அரசனின் ஆளுகையைக் கட்டமைப்பதற்கான பொருத்தமான இடம் என்பது புரிந்தது. ஆனால், ராஜஸ்தானில் குதிரைகள் எதுவும் கிடையாது. உள்ளூர் மக்களால் நமக்கு அளிக்கச் சாத்தியமிருந்த ஒரே விலங்கு ஒட்டகம் மட்டும்தான். அதனால், குதிரைப் படையணி, ஒட்டகப் படையணியாக மாற்றி எழுதப்பட்டது.

ஆமாம். குதிரையை ஒட்டகமாகத் திரைக்கதையில் மாற்றி எழுதியது மட்டுமே ஒட்டுமொத்தச் சிக்கல்களுக்கும் தீர்வு அளித்து விடப் போவதில்லை. அதுவொரு துவக்கம் மட்டுமே. மிகப்பெரிய அளவிலான திட்டமிடல்களும், முன்தயாரிப்புகளும் செய்ய வேண்டி இருந்தது. முதலில் ஆயிரம் படையணியினருக்கும் உடைகளை வடிவமைக்க வேண்டும். அவர்கள் தலையில் அணிந்திருக்கும் தலைப்பாகையில் இருந்து, பாதங்களில் அணிந்திருக்கும் நாகராக்கள் வரையிலும் அனைத்தையும் வடிவமைப்பு செய்திட வேண்டும். படை அணியினரின் தளபதிக்கு மற்றவர்களின் உடையில் இருந்து சிறிதளவில் மாற்றம் செய்திருக்க வேண்டும். சிறப்பு ஆயுதங்கள் அளிப்பதோடு, தலைக் கவசத்திலும் வித்தியாசத்தை ஏற்படுத்த வேண்டும்.

வடிவமைப்புப் பணி முடிவடைந்ததும், பம்பாயில் இருந்த நிறுவனமொன்றிடம் ஆயிரம் உடைகளையும், அவற்றிக்குரிய ஆயுதங்களையும் செய்திடும் பணியை வழங்கினோம். எங்களால், ஹாலா அரசனின் மிகப்பெரிய அளவிலான படை என்று குறைந்த பட்சம் ஆயிரம் நபர்களையாவது காண்பித்துதான் பார்வையாளர் களை நம்பச் செய்ய முடியும். அந்த பம்பாய் நிறுவனமும் மிகப் பழமையானது என்பதுடன், பல வருடங்களாகத் திரைப்பட நடிகர் களுக்கென்றே உடைகளைத் தயாரிப்பதில் சிறந்தும் விளங்கியது. அவர்கள் குறிப்பிட்ட தேதியில் உடை மற்றும் உபகரணங்களை டிரங்க் பெட்டிகளில் அடைத்து, நான்கு லாரியில் ஏற்றி அனுப்புவ தாக உறுதி அளித்தார்கள். அந்த நான்கு லாரிகளும் பம்பாயில் இருந்து உரிய நேரத்திற்கு வந்தால் மட்டும்தான் எங்களால் ஜெய்சால்மரில் படப்பிடிப்பைத் துவங்க முடியும்.

* * *

உடை உபகரணங்கள் குறித்த பிரச்சனையை சரிசெய்து முடித்ததும், எங்கள் முன் இருந்த அடுத்த சவால், ஆயிரம் ஆட்களை யும், ஒட்டகங்களையும் தேடிப் பிடிக்க வேண்டும் என்பதுதான். ராஜஸ்தானில் ஒட்டகம் எங்கும் காணக்கிடைக்கக் கூடியது தான் என்பதில் சந்தேகமில்லை. ஆனால், ஆயிரம் ஒட்டகங்கள் என்பது நிச்சயமாக மிகப்பெரிய எண்ணிக்கைதான். அதிலும், இந்த ஆயிரம் ஒட்டகங்களும் தங்களது உரிமையாளர்களுடன் ஒரே நாளில், ஒரே நேரத்தில் குறிப்பிட்ட இடத்துக்கு வர வேண்டுமென்பது சாத்தியம் தானா?

நாங்கள் ஜெய்சால்மரின் மகாராஜாவை கலந்து ஆலோசிப்பது என்று முடிவு செய்தோம். அவரது மாளிகை நாங்கள் தங்கியிருந்த

விருந்தினர் இல்லம் அமைந்திருந்த ஜவஹர் மலைத்தொடரில் இருந்து பார்க்கக்கூடிய தொலைவில்தான் இருந்தது. அவரிடம் முன் அனுமதியைப் பெற்று நானும், என் குழுவில் இருந்த ஒருசிலரும் மகாராஜாவைச் சந்திக்கச் சென்றிருந்தோம். உண்மையில், அந்த மனிதர் பார்வைக்கு ஒரு அரசரைப்போல காட்சியளிக்கவில்லை. அவரது தோற்றம், காலகாலமாக புகைப்படங்களில் நான் பார்த்திருந்த ராஜ்புட் அரசர்களின் தோற்றத்துடன் ஒத்துப்போவதாகவே இல்லை. உருவத்தில் மிகச் சிறியவராகவும், வலுவற்றவராகவும் தோன்றிய அவர் பெரியளவில் மீசை, தாடியும்கூட இல்லாதிருந்தார். எனினும், மிக விரைவாக அவர் அதிக அதிகாரமுடையவர் என்பதை என்னால் உணர்ந்துகொள்ள முடிந்தது. 'ஆயிரம் ஒட்டகங்கள் தானா? அது ஒரு பெரிய விஷயமில்லை. குமார் பகதூர் உங்களுக்கு ஆயிரம் ஒட்டகங்களைக் கிடைக்க வழிவகை செய்வார்" என்று மிக அலட்சியமாகத் தெரிவித்தார்.

முன்னதாகவே குமார் பகதூரை நாங்கள் சந்தித்திருந்தோம். அவர் மகாராஜாவின் தூரத்து உறவினர். இருபதுகளின் இடைப் பட்ட வயதில் இருந்த குமார் பகதூர், மோட்டார் சைக்கிளில் அங்கிருந்து சென்றார். அவரது மோட்டார் சைக்கிள் கனத்த இரைச் சலை அவ்விடத்தில் உண்டாக்கியதோடு, பெரும் புகை கக்கியபடியே, பின்னால் மணல் வளையங்களை உருவாக்கிவிட்டு விரைந்து கொண்டிருந்தது. அவர் முன்னதாகவே, ஜெய்சால்மரில் திரைப்படம் எடுக்கப் போகிறோம் என்பதில் அதீதமான மகிழ்ச்சி அடைந்திருந் தார். எங்களுடைய தேவையை அவரிடம் விளக்கிக் கூறியதும் உடனடியாக ஆயிரம் ஒட்டகங்களை தான் கொண்டு வருகிறேன் என்று உறுதியளித்தார்.

ஹாலாவின் ராணுவப் படை திரைப்படத்தில் ஒரேயொரு காட்சியில்தான் காண்பிக்கப்படுகிறது என்றாலும், அந்த ஒரு காட்சியை மிகத் தீவிரமாக உருவாக்க வேண்டியிருந்தது. படத்தில், ஹாலா அரசன் ஷுந்தி அரசுக்கு எதிராகப் போர்ப் பிரகடனம் விடுத்திருப்பதால், முழுப் படையும் போருக்குத் தயாராகிறது. காட்சி துவங்கும்போது, ஒவ்வொரு படை வீரரும் தனக்குரிய ஒட்டகத்தின் அருகில் தரையில் அமர்ந்திருக்கிறார்கள். அவர்களின் முன்னால் தளபதி நின்று, "ஒட்டகத்தை மேலெழுப்புங்கள், தயாராகுங்கள்!" என்று உரக்கக் குரல் கொடுக்கிறான். ஆனால், அரசனுக்கு அருகி லேயே எப்போதும் இருக்கும் தந்திரசாலி அமைச்சர் அவர்களைப் பட்டினியாகவே வைத்திருப்பதால், தளபதியின் குரலைப் புறக் கணித்துவிட்டு இன்னமும் தரையிலேயே உட்கார்ந்திருக்கிறார்கள். உடனடியாக, தளபதி அமைச்சரை நெருங்கி ஓடுகிறான். அவர்

அவனை பர்ஃபி எனும் பெயருடைய மந்திரவாதி ஒருவரைச் சந்திக்கச் சொல்கிறான். பர்ஃபிக்கு போதுமான அளவு ஆற்றல் இருந்ததால், தங்களது சோர்வையும் பசி மயக்கத்தையும் கடந்து படை வீரர்களைத் தங்களது ஒட்டகங்களுடன் கண நேரத்தில் தயாராகும்படி செய்கிறான். எனினும், ஷுந்தியை நோக்கி அவர்கள் நகரத் துவங்கும் நேரத்தில், மிகப் பொருத்தமாக கூப்பியும், பாஹாவும் அங்கு வந்து பாடல் பாடத் துவங்கிவிடுகிறார்கள். அதனால், ஒட்டுமொத்த ராணுவக் குழுவினரும் தங்களது நடையை நிறுத்தி விட்டு, உறைந்த நிலையில் அவர்களது பாடலைக் கேட்டுக் கொண்டிருக்கிறார்கள். பாடல் முடிவுற்றதும் படை வீரர்களால் வானத்தில் அதிக எண்ணிக்கையிலான இனிப்புகள் நிரப்பப்பட்ட பானைகளைப் பார்க்க முடிகிறது. மெல்ல இனிப்புப் பானைகள் நிலத்தில் இறங்கியதும், பசியுடன் இருந்த அவ்வீரர்கள் ஒருவரை ஒருவர் முட்டிமோதிக் கொண்டு அந்தப் பானையின் மீது விழுகிறார்கள். போர் பற்றிய எண்ணத்தை முற்றிலுமாக அவர்கள் மறந்து போயிருக்கிறார்கள். மந்திரியும்கூட கூட்டத்தின் இடையில் புகுந்து ஒரு பானையைத் தூக்கிக்கொண்டு, ரகசியமாக அங்கிருந்து நழுவுகிறார். எனினும், அவரது ஆட்களிலேயே ஒருவனின் மீது அவர் மோதிவிட, பானை கீழே விழுந்து சிதறுகிறது. கூப்பியும், பாஹாவும் இதுதான் சந்தர்ப்பம் என்று, ஹாலா அரசனை அவ்விடத்திலிருந்து தூக்கிக்கொண்டு, ஷுந்திக்கு பறந்து செல்கிறார்கள்.

படை வீரர்கள் கூடியிருப்பதற்கு ஏற்ற அற்புதமான இடம் ஒன்றை ஜெய்சால்மர் கோட்டையின் இடதுப்புறத்தில் நாங்கள் தேர்வு செய்திருந்தோம். சிறிய அளவில்கூட பசுமை இல்லாத அவ்வெளி முழுக்க முழுக்க மணலால் மூடப்பட்டிருந்தது. அங்கிருந்த மணல்வெளியும் உறுதி மிகுந்ததாக, நடப்பதற்கு சாத்தியமுள்ளதாக இருந்தது. மற்றைய பாலைவன மணல் பிரதேசத்தில், ஒவ்வொரு அடியையும் மணல் மூடி அமிழ்த்திக் கொள்வதைப்போல் அவ்விடம் இல்லை என்பதே பெரும் ஆசுவாசமாக இருந்தது. எங்களுக்கு வலதுபுறத்தில், பெரும் அரணைப்போல, ஒரு மைல் அளவு விரிவுகொண்ட குன்று ஒன்று இருந்தது. அந்த குன்றின் மேல்புறம் சமதளமாக இருந்தது. பதினோராம் நூற்றாண்டில், பாத்தி ராஜ்புட்டுகள் தங்களது கோட்டைகளை இந்தச் சமதளத்தின் மீது கட்டியிருந்தார்கள். ராஜஸ்தானில் பல இடங்களில் காணக் கூடிய இதுபோன்ற மலைகளை மேசை மலைகள் என்று அழைப்பார்கள். ஜெய்சால்மரில் இருந்த கோட்டையைப் போலவே, சிறிய அரண்மனையும் சித்தூரில் இருந்த ஒரு நகரமும் இதுபோன்ற சமதள மலையின் மீது அமைக்கப்பட்டிருக்கிறது.

நாங்கள் படப்பிடிப்புக்காகத் தேர்வு செய்திருந்த இடத்துக்கு வெகு அண்மையில், பண்டைய கால ராஜ்புட் வீரர்களின் உடல்கள் புதைக்கப்பட்டிருந்த இடுகாடு இருந்தது. இருநூறு கெஜ தூரத்தில், பல்வேறு வடிவங்களிலான மஞ்சள் நிற நினைவுத் தூண்கள் அவ்விடத்தில் வரிசையாக ஊன்றப்பட்டிருந்தன. இந்த இடத்தைப் பார்த்தவுடன் கூப்பியும், பாஹாவும் தங்களது பாடலில் போரின் பயனின்மை பற்றி எழுதப்பட்டிருந்த ஒருவரியை இந்த நினைவுத் தூண்களின் இடையில் நடந்து வருகையில் பாடுவதாகப் படம் பிடிப்பதென்று தீர்மானித்தேன்.

விரைவில், படப்பிடிப்புத் தினம் வந்தது. செவிவழிச் செய்தியாக, நாங்கள் தேர்வு செய்திருந்த இடத்துக்கு ஆயிரம் நபர்கள் தங்களது ஒட்டகங்களுடன் அதிகாலையிலேயே அங்கு வந்து குழுமி விட்டார்கள் என்று கேள்விப்பட்டோம். எங்கள் எல்லோருக்கும் ஒருவிதமான மனநிறைவு உண்டாகிறது. உடைகள் இரு தினங்களுக்கு முன்னதாக வந்திருந்தன. உடைகளையும், பிற உபகரணங்களையும் தனித்தனியே நாங்கள் பிரித்து வைத்திருந்தோம். ஜவஹர் நிவாஸ் மலையில் இருந்து இரண்டு மைல் தொலைவில் இருக்கும் போர்க் களத்தில் குவிந்திருந்த மனிதர்களுக்கு உடனடியாக உடையும், உபகரணங்களும் அனுப்பி வைக்கப்படும். அவர்கள் உடை அணிந்து தயாராவதற்கு குறைந்தது ஐந்து மணிநேரமாகும் என்று கணித்திருந் தோம்.

படக்குழுவில் இருந்து பத்து நபர்கள் அனைத்தையும் பொறுப் புடன் கவனித்துக்கொள்ள ஸ்பாட்டுக்கு அனுப்பி வைக்கப்பட்டார் கள். பிற குழுவினர் என்னுடன் காலையில் படமாக்கத் திட்ட மிட்டிருந்த வேறு சில காட்சிகளைப் பதிவு செய்வதற்கு உதவிகரமாக இருந்தார்கள். சரியாக மதியம் இரண்டு மணியளவில் அக்காட்சி யைப் படமாக்குவதற்கு நினைத்தோம். முழுமையாக அந்தக் காட்சியைப் படமாக்க எங்களுக்கு நான்கு மணிநேரமாவது ஆகும். அது மார்ச் மாதம் என்பதால், மாலை ஆறு மணிக்கெல்லாம் சூரியன் மறைந்துவிடும். அதற்கு முன்னதாக எங்களது காட்சிப் பதிவு முடிக்கப்பட வேண்டும்.

மொத்தமாக எங்களது குழுவில் நாற்பது பேர் இருந்தோம். நடிகர்களில் கூப்பி, பாஹா, ஹாலா மன்னன் (சந்தோஸ் தத்தா), அவரது அமைச்சர் (ஜஹர் ராய்), தளபதி (ஷாந்தி சத்தோபாத்யாய), ஒரு ஒற்றன் (சின்மாய் ராய்), அதோடு நம்பிக்கைக்குரிய ஐந்து காவல் அதிகாரிகள் (காமு முகர்ஜி, அசோக் மித்ரா, ராஜ்குமார் லாகிரி மற்றும் சிலர்) முதலானோர் இருந்தார்கள். இவர்களைத் தவிர்த்து, ஒளிப்பதிவாளரும், ஒலி வடிவமைப்பாளரும், ஒப்பனைக் கலைஞரும்,

தயாரிப்பு மேற்பார்வையாளரும் (அவரது தனிப்பட்ட உதவியாளருடன்), அதுபோக, செயற்கை விளக்குகளையும், கேமிராவை, ஒலி வடிவமைப்புக் கருவியையும் சுமந்து செல்லும் நபர்களும் அங்கு இருந்தார்கள். என்னிடம் மட்டுமே நான்கு உதவியாளர்கள் பணிபுரிந்து வந்தார்கள். அதனால் மொத்தமாக முப்பது பேருக்கும் மேலானவர்கள் படக்குழுவில் இருந்தோம்.

ஜஹர் ராயைத் தவிர மற்ற அனைவரும் முன்னதாகவே ஜெய்சால்மரில் குழுமியிருந்தோம். அவருக்கு கல்கத்தாவில் மற்றொரு வேலை இருந்ததால், அதனை நிறைவு செய்துவிட்டு படப்பிடிப்புக்கு ஒருநாள் முன்னதாக டாக்ஸியில் வந்து சேர்வார் என்று முன்னதாக முடிவு செய்யப்பட்டது. ஜெய்சால்மருக்கு அவர் இரவு பத்து மணியளவில் வந்துவிடுவார் என்று எதிர்பார்த்துக் காத்திருந்தோம். ஆனால் அவர் விடியற்காலை இரண்டரை மணிக்குத்தான் வந்து சேர்ந்தார். எதனால் இவ்வளவு காலதாமதம் ஆனது?

ஒரு விபத்தில் சிக்கிக் கொண்டதாக ஜஹர் ராய் தெரிவித்தார். அவரது மூக்கில் காயம் இருந்தது. எப்படி இது நடந்தது? 'மிகத் தற்செயலாகத்தான்' என்ற ஜஹர் ராய் தனக்கு நேர்ந்த விபத்தை விவரித்தார். 'அதுவொரு அற்புதமான இரவு. வானத்தில் நிலவு பிரகாசித்துக் கொண்டிருந்தது. சாலையும் எவ்விதப் போக்குவரத்து இடையூறும் இல்லாமல், அமைதியில் ஆழ்ந்திருந்தது. நாங்கள் அறுபது மைல் வேகத்தில் பயணித்துக் கொண்டிருந்தோம். கார் ஓட்டுநர் ஒரு சர்தார்ஜி, தனது இடது கையை அருகில் இருந்த சீட்டின் மீது சாய்த்தபடியே, மறுகையால் ஆப்பிள் ஒன்றைக் கடித்துச் சாப்பிட்டபடியே கார் ஓட்டினார். ஸ்டீயரிங்கில் தனது தொப்பையைச் சாய்த்து ஒருவிதக் கட்டுப்பாட்டுடன் காரை ஓட்டினார். அவசியம் ஏற்பட்டால் மட்டுமே, அவரது தொப்பை அசைந்து கார் ஸ்டீயரிங்கை அசைக்கும். அனைத்தும் சுமுகமாகச் சென்று கொண்டிருந்தது.

திடீரென எங்கிருந்தோ ஒரு முயல் சாலையின் குறுக்காகப் பாய்ந்து ஓடியது. கார் ஓட்டுநர் உடனடியாக ஸ்டீயரிங்கைத் திருப்ப முயன்றார் என்றாலும், அவரால் முழுமையாகக் கட்டுப்படுத்த முடியவில்லை. தலைகீழாக கவிழ்ந்து கிடந்த காரில் இருந்து சில அடி தூரம் நான் தூக்கி வீசப்பட்டிருந்தேன். சில நிமிடங்கள் எனக்கு சுய நினைவே இல்லை. பின்னர், என்னுடன் சேர்ந்து இரண்டு துணிப் பெட்டிகள் உருண்டு வந்து கிடப்பதை என்னால் பார்க்க முடிந்தது. இது உடனடியாக என்னை ஆச்சர்யத்தில் ஆழ்த்தியது. ஏனெனில், நான் ஒரேயொரு பெட்டி கொண்டு வந்திருந்தேன். பிறகு, கூர்ந்து கவனித்த பிறகுதான், அது சர்தார்ஜியின் பெட்டி என்பது புரிந்தது!'

இதில் முற்றிலும் நம்ப இயலாதது என்னவென்றால், இவ்வளவு பெரிய விபத்துக்குப் பிறகும், ஜஹர் ராய்க்கும், சர்தார்ஜிக்கும், காருக்கும் பெரியளவிலான சேதாரமும் ஏற்பட்டிருக்கவில்லை. அதனால், மறுநாள் படப்பிடிப்பில் அரசனின் படைக் காட்சியில் பங்கேற்பதில் அவருக்கு எவ்விதமான சிரமும் இருக்கவில்லை.

* * *

அந்த அசாத்தியமான வேலையை செய்து முடிப்பதற்கு ஏராளமான கைகள் எங்களுக்குத் தேவையாய் இருந்தன. ஒட்டு மொத்தக் குழுவும் நடிகர்களைத் தவிர்த்து அதிகாலை நான்கு மணிக்கே படப்பிடிப்புக்கான வேலைகளை ஆரம்பித்துவிட்டார்கள். ஹாலிவுட்டாக இருந்தாலும், அல்லது பம்பாயில் உருவாக்கப்படும் திரைப்படங்களாக இருந்தாலும், ஆயிரக்கணக்கான நடிகர்கள் பங்குபெறும் காட்சியை ஒருங்கிணைத்து நேர்த்தியாகப் படம்பிடிப்ப தற்கு குறைந்தபட்சம் முன்னூறு ஆட்களாவது தேவைப்படுவார்கள். ஆனால் நாங்கள் மொத்தமாக முப்பது பேர்தான் இருந்தோம். அதிகாலை ஆறரை மணிக்கெல்லாம் படப்பிடிப்புத் தளத்தில் குவிந்து சரியாக ஏழு மணிக்கு படப்பிடிப்பைத் துவங்கிவிட்டோம் என்றாலும், முழு காலைப் பொழுதையும் எங்களால் பயன்படுத்திக் கொள்ள முடியுமென்பது எங்களுக்குத் தெரியும். காலையிலும், மாலையிலும் நிலவியிருக்கும் இயற்கை ஒளியமைப்புதான் படமாக் கலுக்கு உகந்தது. அதனால், ஒரு நொடியைக் கூட நாங்கள் வீணடிக்க விரும்பவில்லை.

எனினும், அன்று மிக எளிதான நேரடிக்காட்சிகளை காலையில் முடித்துவிடுவதென்று தீர்மானித்தோம். ஏனென்றால் மதியத்தில் படமாக்கவிருந்த காட்சி எவ்வளவு கடின உழைப்பை கோரப் போகிறது என்று முன்னதாகவே எங்களுக்குத் தெரியும். அதனால் எளிமையான காட்சிகளை காலையில் பதிவு செய்வது என்று முடிவெடுத்தோம். சரியாக பன்னிரெண்டு மணியளவில் ஜவஹர் நிவாஸ் வந்து, உணவு நேரத்துக்கு முன்னதாகச் சாப்பிட்டுவிட்டு, சிறிது ஓய்வெடுத்துவிட்டு, இரண்டு மணிவாக்கில் போர்க்களத்திற்குச் செல்வது என்று முடிவு செய்தோம்.

ஒட்டகங்களும், அதன் உரிமையாளர்களும் எங்களுக்காகக் காத்திருந்தனர். ஒட்டகங்களின் தோற்றம் மிகுந்த மனநிறைவு அளிப்பதாக இருந்தது. முன்னதாக, ஒட்டக உரிமையாளர்களிடம் முடிந்த வரையில் ஒட்டகங்களை அலங்காரம் செய்து கொண்டுவரச் சொல்லியிருந்தோம். அவர்கள் நகைகளாலும், சோழிக் கற்களாலும், முதுகின் மீது வண்ணப் போர்வைகளால் மூடியும் அற்புதமாக

அலங்காரம் செய்திருந்தார்கள். ஆமாம். என்னால் ஒட்டகங்களின் தோற்றத்தில் துளியும் குறை கண்டுபிடிக்க முடியாது. ஆனால், ஒட்டக உரிமையாளர்கள்? இதேவகையிலான பாராட்டுரைகளை அவர்களது தோற்றத்துக்கும் நம்மால் கொடுக்க முடியாது. அவர்கள் இன்னமும் தாங்கள் தினசரி அணிகின்ற சாதாரண உடைகளுடன் தான் இருந்தார்கள். நாங்கள் அனுப்பியிருந்த சிவப்பு, நீலம் மற்றும் மஞ்சள் ஆடைகள் எங்கே? மயக்கமூட்டும் வண்ணங்களால் அமைந்த தலைப்பாகைகள் எங்கே? அவர்களது பாதங்களுக்காக வாங்கிய ஆயிரக்கணக்கான நாகராக்கள் எங்கே? ஏன் அவர்கள் இன்னமும் எதையும் அணியாமல் இருக்கிறார்கள்?

சில கேள்விகள் முழு உண்மையையும் வெளிப்படுத்திவிட்டது. அங்கிருந்தவர்கள் பெரும்பாலானவர்கள் இஸ்லாமிய மதத்தைச் சேர்ந்தவர்கள். அதனால், அவர்கள் வெள்ளுடை அணியவே விரும்பினார்கள். அதிலும் சிலருக்கு வண்ண ஆடைகளின் மீது எதிர்மறையான எண்ணங்கள் இருந்தன. சிலர் பிரத்யேகமாக பம்பாயில் வடிவமைக்கப்பட்ட ஆடைகளைப் பார்த்துச் சிரித்தார்கள். சிலர் எரிச்சலுற்றார்கள். மேலும் சிலர் அதனை எவ்வித முக்கியத் துவமும் இல்லாமல் தங்களுக்கு அருகில் தரையில் போட்டு வைத் திருந்தார்கள். இப்போது நாங்கள் என்ன செய்வது? எப்படி அவர் களுக்கு சூழலின் தீவிரத்தைப் புரிய வைப்பது?

முதலில், ஆயிரக்கணக்கில் அங்கு குழுமியிருக்கும் மனிதர் களிடத்தில் ஒரே சமயத்தில் எப்படி உரையாடுவது? அப்போதுதான் பேட்டரியில் இயங்கும் ஸ்பீக்கர் எங்களிடமிருந்தது நினைவுக்கு வந்தது. அந்த ஸ்பீக்கரை நாங்கள் முன்னூற்றி ஐம்பது ரூபாய் கொடுத்து வாடகைக்கு எடுத்திருந்தோம். இதுபோன்ற பரந்த அளவிலான காட்சிப் பதிவின்போது ஆயிரக்கணக்கான பேர்களை வைத்துக்கொண்டு வேலை செய்ய வேண்டியிருக்கும் என்பதை உணர்ந்து அந்த ஸ்பீக்கரை நாங்கள் கல்கத்தாவில் இருந்து எடுத்து வந்திருந்தோம்.

டினு ஆனந்தை அழைப்பதற்கான நேரம் வந்துவிட்டது. பம்பாயில் இருந்து வந்திருந்த அவர் என் நான்கு உதவி இயக்குனர் களில் ஒருவராக இருந்தார். அவரால் ஹிந்தி சரளமாகப் பேச முடியும். எதையும் மிக விரைவாக உள்வாங்கிக் கொள்ளும் ஆற்றல் கொண்ட டினு வங்க மொழியையும் வேகமாகக் கற்றுக் கொண்டி ருந்தார். ஆனால், இப்போது அங்கு குழுமியிருந்த படை வீரர்களாக மாற்றம் செய்யப்பட வேண்டிய எண்ணற்ற துணை நடிகர்களிடம் அவர் பேச வேண்டியிருந்தது. அவரது கைகளில் ஸ்பீக்கரைக் கொடுத்திருந்த நான், அங்கு கூடியிருக்கும் மனிதர்களிடம் என்ன

பேச வேண்டுமென்பதையும் தெளிவாக விளக்கிவிட்டேன். ‘அவர்களிடம் தாங்கள் வெறும் ஒட்டக உரிமையாளர்களாக மட்டுமே அவ்விடத்திற்கு வந்திருக்கவில்லை என்று சொல். அவர்கள் படையணியினர். அதோடு, தங்களது எதிரணியினரைச் சண்டையில் எதிர்கொள்வதற்காக அவர்கள் ஆயத்தமாகிக் கொண்டிருக்கிறார்கள். ஒட்டகங்கள் அழகுற அலங்கரிக்கப்பட்டிருக்க, போர் வீரர்கள் மட்டும், எளிமையான உடைகளை அணிந்திருக்கலாமா? அவர்கள் வண்ணமயமான உடைகளைத்தானே அணிந்திருக்க வேண்டும்? இல்லையென்றால் தாங்கள் பங்குகொள்கின்ற காட்சிக்கு எப்படி அவர்களால் நியாயம் சேர்க்க முடியும்? அனைத்தையும்விட, படம் வெளியிடப்பட்டதற்கு பின்னர், அவர்கள் அனைவரும் போர் வீரர்களாகத்தான் அடையாளம் காணப்படுவார்களே தவிர, சராசரி கிராமத்து மனிதர்களாக அல்ல. அதை நீங்கள் முதலில் புரிந்து கொள்ள வேண்டும்’.

டினு ஸ்பீக்கரை ஏந்திக்கொண்டு, அங்கு கூடியிருந்த மனிதக் கூட்டத்துக்கு எதிரில் போய் நின்றுகொண்டார். அதன்பிறகு, அந்த ஸ்பீக்கரை தனது இதழோரம் வைத்துப் பேசத் துவங்கிவிட்டார். சகோதரர்களே, என்று ஆரம்பித்தார். அவரது குரல் ஒட்டுமொத்த மனிதர்களையும் போய்ச் சேருமளவிற்கு சப்தமாக இருந்தது. ஆனால், அந்த ஒரேயொரு வார்த்தைக்குப் பின்னர், முற்றிலும் பெருத்த அமைதி அங்கு நிலவியது. உடனடியாக நான் டினுவை நெருங்கிச் செல்ல, அங்கு அவர் இன்னமும் ஸ்பீக்கரில் பேசியபடியே இருந்தார். அவரது உடல்மொழி ஒரு தேர்ந்த அரசியல் பிரமுகரைப் போல இருக்க, அவரது குரல் துளியும் பிறருக்கு கேட்காமல் இருந்தது. ஸ்பீக்கரின் பேட்டரி வேலை செய்யவில்லை என்பது தெளிவாகப் புரிந்தது. டினு அதனை உணர்ந்திருக்கவில்லை. தன்னளவில் நேர்த்தி யாக அனைத்து வார்த்தைகளையும் ஒழுங்குடன் உச்சரிப்பதாகவே அவர் நினைத்துக் கொண்டிருந்தார். இது என்னை வியப்பில் ஆழ்த்தவில்லை. ஏனெனில், இதுபோன்ற தருணங்களைப் பலமுறை பார்த்திருக்கிறேன். உங்களால், உங்களது குரலைத் துலக்கமாகக் கேட்க முடிகிறது என்றால், பிறருக்கும் நமது குரல் தெளிவாகக் கேட்கிறது என்பதை நம்புவதில் சிரமம் எதுவுமில்லை.

ஸ்பீக்கர் திட்டம் கைவிடப்பட்டது. இப்போது ஒட்டுமொத்தக் குழுவும் தனித்தனியாகப் பிரிந்து அவர்களுடன் தனிப்பட்ட வகையில் உரையாட வேண்டும். சில நிமிடப் போராட்டத்திற்குப் பிறகு, எங்களது திட்டம் நல்ல பலனைக் கொடுத்தது. கூட்டத்தில் சிலர் எழுந்து உடை மாற்றிக்கொள்ளச் சென்றார்கள். மெல்ல படிப் படியாக, அவர்களைத் தொடர்ந்து மேலும் பலரும் உடை அலங் காரம் செய்துகொள்ளச் சென்றார்கள்.

எங்களது முதல் பணி பாடலைப் படமாக்கிவிட வேண்டும். பாடல் துவங்கும்போது, ஒட்டுமொத்தப் படையணியினரும் அமைதியாக எவ்வித அசைவுமற்று நிற்க வேண்டும். முதல் வரிசையில் இருந்த இளைஞன் ஒருவன் பதற்றத்தில் இருந்ததை என்னால் பார்க்க முடிந்தது. அதனால் உடனடியாக அவன் பின் வரிசைக்கு மாற்றப்பட்டான். முதியவர்கள் மற்றும் மத்திய வயதுடையவர்கள் தேர்வு செய்யப்பட்டு முதல் வரிசையில் நிற்கவைக்கப்பட்டனர். அதேபோல, ஒட்டகங்களை நாங்கள் மிக நேர்த்தியாக வரிசையில் நிற்க வைக்க வேண்டும். இல்லையெனில், அவை போர்க்களத்தில் இருப்பதைப் போன்ற தோற்றத்தை அளிக்காது. அதனால், மேலும் பதினைந்து நிமிடங்கள் அவர்கள் அனைவரும் தங்களைச் சரிசெய்து கொள்ள வழங்கப்பட்டது. அதன்பிறகே படப்பிடிப்பு துவங்கியது.

நான்கரை நிமிடங்கள் படத்தில் உபயோகப்படுத்தப்படும் பாடலைப் படமாக்க குறைந்தது நாற்பது ஷாட்டுகளாவது தேவைப் படும். அதோடு, ஒவ்வொரு ஷாட்டையும் படமாக்க பதினைந்து நிமிடம் தேவை. சில காட்சித் துணுக்குகள் அசைவற்று நின்றிருக்கும் படை வீரர்களைக் காண்பிக்கும். சில காட்சித் துணுக்குகள் கூப்பியையும், பாஹாவையும் காண்பிக்கும். வெகு சில காட்சிகள் இவை இரண்டையும் சேர்த்துக் காண்பிக்கும். பாடல் அதற்கேற்றாற்போல ஒலிபரப்பப்படும். கூப்பி தனது உதடுகளைப் பாடல் வரிகளுக்கு ஏற்ப பொருத்தமாக அசைக்க வேண்டும். பாஹா டிரம்ஸ் வாசிப்பதைப்போல பாவனை செய்ய வேண்டும். கேமிராவும் பாடலின் தாள லயத்திற்கு ஏற்ப அசையும்.

முதல்நாளில், எங்களுக்கு வேண்டிய அனைத்துக் காட்சிகளையும் மூன்றே மணிநேரத்தில் எடுத்து முடித்துவிட்டோம். அதாவது இனிப்புகள் நிறைந்த பானைகள் கீழே விழும் நிலை வரையிலான காட்சிகள் அன்றைய தினத்தில் பதிவு செய்யப்பட்டன. மறுநாளில்தான் இனிப்புகள் மழைபோல வானில் இருந்து கீழே பொழியும் காட்சிகள் படமாக்கப்படவிருந்தன. ஒட்டுமொத்த நடிகர்களும், அவர்களது ஒட்டகங்களும் ஜெய்சால்மரில் அன்றிரவு தங்கியிருந்தார்கள். அவர்களது தங்கும் செலவுகளை நாங்களே ஏற்றிருந்தோம்.

இனிப்புகளைப் பொழியும் காட்சியைப் பற்றி விவரிப்பதற்கு முன்பாக, முந்தைய தினத்தில் நிகழ்ந்த ஒரு சம்பவத்தை நான் குறிப்பிட்டாக வேண்டும். அனைவரும் சூரிய அஸ்தமனத்துக்கு முன்பாக, எந்தளவிற்கு வேலை செய்ய முடியுமோ அவ்வளவு நேரம் தங்களது உழைப்பைச் செலுத்தி காட்சிகளைப் பதிவு செய்து கொண்டிருந்தோம். அதன்பிறகு, அறைக்குக் கிளம்பிச் செல்ல

தயாரானோம். படை வீரர்கள் தங்களது வண்ணமயமான உடைகளைக் கலைந்துவிட்டு, தங்களது சாதாரண உடைகளை அணியத் துவங்கினர்.

தளபதியாக நடித்திருந்த ஷாந்தி சத்தோபாத்யாய மெல்ல தனது ஒட்டகத்தில் இருந்து கீழே குதித்துவிட்டு, தனது உடலில் அனைத்து எலும்புகளும் சேதமின்றி இருக்கின்றனவா எனச் சோதனையிட்டுக் கொண்டிருந்தார். அப்போது விநோதமான முறையில், மனதை உருக்கும் அற்புதமான புல்லாங்குழல் எங்களது காதுகளை எட்டியது. ஒரு சிறிய விசாரணையில், அங்கு கூடியிருந்தவர்களில் ஒரு புல்லாங்குழல் இசைக் கலைஞரும் இருந்திருக்கிறார் என்பதை நாங்கள் கண்டு பிடித்தோம்.

தலையில் ஒரு டர்பனும், தனது வெள்ளைச் சட்டையின் மீது சிறிய அளவிலான கருப்பு நிற இடுப்புச் சட்டையையும் அணிந்திருந்த அந்த மனிதர் ஆழ்ந்த மௌனத்தில் உறைந்திருக்கும் கண்களைக் கொண்டிருந்தார். அவரது இடுப்பு சட்டையின் பாக்கெட்டில் இருந்தது ஒன்றல்ல, இரண்டு புல்லாங்குழல்கள். அவருடன் மற்றொரு மனிதரும் நின்றிருந்தார். அவரது தோற்றமும் அற்புதமாக இருந்தது. பார்வைக்கு மிக எளிமையாகத் தோன்றிய அவர், புல்லாங்குழல் இசைக் கலைஞரை விட அதிக உயரத்தில் இருந்தார். கிட்டத்தட்ட ஆறடி உயரத்தில் அவர் நின்றிருந்தார். அடர் கருப்பு நிறத்தில் இருந்த அவரின் சருமம் மிருதுவாகவும் பளபளப்பாகவும் மினுங்கிக் கொண்டிருந்தது. அவரது கூர்மையான மூக்கின் கீழாக, கவர்ச்சிகரமான மீசை இருந்தது. அதுபோன்ற மீசையுடைய வேறொரு மனிதரை என் வாழ்நாளில் ஒருபோதும் நான் பார்த்திருக்கவில்லை. அவரது கன்னத்தின் மீது படர்ந்திருந்த அந்த மீசை, மூன்று நான்கு சுற்றுகள் முறுக்கிவிடப்பட்டிருந்தது. கிட்டத்தட்ட ராட்சச கடிகார முள்ளினைப் போல அவரது மீசை காட்சியளித்தது. அதன்பிறகு, தாமதமாகத்தான் நான் தெரிந்து கொண்டேன். அவரது சுருள் மீசையை அவிழ்த்து விரித்து விட்டோம் என்றால், கிட்டத்தட்ட மூன்றரை அடி நீளத்துக்கு அது படர்ந்திருக்குமாம்.

அந்தப் புல்லாங்குழல் கலைஞரிடம், இருந்து எங்களுக்கு கேட்கக் கிடைத்த சிறிய இசைத் துணுக்கே அற்புதமானதாக இருந்தது. மாலையில், எங்களது விடுதிக்கு வந்து சிறிது நேரம் புல்லாங்குழல் இசைக்க அவருக்குச் சம்மதமா? என்று கேட்டேன். அவரது இசையை முடிந்தால், என் திரைப்படத்தில் பயன்படுத்திக் கொள்ள வேண்டுமென்று விரும்பினேன். அவரும் உடனடியாக, விடுதிக்கு வருவதற்கு ஒப்புக்கொண்டார். பின்னர்தான், அவரது பெயர் சவுகத் அலி என்பதை அறிந்துகொண்டோம்.

சரியாக மாலை ஏழரை மணிக்கு சவுகத் தனது நண்பருடன் ஜவஹர் நிவாஸுக்கு வருகை புரிந்தார். என் அறையில் இருந்த கம்பளத்தில் அமர்ந்து கிட்டத்தட்ட ஒருமணிநேரம் புல்லாங்குழல் இசைத்தார். அவர் வாசித்ததை நாங்கள் பதிவு செய்துகொண்டோம். முதல் கணத்திலேயே, அவரது செய்கை எங்களை வியப்படையச் செய்துவிட்டது. தனது பாக்கெட்டில் இருந்து இரண்டு புல்லாங் குழலையும் எடுத்த அவர், அவை இரண்டையும் சேர்த்து தனது உதடுகளில் வைத்துக்கொண்டார். அவர் அவற்றை இசைக்கத் துவங்கியதும், அற்புதமான ஒரு இசை அனுபவம் எங்களுக்குக் கிடைத்திருக்கிறது என்பதை நான் உணர்ந்துகொண்டேன். முதல் புல்லாங்குழலில் இருந்த துளைகளில் ஒன்றினை அவர் மெழுகுத் துளிகளால் அடைத்திருந்தார். அதன் வழியாக, வெளிப்பட்ட இசை கிட்டத்தட்ட ஷெனாய் இசையின் தன்மையில் இருந்தது. இன்னொரு புல்லாங்குழலில் அவர் எதுவும் செய்யவில்லை. அதில் அனைத்துவிதமான குறிப்புகளையும் வாசிக்க முடிந்தது. பிற்பாடு, இந்தப் புல்லாங்குழல்களை சதாரா என்று அழைப்பார்கள் என்பதைப் புரிந்து கொண்டேன். அந்த இசைக் கருவி ஜெய்சால்மரில் இருந்து மேற்குப் பகுதியில் இருபத்தைந்து மைல் தொலைவில் இருந்த க்ஹூரி எனும் கிராமத்தில்தான் முதல்முதலில் இசைக்கப்பட்டிருக் கிறது. அந்த கிராமத்திற்குரிய இசைக் கருவிதான் சதாரா. அந்தக் கிராமத்தில் இருந்து பாகிஸ்தான் எல்லை வெறும் இருபது மைல் தொலைவில்தான் இருந்தது. அந்த ஊரில் இருந்த எல்லோரும் கொடிய ஏழ்மையில் சிக்குண்டிருந்தார்கள் என்றாலும், அவர்கள் அனைவருமே அதி அற்புதமான இசைக் கலைஞர்கள் என்பதில் சந்தேகமில்லை. அந்த ஊருக்குரிய இசைக் கருவியான மகுடி இப்போது இந்தியாவெங்கும் இசைக்கப்படுகிறது.

எங்களது இசைப் பதிவு முடிவடைந்ததும், சவுகத் அலி என் கண்களை விநோதமாகப் பார்த்து, “என்னுடைய ஒரேயொரு சகோதரன் எல்லையைக் கடந்து பாகிஸ்தானுக்குள் தஞ்சம் புகுந்துவிட்டான். அதனால் நான் இசைத்த இந்தத் துணுக்கை நீங்கள் ரேடியோவில் ஒலிபரப்புச் செய்தால், என் சகோதரன் ஒருவேளை அதனைக் கேட்பதற்கும் சாத்தியமிருக்கிறது” என்றார்.

* * *

சவுகத் அலி தனது இசைக் கருவிகளை இசைத்துக்கொண்டி ருக்கையில், அவரது நண்பர் அறையின் ஒரு மூலையில் அமைதியாக உட்கார்ந்திருந்தார். அவர் அபாயகரமான மனிதராகவே எனக்குத் தோன்றவில்லை. அவரது நீண்ட விநோதமான மீசை உண்டாக்கிய

ஆர்வத்தால், சவுகத் அலி இசையை நிறைவு செய்ததும், அவருடன் பேசத் துவங்கினோம்.

அவர் தனது அடையாளத்தை எங்களிடம் விவரிக்கையில், எங்களது கண்கள் கிட்டத்தட்ட வெளியில் எகிறிவிட்டன. முன்னொரு காலத்தில் இரக்கமற்ற வழிப்பறிக் கொள்ளைக்காரனாக அவர் இருந்திருக்கிறார். அவரது பெயர் கரண். "அப்போது இருந்த பலம் இப்போது துளியும் என்னிடத்தில் இல்லை" என்றார். "ஒருகாலத்தில், என்னால் ஒரு ஜீப்பையே சுமந்து என் தோளின் மீது நிறுத்த முடியும். இரண்டுமுறை என்னைப் போலீஸார் கைது செய்திருக்கிறார்கள். எனினும், என் கைகளாலேயே ஜன்னல் கம்பிகளை வளைத்து உடைத்துவிட்டு, அங்கிருந்து தப்பியிருக்கிறேன். ஆனால், மூன்றாவது முறையாக போலீஸாரிடம் நான் சிக்கியபோது அவர்கள் என்ன செய்தார்கள் தெரியுமா? என் உடலை கீறி ரத்தத்தை வெளியேற்றத் தொடங்கிவிட்டார்கள். இரண்டு பெரிய பாத்திரங்களில் என் இரத்தம் தேங்கியிருந்தது. என் உயிர் ஆதாரமே வெளியேற்றப்பட்டபின் என்னால் எப்படி முந்தைய காலத்து வலுவுடன் இப்போதும் இருக்க முடியும்?"

ஏழு வருடங்களுக்குப் பிறகு, நான் மீண்டும் ஜெய்சால்மருக்கு, சோனார் கெல்லா திரைப்படத்தை இயக்குவதற்காக சென்றிருந்த போது மீண்டும் அவரைச் சந்தித்தேன். முதலில், அவரை அடையாளம் காண நான் தவறிவிட்டேன். ஏனெனில், அவரது மீசை அப்போது முறுக்கிவிடப்பட்டிருக்கவில்லை. அதோடு முன்பு பார்த்ததை விட மிகவும் மெலிதான தோற்றத்தில் பலவீனமாகக் காட்சியளித்தார். அவரின் மூலமாக, சவுகத் அலி தனது புல்லாங் குழல்களுடன் பாகிஸ்தானுக்குச் சென்றுவிட்டார் என்கின்ற தகவலைத் தெரிந்துகொண்டேன். ஆனால், அப்போது தனக்கும் புல்லாங்குழல் இசைக்கத் தெரியும் என்று அந்த முன்னாள் வழிப்பறிக் கொள்ளைக்காரர் தெரிவித்தார்.

சதாராவில் மாறுபட்டிருந்த அந்த இசையை நார் என்று அழைத்தார்கள். அதே க்ஹூரியில்தான் இந்த இசையும் வேர்விட்டிருக்கிறது. நார் இசைக்கருவி மூன்றடி, அந்த இசைக் கருவியை எது மேலும் விசேஷமானதாக உணரச் செய்தது என்றால், புல்லாங் குழலைப் போல வெறும் இசையை மட்டும் வாசிப்பதோடு அல்லாமல், தொண்டையின் வழியாகவும் அதனை இசைப்பவர் சப்தமெழுப்புவார். புல்லாங்குழலில் இருந்து கசியும் சப்தமும், தொண்டையில் இருந்து உருவாகும் சப்தமும் சேர்ந்து ஒருவகை யிலான ஆழமிக்கதாகவும் அதே சமயத்தில் பெருத்த அலறலைத் தோற்றுவிப்பதாகவும் இருந்தது. கிட்டத்தட்ட அச்சமூட்டக்

கூடியதாக அந்த இசை இருந்தது. சதாரா இசையை ஒற்றை நபர் மட்டுமே அறிந்து வைத்திருந்ததைப்போல, இந்த இசையையும் நமது ஒட்டுமொத்த தேசத்திலும் இவர் மட்டும்தான் அறிந்து வைத்தி ருந்தார். இதுபோன்ற இசையை ஒருவர் உருவாக்க அவரது நுரையீரல் மிக வலிமைமிக்கதாக இருக்க வேண்டும்.

இசையைப் பற்றியும், அரிதான இசைக் கலைஞர்கள் பற்றியும் நிறையப் பேசிவிட்டோம். இப்போது நாம் மீண்டும் ஹாலா போர்க் களத்திற்குப் பயணிப்போம்.

இரண்டாவது நாளில், பாடலின் கடைசி சில வரிகள் படமாக்கப்பட இருந்தது. கூப்பிதான் அவ்வரிகளைப் பாடுவதாக இருந்தான்.

வாருங்கள், வாருங்கள், முழுமையாக வாருங்கள்
இனிப்புப் பண்டங்களே
வானத்தில் இருந்து நிலம் நோக்கி வாருங்கள்...

அதுவரையிலும் அமைதியில் ஆழ்ந்திருந்த படை வீரர்கள் கூப்பி தனது பாடலைப் பாடி நிறைவு செய்ததும், வானத்தில் இருந்து இனிப்புகள் விழத் துவங்கியதும் பரபரவென இயங்கத் துவங்கிவிடு வார்கள். மேலிருந்து இனிப்புகள் வருவதைப்போல காட்சிப்படுத்த நாம் புகைப்படக் கலையில் ஒரு தந்திரம் செய்ய வேண்டும். கல்கத்தாவில் இருந்து ஒரு ஸ்டூடியோவில் அதனை மேற்கொள் வார்கள். அது எப்படிச் செய்யப்படுகிறது என்பதை நான் சொல்லப் போவதில்லை. ஏனெனில், பிறகு அக்காட்சி உண்டாக்கும் வியப்பு முற்றிலுமாக இல்லாது போய்விடும். ஹாலாவில் என்ன நடந்தது என்று இப்போது பகிர்ந்துகொள்கிறேன்.

ஜெய்சால்மரில் உணவு அதிகளவில் கிடைக்கக்கூடியதாக இல்லை. அவ்வூரில் எளிதில் கிடைக்கக்கூடிய உணவென்றால் இனிப்பு பாயாசம் மட்டும்தான். நூற்றுக்கும் மேற்பட்ட பானைகள் செய்யப்பட்டு, அவைகளை இந்த இனிப்பு பாயாசத்தால் நிரப்பி னோம். அதன்பிறகு அவற்றை நூறடிக்கு வரிசையாக படை வீரர் களின் அருகில் வைத்துவிட்டோம்.

முதல் காட்சித் துணுக்கு வீரர்கள் வானத்தைப் பார்ப்பதைப் போல படமாக்கப்படும். இதன் தொடர்ச்சியாக, “மிட்டாய், மிட்டாய்” என்ற குரல் ஒலிக்கும். அதன்பிறகு, தங்களது ஒட்டகங்களில் இருந்து கீழிறங்கும் அவர்கள் அனைவரும் மிட்டாய்ப் பானைகளை நோக்கி பசித்த ஓநாய்களைப் போல ஓட்டம் பிடிப்பார்கள். ஒரு காட்சியில் தந்திரசாலியான அமைச்சர் கூட்டத்தினுள் புகுந்து தனக்கான பானையைத் தேடுவதும் காண்பிக்கப்படும். ஆனால், அவர் மீது

ஒருவன் மோதி அவர் கையில் இருக்கும் பானையை உடைத்து விடுகிறான்.

படை வீரர்கள் சம்பந்தப்பட்ட காட்சியைப் படமாக்க நாங்கள் திட்டமிட்டிருந்தபோது மீண்டுமொரு புதிரான சிக்கல் உருவெடுத்தது. அவர்கள் அனைவரும் இஸ்லாமியர்கள் என்றே அதுவரையிலும் நினைத்திருந்தோம். ஆனால், இப்போது அந்த எண்ணம் முற்றிலும் நேரெதிராக மாற்றம்கண்டு, அவர்களில் பெரும்பான்மையானோர் இந்துக்கள் என்பதை உணர்த்தியது. பானையில் இருக்கும் இனிப்பை உண்ண வேண்டும் என்று நாங்கள் தெரிவித்ததைப் புரிந்து கொண்டதும், உடனடியாக அங்கு பலத்த சலசலப்பு எழுந்தது. அங்கிருந்து இந்துக்கள் தங்களுக்குப் பிரத்யேகமான பானை செய்யப்பட வேண்டும் என்றும், இஸ்லாமியர்கள் பயன்படுத்தும் அதே பானையை இந்துக்கள் பயன்படுத்த மாட்டார்கள் என்று காட்டமாகத் தெரிவித்தார்கள். சிலர் இன்னும் சில அடிகள் விலகிநின்று, தாங்கள் ஒரு போதும் இனிப்புகளை உண்பதில்லை என்றனர். இது முற்றிலுமாக, எங்களால் தீர்க்க முடியாத பிரச்சனையாக இருந்தது. ஒருவரை இனிப்பு சாப்பிடச் சொல்லி எப்படி வற்புறுத்துவது என்று எங்களில் எவருக்கும் தெரிந்திருக்கவில்லை. அதிலும், வெறிபிடித்தாற்போல காட்சியில் அவர்கள் இனிப்புகளைப் பின்தொடர்ந்தாக வேண்டும். ஆனால், அவர்களோ துளியும் இனிப்புப் பாயாசத்தின் மீது விருப்பமற்று இருந்தனர். அதனால், யாரெல்லாம் முரண்டு பிடிக்கிறார்களோ அவர்களை எல்லாம் வீட்டிற்குச் செல்லும்படி சொன்னோம். மீதமிருந்த நபர்களை இந்து மற்றும் இஸ்லாமியர் என இரு பிரிவாக நிற்கச் செய்து, அவர்கள் முன்னால் வைக்கப்பட்டிருந்த பானைகள் எவை இஸ்லாமியர் சாப்பிடக் கூடியது? எவை இந்துக்கள் சாப்பிடச் சாத்தியமிருக்கிறது? என அவர்களிடமே கேட்டுப் பிரித்தோம்.

இறுதியில், அனைத்தும் சரியாகத் திட்டமிடப்பட்டது. நான் என் முதல் காட்சித் துணுக்கைப் படம் பிடிப்பதற்கு தயாராய் இருந்த நிலையில், திடீரென்று அந்தப் பரந்தவெளியில் ஒரு நீல நிற ஜீப் எங்களை நெருங்கி வந்து, படை வீரர்கள் இனிப்புகளை உண்பதற்காக நாங்கள் திட்டமிட்டிருந்த இடத்தின் குறுக்காக நின்றது. நல்ல வேளையாக, அங்கு வந்தது ஜெய்சால்மர் மகாராஜா. அவர் தனது மனைவியையும், ஏழு வயது அழகு மகளையும் உடன் அழைத்துக் கொண்டு படப்பிடிப்பைக் காண்பதற்காக அங்கு வந்திருந்தார். மகாராணி ஜீப்பின் உள்ளாகவே திரை போடப்பட்டு, அதன் பின்னால் அமர்ந்திருந்தாள். மகாராஜா ஜீப் ஓட்டுநரின் பக்கத்தில் அமர்ந்திருக்க, மகள் அவரது மடியின் மீது உட்கார்ந்து எங்களைப் பார்த்தபடி இருந்தாள். நான் அவரை நெருங்கிச் சென்று, எங்களது

சத்யஜித் ரே ◆ 171

இக்கட்டான நிலையை விளக்கிச் சொல்ல வேண்டியிருந்தது. அவர் படப்பிடிப்பைக் காண்பதற்காக தேர்வு செய்திருந்த இடம் தவறானது. குறைந்தது தனது ஜீப்பை தென்புறமாக முப்பது அடி தூரத்துக்கு நகர்த்தவில்லை என்றால், நிச்சயமாக எங்களால் அந்தக் காட்சியைப் படமாக்கவே முடியாது. அதிர்ஷ்டவசமாக மகாராஜா எங்களைப் புரிந்துகொண்டார். அவரது ஜீப் அங்கிருந்து நகர்ந்து, எங்களுக்கு தேவையான இடத்தை உருவாக்கிக் கொடுத்திருந்தது.

* * *

இவை அனைத்திற்குப் பிறகும், மீண்டுமொரு சிக்கல் என்னை மகிழ்ச்சியாக இருக்க அனுமதிக்கவில்லை. அது என்னவென்றால், இனிப்புகளை உண்பது என்பது மிகவும் இயல்பானதொரு நிகழ்வு. வானத்தில் இருந்து ஏராளமான இனிப்புத் துண்டுகள் விழுகின்ற நிலையில், அந்தக் காட்சியை நம்பகத்தன்மையுடன் உருவாக்க வேண்டுமென்றால், ஒரேயொரு துண்டு இனிப்புக் கிடைத்தால்கூட போதுமென்று கருதுகின்ற அளவு பசியுள்ள மனிதர்களாக அவர்களை நாம் சித்தரித்தாக வேண்டும். பசியில் வதங்கியிருக்கக் கூடியவர்களாகவும், இனிப்புக் கிடைத்தவுடன் பேராசையும், பிறிதொரு வரைக் காயப்படுத்துகின்ற அளவுக்கு நிலை தடுமாறுகின்றவர்களாகவும் அந்த மனிதர்களை நாம் காண்பித்தாக வேண்டிய நிலையில், நடிப்புத் துறைக்கு துளியும் அனுபவம் இல்லாதவர்களை வைத்து வேலை வாங்குவது சரியானதாக இருக்காது என்று எனக்கு தோன்றியது. அந்தக் காட்சியை மேலும் நம்பகத்தன்மையுடன் உருவாக்க, எங்களது குழுவில் இருந்தே சிலரை நாங்கள் தேர்வு செய்தோம். உடனடியாக அவர்களுக்கும் உடை அணிவிக்கப்பட்டு, அந்தக் கூட்டத்தின் இடையில் உலவவிடப்பட்டார்கள்.

திரைப்படத்தில், நீங்கள் பார்க்கின்ற உணவுகளைத் தீவிரமான பசி மனோபாவத்தில் உண்கின்ற நபர்கள் அனைவரும் எங்களது குழுவைச் சேர்ந்தவர்களே. அவர்களில் ஒருவர் காமு முகர்ஜி, ஒரு முழுப் பானையில் இருந்த இனிப்பையும் அன்றைய தினத்தில் தனியொருவராகச் சாப்பிட்டு முடித்திருந்தார்.

பெலுடாவுடன் வாரணாசியில்

கடந்த முறை அப்புவுக்காக வாரணாசி பயணித்தேன். இந்த முறை பெலுடாவுக்காக வாரணாசிக்கு செல்ல வேண்டியிருந்தது. இருபத்திரண்டு வருடங்களுக்கு முன்பு அபராஜிதோ திரைப் படத்தை இயக்குவதற்காக, வாரணாசிக்குச் சென்றிருந்தேன். வாரணாசி நகரத்தின் சிறிய சிறிய பாதைகளையும், குறுகலான சந்துப் பகுதிகளையும், கோவில்களையும், படித்துறைகளையும், துறவிகளையும், பூசாரிகளையும், அதோடு அந்த நகரத்தின் குரங்குகள் மற்றும் மாடுகளையும் அந்தத் திரைப்படத்தில் இளைஞனான அப்புவின் கண்பார்வையின் வழியே பதிவு செய்திருந்தேன்.

இப்போது, மீண்டும் அதே இடம்தான் என்றாலும், சம்பவங்கள் முற்றிலும் மாறியிருந்தது. வாரணாசி இப்போது புதிர் நிரம்பிய நகரமாகக் காட்சியளிக்க வேண்டும். துப்பறிவாளனான பெலுடா தனது ஓய்வுப் பொழுதைக் கழிக்க இந்த நகரத்திற்கு வருகை புரிகிறார். எனினும் அவரது பயணம் ஒரு திருட்டு நிகழ்வு மற்றும் கொலையால் வேறு நோக்கங்களுக்குத் தாவுகிறது. இப்போது வாரணாசி முற்றிலும் வேறான பார்வையுடன் அணுகப்பட வேண்டும்.

வாரணாசியின் சிறப்புகளை இதுவரையிலும் அந்த நகரத்திற்கு போகாத ஒருவரிடம் விவரித்துக் கூறுவது மிகவும் கடினமானது. கல்கத்தாவிலும் படித்துறைகள் பல இருந்தன. ஷியாம்பஸாரிலும், பாக்பஸாரிலும், போரோபஸாரிலும் குறுகலான சந்துப் பகுதிகளை நம்மால் பார்க்க முடியும் என்றாலும், வாரணாசி தனக்கே உரித்தான பிரத்யேக குணத்தைப் பெற்றிருந்தது. அந்த நகரத்தில் இவை யெல்லாம் தனித்துவம் மிக்கவையாக தோன்றின.

படித்துறைகளையே எடுத்துக்கொள்ளுங்கள். அவை முடிவில்லாமல் தெற்கே அசி படித்துறையில் இருந்து, வடக்கே ராஜ் படித் துறை வரையில் நீள்கின்றன. அந்தப் படித்துறைகளின் பெயர்களும், அவற்றின் அருகில் அமைந்திருந்த கட்டிடங்களும் அந்த நகரத்தின் பழங்கதைகளைப் பறைசாற்றும் முகமாகத் திகழ்ந்து கொண்டிருந்தன. அதோடு, தென் மூலையில் அமைந்திருந்த ஹரிச்சந்திரா படித்துறை,

வாரணாசியில் இருந்த உடல்களைத் தகனம் செய்யும் இரண்டு பெரிய இடங்களில் ஒன்றாக இருந்தது. பழங்காலத்தில், அரசர் ஹரிச்சந்திரர் தனது மனைவியையும், மகன் ரோஹித்தையும் ஒரு பிராமணனுக்கு விற்றுவிட்டு, ஒருவருட காலம் அந்தப் படித் துறைகளில் சந்தாலுக்கு அடிமையாக இருந்திருக்கிறார். அருகில் துளசி படித்துறையும் இருந்தது. துளசிதாஸ் தனது ராம்சரித் மனாஸ் நூலை இந்தப் படித்துறையின் அருகில் இருந்த குடிலில் தங்கியிருந்த படியேதான் எழுதியிருக்கிறார். துளசி படித்துறையின் வடபுறத்தில், ஷிபாலா படித்துறையின் அருகில் அரசன் செயித் சிங்கின் கோட்டை அமைந்திருக்கிறது. வாரன் ஹாஸ்டிங்க்ஸ், அரசன் செயித் சிங்கை கைதுசெய்ய வந்தபோது, தனது உயிரைக் காப்பாற்றிக்கொள்வதற் காக, இந்தக் கோட்டையின் ஜன்னல் கதவை உடைத்துக்கொண்டு, கங்கை ஆற்றில் குதித்திருக்கிறார்.

பல அரசர்கள் இந்தப் படித்துறைகளின் அருகாமையில் முன் காலங்களில் வாழ்ந்திருக்கிறார்கள் என்பதால், இந்தப் படித்துறைகள் அவர்களின் பெயராலேயே அழைக்கப்பட்டு வந்திருக்கிறது. மானச ரோவர் படித்துறை ஆம்பர் மகாராஜா மான் சிங்கால் கட்டப்பட்டி ருந்தது. ராணா படித்துறையை உதய்பூர் அரசன் ராணா கட்டியிருந் தான். அஹல்யா படித்துறையை இந்தூர் மஹாராணி அஹல்யா பாய் அமைத்திருந்தாள். புகழ்பெற்ற மான் மந்திர் படித்துறை இருநூற்று ஐம்பது வருடங்களுக்கு முன்னால், ஜெய்ப்பூர் அரசன் ஜெய் சிங்கால் கட்டியெழுப்பப்பட்டிருந்தது. ஆனால், இவை அனைத்தையும் விட அதிகம் அறியப்பட்டது மணிகர்னிகா படித் துறைதான். இங்குதான் வாரணாசியின் மிகப் பழமையான உடல் தகன அமைவிடம் இருக்கிறது.

இங்கு இன்னொரு அதிகம் அறியப்பட்ட இடம் தஷ்வமேத். அங்குதான் பிராமணர்களின் அசுவமேத யாகம் நடந்ததாகக் குறிப்பிடப்பட்டிருக்கிறது. அந்தப் படித்துறையை அங்கிருக்கும் மிகப் பெரிய வடிவிலான குடைகளை வைத்தே நம்மால் எளிதில் அடை யாளம் கண்டுகொள்ள முடியும். அந்தக் குடைகளின் கைப்பிடிக் கல்லொன்றின் மீது அமைக்கப்பட்டிருக்கும் துளையின் வழியே நுழைக்கப்பட்டு, தரையில் பூசாரிகள் அமர்ந்திருக்கும் மரப்பலகை யின் மீது சாய்த்து நிறுத்தப்பட்டிருக்கும். இந்தப் பூசாரிகளை பாண்டாஸ் என்று அழைப்பார்கள். குடைகள் கற்களின் எதிராக நிறுத்தப்பட்டிருப்பதால், சூரியனின் நகர்வுக்கு ஏற்ப அதனைச் சுழற்றி திசை மாற்றிக் கொள்ள முடியும். நாள் முழுவதும் அவை கூரையாக நின்று நிழலை அளித்துக் கொண்டிருக்கும். அதுபோன்ற தொரு குடைகளை என் வாழ்நாளில் எங்கும் நான் பார்த்ததில்லை.

வாரணாசியின் குறுகலான பாதைகளில் அதிகம் அறியப் பட்டது மிகுந்த நெருக்கடி நிலவும் விஸ்வநாத் காலிதான். வெறும் நான்கடி அகலம் மட்டுமே கொண்டிருக்கும் அந்தப் பாதை, தஷ்வமேத் படித்துறையில் இருந்து வெளியேறி பொன்னிறக் கலசமுடைய விஸ்வநாதர் ஆலயத்திற்குள் நம்மை அழைத்துச் செல்லும். அந்தக் குறுகிய பாதையின் இருபுறமும் கடைகள் அமைக்கப்பட்டு, நம்ப இயலாத அற்புதமான பொருட்கள் விற்பனைக்கு கிடைக்கும். ஆனால் வாரணாசியில் மிகப் பிரபலமாக கருதப்படும் ருப்ரி மாலையும், வெண்கலப் பாத்திரங்களும் அங்கு கிடைக்காது. அவை, கச்சூரி காலி மற்றும் தாத்தேரி பஸாரில் மட்டுமே கிடைக்கக்கூடியவை. விஸ்வநாதர் கோவிலில் இருந்து வெளியேறி மையச் சாலையைப் பிடிக்காமலேயே வேறு சில சந்துப் பகுதிகளுக்குச் செல்வதற்கான வழிகளும் இருந்தன.

வாரணாசியின் பெரும்பாலான சந்துப்பகுதிகளுக்குள் வருடத்தில் எந்த ஒரு பருவ காலத்திலும் துளி வெளிச்சமும் புக முடியாது. பெரிய வசிப்பிடங்களும், ஹவீல்ஸ் என்று அழைக்கப்படுகின்ற பலமாடிக் கட்டிடங்களும் இந்த இருளடர்ந்த சந்துப் பகுதிகளில் நிறைந்திருக்கும். பல வீடுகளில் முற்றம் மேல்புறத்தில் திறந்த நிலையில்தான் இருக்கும். நீங்கள் அவ்விடத்தில் நின்றபடியே தலையுயர்த்தி மேலே பார்த்தீர்கள் என்றால், உங்களால் ஒரு துண்டு வானத்தையும் மேகத்திரளையும் கட்டிடத்தின் மேலாகப் பார்க்க முடியும். அந்த முற்றம் மட்டும் அமைக்கப்பட்டிருக்கவில்லை யென்றால், பகல் பொழுதுகளில் அவ்வீட்டில் விளக்குகளை ஏற்றி வைத்துக்கொண்டுதான் வாழ வேண்டியிருக்கும். இதுபோன்ற குறுகலான நெருக்கடி மிகுந்த சந்துப் பகுதியில்தான் என் திரைப் படத்தின் வில்லனான மகன்லால் மெக்ராஜ் வசிக்கிறார். அதனால், அவருக்குப் பொருத்தமான வீடு ஒன்றைத் தேர்வுசெய்ய வேண்டி யிருந்தது.

வாரணாசியில் நூற்றுக்கும் மேற்பட்ட பெங்காலிகள் வசித்து வந்தார்கள். பங்கலிட்டோலா எனும் பகுதியில் அவர்களில் பெரும் பாலானவர்களை நம்மால் பார்க்க முடியும். அவர்கள் வெகு சரள மாக பெங்காலியில் தங்களுக்குள் பேசிக்கொள்கிறார்கள். அவர்களது கடைகளின் பெயர்ப்பலகைகள் பெங்காலியில் எழுதப்பட்டிருக்கும். கிட்டத்தட்ட பெங்காலி கிராமம் ஒன்றிற்குள் நுழைந்துவிடும் உணர்வை அந்தப் பகுதி அளித்துக் கொண்டிருந்தது. அங்கிருந்த பல பெங்காலி குடும்பங்கள் பத்து தலைமுறைகளாக அங்கேயே வசித்துவருகிற வர்கள். எனினும், அவர்களது பெங்காலி உச்சரிப்பில் சிறிதும் வட இந்திய மொழிகளின் கலப்பு நிகழாமல் இருந்தது. சில குடும்பங்கள்

மொகலாயப் பேரரசின் ஆட்சி நிகழ்ந்து கொண்டிருந்த காலத்தில் இருந்து, அதாவது நானூறு வருடங்களாக அங்கு குடியிருந்து வருகிறார்கள். அந்த நகரத்தின் மிகப் பழமை வாய்ந்த பூஜையான துர்கா பூஜையை அவர்கள் தங்களது வீடுகளில் செய்துவருகிறார்கள். அவர்களது வீடுகளும் குறுகலான பாதைகளின் வழியேதான் அமைந்திருந்தது. அதனால், வெளியில் இருந்து அந்தக் கட்டிடங் களைப் பார்க்கும் ஒருவருக்கு, அது எத்தனை பிரமாண்டமானது என்பது நிச்சயமாகப் புரியாது.

* * *

வாரணாசியின் இந்தக் குறுகலான சந்துகளின் வழியாகவும், படித்துறைகளின் வழியாகவும் பெலுடா சுற்றித் திரிய வேண்டி யிருந்தது. அவர் இரண்டு புதிர்களை விடுவிக்க வேண்டியிருந்தது. ஒன்று தொலைந்துபோயிருந்த பிள்ளையாரின் உருவப்படத்தைக் கண்டுபிடிக்க வேண்டும். அந்தப் பிள்ளையாரின் உருவப்படம் தங்கம் மற்றும் அரிய வகை வைரத்தால் கோர்க்கப்பட்டிருந்தது. அதோடு, பெலுடா கொலையாளி ஒருவனைக் கண்டுபிடிக்க வேண்டும். வாரணாசிக்கு மூன்று நாள் பயணம் மேற்கொண்டிருந்த நாங்கள், இரவுக் காட்சிகளை எப்படி படம்பிடிப்பது, பகல் பொழுதில் அந்த சந்துகளில் எப்படி ஒளியமைப்பது மற்றும் உள்ளூர் மக்களின் ஆதரவை எவ்வாறு பெறுவது என்றெல்லாம் முடிவு செய்ய வேண்டிய நிலை உண்டாகியிருந்தது. உள்ளூர் மக்களின் ஆதரவுதான் பெரும் முக்கியத்துவம் வாய்ந்தது. அதனால், சிலரிடம் பேசுவது என்று முடிவு செய்தோம். ஜெய் பாபா பெலுநாத் கதையில் விவரிக்கப்பட்டிருந்த சம்பவங்கள் துர்கா பூஜை நிறைவடைந்த ஐந்தாவது நாளில் நடக்கிறது. அதனால், களிமண்ணால் செய்யப் பட்டிருக்கும் துர்கா கடவுளின் உருவ சிலை எங்களது திரைப் படத்துக்கு அத்தியாவசியமானது. அதனால், முதல் வேலையாக பங்காலிடோலாவில் இருந்த கணேஷ் மெஹாலாவில் குடியிருந்த குயவர்களை நாங்கள் தேடத் துவங்கினோம்.

மேற்கொண்ட சம்பவங்களை விவரிப்பதற்கு முன்னதாக, கணேஷ் மெஹாலாவிற்கு எங்களை அழைத்துச் செல்லும் கொதுலியா பகுதியின் நான்குமுனை சாலையைப் பற்றிக் குறிப்பிட வேண்டும். கல்கத்தாவின் ஷியாம்பஸார் பகுதியில் ஒரு புள்ளியில் ஐந்து சாலைகள் ஒன்றிணைவதைப்போல அல்லது தர்மடோலா மற்றும் சௌரங்கியில் இருக்கும் மிகப்பெரிய சாலை சந்திப்புகளைப் போல, வாரணாசியில் கொதுலியா பகுதி இருந்தது. அங்கு வசித்துவந்த

மக்கள் ஒட்டுமொத்தமாக வீட்டில் இருந்து வெளியேறி தங்களது பணிகளுக்கு செல்லும் தருணத்தில் அங்கு சென்றீர்கள் என்றால், உங்களால் மனித உடல்களால் கட்டியெழுப்பப்பட்ட சுவரொன்று உங்களது பாதையின் குறுக்காக எழுந்து நிற்பதைப் போல உணர முடியும்.

அந்தச் சுவர் அசைந்தபடியே பெருத்த இரைச்சலைக் கசியவிட்டபடி நகர்ந்து கொண்டிருக்கும். சில தருணத்தில், வாரணாசியில் இருக்கும் பதினெட்டாயிரம் சைக்கிள் ரிக்ஷாக்கள் ஒரே சமயத்தில் அங்கு குழுமியிருப்பதாக உணரவும் வாய்ப்பிருக்கிறது. பாதசாரிகளுக்கு மிகக் குறைந்த இடம்தான் இவ்விடத்தில் கிடைக்கும். வெகு அரிதாக, இந்த வாகனக் கடலுக்கு இடையில் சிவப்பு தலைப்பாகை அணிந்திருக்கும் காவல்துறையினரையும் நம்மால் பார்க்க முடியும். அவர்கள் போக்குவரத்தைக் கட்டுப்படுத்தும் முயற்சியில் ஈடுபட்டிருப்பார்கள் என்றாலும், ஒருவரும் அவர்களைப் பொருட்படுத்துவதில்லை. போக்குவரத்துத் துறையினரும் மிகத் தீவிரமாக இந்தப் பணிகளில் ஈடுபட்டிருக்க மாட்டார்கள். ஏனெனில் அவர்களது கண்பார்வையின் முன்னால் பல்வேறு நிகழ்வுகள் நடைபெற்றுக் கொண்டிருக்கும். சைக்கிள் ரிக்ஷாவை கார் மோதியிருக்கும், அந்த சைக்கிள் ரிக்ஷா வேறொரு வாகன ஓட்டியையோ அல்லது பாதசாரி மீதோ லேசாக மோதியிருக்கும். பெரிதான விபத்துகள் அவ்விடத்தில் நிகழ்ந்திடாத வரையில், ஒருவரும் இச்சிறு சிறு சம்பவங்களைப் பொருட்படுத்துவதில்லை.

இத்தனை நெருக்கடிகளையும் கடந்து, கணேஷ் மெஹாலாவுக்கு எங்களை அழைத்துச் செல்லும் சாலையை ஒருவழியாக அடைந்திருந்தோம். அதன்பிறகு, எங்களது காரில் இருந்து கீழிறங்கி அந்தக் குறுகிய பாதையின் வழியாக நடந்து சென்றோம். சில நிமிடங்களுக்குள்ளாக, சில உள்ளூர் மனிதர்கள் எங்களைச் சூழ்ந்து கொண்டார்கள். "எந்தப் புத்தகத்தை நீங்கள் படமாக்கப் போகிறீர்கள், தாதா?" என்று என்னிடத்தில் வினவினார்கள். (ஏன் பெங்காலிகள் திரைப் படங்களைப் புத்தகங்கள் என்று அழைக்கத் துவங்கினார்கள் என்பது எப்போதும் ஒரு புதிராகவே என்னில் நிலைத்திருக்கிறது. ஏன் அவர்கள் 'திரைப்படம்' என்று கேட்கக் கூடாது?). எல்லோருக்கும் படப்பிடிப்பைக் காணும் ஆவல் உண்டாகியிருந்தது. ஒரு காட்சிப் பதிவு எத்தகைய சோர்வளிக்கக்கூடியது என்பதை ஒருவரும் உணர்ந்திருக்கவில்லை. ஒரேயொரு நிமிடக் காட்சியைப் படமாக்க, குறைந்தது ஒரு மணி நேரமாவது தேவைப்படும் என்பது அவர்களுக்குத் தெரிந்திருக்கவில்லை. இதைப் பற்றி அவர்களிடம் நாங்கள் தெளிவுற விளக்கமளித்தும், அவர்களிடம் உண்டாகியிருந்த ஆர்வம் குறையவே

இல்லை. அதனால், அவர்களது விருப்பப்படி, அவர்களுடன் உடன்பட்டே நாங்கள் பயணிப்பது என முடிவு செய்தோம். ஏனெனில், அவர்களின் உதவி அக்கணத்தில் எங்களுக்குத் தேவைப்பட்டது.

அவர்களிடத்தில் துர்கா சிலையை செய்து கொடுக்கக்கூடிய வர்கள் எவரேனும் இருக்கிறார்களா? என்று நாங்கள் கேட்டபோது, உடனடியாக அவர்கள் ஒற்றைக் குரலில், "ஓ... நிச்சயமாக. நீங்கள் பெலுடாவைதான் சந்திக்க வேண்டும்" என்றனர். முதலில் அவர் களது இப்பதில் எங்களைக் கேலி செய்வதற்காக சொல்லப்பட்டது என்றே நாங்கள் கருதினோம். ஆனால், பின்னர்தான் உண்மை யிலேயே, அங்கிருந்த குயவர் ஒருவரின் பெயரும் பெலுடா என்பது எங்களுக்குப் புரிந்தது. முப்பத்தைந்து வயதான அவர் அதிர்ந்து பேசும் தன்மையற்ற அப்பாவியான மனிதராகத் தோற்றமளித்தார். அவர் சிரித்தபடியே எங்களிடத்தில், "என் பெயரைச் சொல்லி பலமுறை இங்கிருப்பவர்கள் கேலி செய்திருக்கிறார்கள். ஏனெனில் அவர்களில் பெரும்பாலானோர் பெலுடாவின் துப்பறியும் கதை களை வாசித்திருக்கிறார்கள்" என்றார்.

இயல்பாகவே, எங்களது புதின நாயகனின் பெயரிலேயே ஒரு குயவரைச் சந்தித்தது எங்களை மிகப்பெரிய அளவில் ஆச்சர்யப் படுத்தியது. எனினும், இதே வகையிலான முற்றிலும் எதிர்பாராத மற்றொரு ஆச்சர்யமான சம்பவம் அபராஜிதோ திரைப்பட உருவாக்கத்தின்போதும் நான் எதிர்கொண்டேன். அபராஜிதோ உருவாக்கத்திற்காக நான் வாரணாசி வந்திருந்தபோது, அனுபம் என்கின்ற பெயருடைய ஒரு சிறுவனை நான் சந்தித்தேன். அவனது புனைபெயரும் அப்புவாகத் தான் இருந்தது. இந்தச் சம்பவம் நிகழ்ந்து ஒரு வருடம் கடந்திருந்த நிலையில், ஜல்சாகர் திரைப்படத்தை உருவாக்க நீம்தீத்தா எனும் இடத்திற்குச் சென்றிருந்தேன். அங்கு நாங்கள் சவுத்ரியின் வீட்டினுள்ளாக படம்பிடிக்க வேண்டியிருந்தது. அப்போதுதான் அவரது வீட்டின் பணியாளர்களில் ஒருவரின் பெயர் 'டூபான்' என்றிருந்ததை அறிந்துகொண்டேன். ஜல்சாகர் கதையில், விஸ்வாம்பார் ராய் எனும் ஜமீன்தாரின் விருப்பமான குதிரையின் பெயரும் டூபான்தான். அதுமட்டுமில்லை. சவுத்ரியின் வீட்டைத் தேர்வு செய்வதற்கு முன்னதாக பல வீடுகளை நாங்கள் பரிசீலனை செய்து பார்த்தோம். ஆனால், எதுவும் திருப்தியளிக்கும் வகையில் இல்லை. ஆனால், நீம்தீத்தாவில் இருந்த இந்த வீட்டைப் பார்த்ததும், முற்றிலுமாக அவ்வீடு கதைக்குப் பொருத்தமானதாக இருப்பதாக உணர்ந்தோம். அதன்பிறகுதான் எனக்குத் தெரிந்தது, எங்களது திரைப்படத்தில் வருகின்ற ஜமீன்தாரான விஸ்வாம்பாரின் கதாபாத்திரம் எந்தவொரு மனிதரை அடிப்படையாகக் கொண்டு

உருவாக்கப்பட்டதோ, அதே ஜமீன்தார் முன்னொரு காலத்தில் வாழ்ந்திருந்த வீடுதான் அது.

நாங்கள் மற்றுமொரு குயவரையும் சந்தித்தோம். அவரது பெயர் பான்ஷி பால். என் கதையில் வருகின்ற குயவரின் பெயர் ஷான்ஷி பால். இந்த இரு பெயர்களுக்குமிடையில் இருந்த ஒற்றுமை மீண்டுமொருமுறை எங்களைத் திடுக்கிட செய்துவிட்டது.

* * *

குயவர் அல்லாத வேறு இரு விஷயங்களும் எங்களுக்கு அப்போது தேவை. முதலாவது, தீய குணங்களையுடைய மாச்லி பாபா தலைமறைவாக மறைந்திருப்பதற்கான இடம் ஒன்று வேண்டும். இரண்டாவது, பிள்ளையார் உருவப்படத்தின் உரிமை யாளரான கோஷால் வசிப்பதற்கு உகந்த ஒரு இடமும் வேண்டும்.

மறுநாள் காலையில், சூரிய உதயத்திற்கு அரை மணி நேரம் முன்னதாகவே ஹரிச்சந்திரா படித்துறையை நாங்கள் அடைந்தோம். அதன்பிறகு தஷ்வமேத்தின் திசையில் நடந்தபடியே படியில் மேலும் கீழுமாக ஏறி இறங்கி, அந்த இடத்துக்கு அருகில் எங்களுக்கு ஏற்ற வகையிலான வீடு கிடைக்கிறதா என்று தேடினோம். நாங்கள் தஷ்வமேத்தை அடைவதற்குள் சூரியன் உச்சியைத் தொட்டுவிட்டது. ஒவ்வொரு படித்துறையின் கரையிலும் ஏராளமானோர் குளிப்ப தற்காகத் திரண்டிருந்தனர். அது கங்கையில் புனித நீராடுவதற்கு உகந்த நாளாக இருந்தது. எங்களால் சில ஹிப்பிக்களையும் பார்க்க முடிந்தது. அவர்களில் சிலர் தேநீர்க் கோப்பைகளைக் கையிலேந்திக் கொண்டிருக்க, சிலர் சிதார் இசைத்துக் கொண்டிருந்தார்கள். சிலர் கஞ்சா புகைத்துக் கொண்டிருந்தார்கள். கங்கை நதியில் பல படகுகள் மிதந்த நிலையில் கிடந்தன. அவற்றில் பல சுற்றுலா பயணி கள் கையில் கேமிராவுடன் ஏறி அமர்ந்திருந்தார்கள். தங்களுக்கு முன்னால் பரந்து விரிந்திருக்கும் பரவசமிகுந்த அக்காலை காட்சி யைப் பதிவு செய்வதற்கான ஆர்வம் அவர்களிடம் பெருகியிருந்தது.

தஷ்வமேத்துக்கு அடுத்து வருவது தர்பங்கா படித்துறை. செங்குத்தாக அமைக்கப்பட்டிருந்த படிக்கட்டுகள் அங்கிருந்து தர்பங்கா அரசனின் கோட்டை வாயிலுக்குக் கூட்டிச் சென்றது. ஒவ்வொரு படியாக நகர்ந்து மேலேறுவதற்கும் உடல் முழுவதுமாக சோர்வுற்றிருந்தது. எங்களில் ஒருவர்கூட அதற்குமுன்பு இத்தனை படிகளில் தொடர்ச்சியாக ஏறி இறங்கியதில்லை. ஆனால், அங்கிருந்து பல முதியோர்கள் அதாவது ஏறத்தாழ எண்பது வயது கொண்ட முதியவர்கள் எவ்வித முகஞ்சுளிப்புமின்றி, வெகு சுலபமாக அந்தப்

படிகளில் ஏறி இறங்கியதைப் பார்க்க பெரும் பரவசமாக இருந்தது. அவர்கள் தினமும் இந்தப் படிகளுடன் உழன்று கொண்டிருக் கிறார்கள் என்பதை நினைக்கவே சிலிர்ப்பாக இருந்தது. அங்கிருந்து சில அடி தூரத்தில் எண்கோள வடிவிலான தளமொன்று அமைக்கப்பட்டிருந்தது. இந்தத் தளம் புறாக்களுக்கு தானியங்கள் வழங்கப் பயன்படுத்தப்பட்டது. நூற்றுக்கணக்கான புறாக்கள் தினமும் அங்கு வருவதும், தானியங்கள் கொத்துவதுமாக இருந்தன. இதேவகையிலான காட்சியை இருபத்து இரண்டு வருடங்களுக்கு முன்னதாக இங்கு வந்திருந்தபோதும் நான் பார்த்திருக்கிறேன். இப்போது, மறுபடியும் அதனைப் பார்க்கும் சந்தர்ப்பம் எனக்கு உண்டாகியிருக்கிறது. இந்த அற்புதக் காட்சியை எப்படித் திரைப் படத்தில் காட்சிப் படுத்துவது என்கின்ற யோசனை அக்கணத் திலேயே எனக்குள் உருவானது.

கோட்டையின் நுழைவு வாயில் தாழிடப்பட்டிருந்தது. வாயிற் காவலாளியிடம் நாங்கள் கோட்டையினுள் உள்ளேநுழைய அனுமதி கோரினோம் என்றாலும், அவர் எங்களது வேண்டுகோளை ஏற்க வில்லை. எனினும், அந்தக் கோட்டையின் உள்ளே செல்லாமல், நான் அங்கிருந்து நகரத் தயாராக இல்லை. அந்தக் கோட்டையில் இப்போது ஒருவரும் வசித்திருக்கவில்லை என்பது வெளிப்படை யாகவே தெரிந்தது. அதனால், மாச்லி பாபா ஒளிந்துகொள்வதற்கான சிறப்பான அமைவிடமாக அந்தக் கோட்டை எனக்குப்பட்டது.

அதிர்ஷ்டவசமாக, வெறும் இரண்டு ரூபாயை மட்டும் பெற்றுக் கொண்ட அந்தக் காவலாளி மாற்றுச் சாவி ஒன்றை எடுத்துவந்து, நுழைவாயிலைத் திறந்து எங்களை உள்ளே செல்ல அனுமதித்தார். அந்தக் கோட்டை வளாகத்தின் உள்ளே நுழைந்தவுடன் என் இதயத் துடிப்பு பன்மடங்காகப் பெருகியது. இதுதான் என் திரைப் படத்துக்கு உகந்த இடம் என உடனடியாக முடிவு செய்துவிட்டேன். கங்கையின் கரையில் அமைந்திருக்கும் இந்தக் கைவிடப்பட்ட கோட்டையில் படம்பிடிப்பதென்று நாங்கள் தீர்மானித்தோம். எனினும், முறையான அனுமதியை நாங்கள் பெற வேண்டியிருந்தது. படித்துறையில் இருந்து மிக உயரமான இடத்தில், அந்தக் கோட்டை அமைக்கப்பட்டிருந்தது. அதன் வாயிற்கதவின் அருகில் நின்றபடி கீழே நிலவும் இயக்கத்தைப் பார்க்க, அனைத்து மனிதர்களும் உருவில் சிறியளவில் சிற்றுயிர்களைப்போலக் காட்சியளித்தார்கள். அவ்விடத்தில் இருந்து எழும் சப்தமும், எங்களது காதுகளை எட்ட முடியாத வகை யில் சன்னமாகவே ஒலித்துக் கொண்டிருந்தது. அந்தக் கோட்டை யின் வடக்கு திசையில் ரயில்வே பாலம் அமைந்திருந்தது. தென் பகுதியில் ஆறு ஒன்று ஓடிக் கொண்டிருந்தது. ராம்நகர் கோட்

டையை அடையும் முன்னதாக, அந்த ஆறு கிழக்கு முகமாகத் திரும்பி அவ்விடத்தில் விரவியிருந்த புகைப் படலத்தினுள்ளாக மறைந்து காணாமலாகிப் போனது.

நாங்கள் முழுமையாக ஒருமுறை சுற்றிப்பார்த்துவிட்டு, கோட்டைக்குள் புகுந்தோம். அங்கு மேற்புறம் திறந்திருந்த முற்றத்தை எங்களால் பார்க்க முடிந்தது. அவ்வறையின் ஒரு மூலையில், உடைந்த நாற்காலிகள் குவித்து வைக்கப்பட்டிருந்தன.

ஒரு இருளடர்ந்த படிக்கட்டு கோட்டையின் முதல் தளத்திற்கு எங்களை அழைத்துச் சென்றது. அவ்வறை முழு இருளில் மூழ்கி யிருந்ததால், கையில் நானொரு டார்ச் விளக்கை, அது பகல்தான் என்றாலும் ஏந்தியிருக்க வேண்டிய சூழல் உண்டானது. அவ்வறை மிகச் சரியாக மாச்லி பாபா ஒளிந்துகொள்வதற்கு ஏற்ற இடம் என்ப தில் துளியும் சந்தேகமில்லை. கேமிராவின் வழியாகப் பார்க்கையில், அதுவொரு விலக்கப்பட்ட பாழடைந்த இடம் என்பது எவ்வித விளக்கவுரைகளுமின்றி எளிதாகப் புரிந்துவிடும். எங்களது முடிவைத் தீர்மானித்துவிட்டு, நாங்கள் படியின் வழியே மீண்டும் கீழிறங்கி னோம். அப்போதுதான், கீழ்த்தளத்தில் ஒரு ஓரமாக அமைக்கப்பட்டி ருந்த லிஃப்ட் எங்களுக்குத் தென்பட்டது. இப்போது அந்தக் கோட்டையில் மின்சாரம் இல்லையென்றாலும், இந்த லிஃப்ட் மகா ராஜாக்களின் காலத்தில் இயக்கத்தில் இருந்திருக்கிறது. மூன்றாவது தளத்தில் அமைந்திருந்த காளி கோவிலுக்குச் செல்ல இந்த லிஃப்ட் பயன்படுத்தப்பட்டிருக்கிறது. அக்காலங்களில், அரசர்கள் காலையில் கங்கை நதியில் நீராடிவிட்டு, இந்த லிப்ட்டில் ஏறி காளி கோவிலை அடைவது வழக்கமாம். கோவிலில் பூஜையை முடித்து விட்டுத்தான் அன்றைய தின நடவடிக்கைகளைத் துவங்குவார்களாம்.

* * *

மாச்லி பாபாவுக்கு தேவையாய் இருந்த, மறைவிடம் கிடைத்து விட்டது. கோட்டைக்குள் படம்பிடிப்பதற்கான அனுமதியையும் நாங்கள் பெற்றுவிட்டோம். இப்போது, கோஷால் குடும்பத்தினர் வசிப்பதற்கு ஏற்ற வீட்டை நாங்கள் தேர்வு செய்ய வேண்டியிருந்தது. அப்போது இரண்டு வீடுகள் எங்களின் முன்னிருந்தன. முதலாவது வீடு, மெர்மூர்கஞ்சில் இருந்தது. எனினும், இதனை நாங்கள் நிராகரித்துவிட்டோம். கதையில் குறிப்பிடப்பட்டிருந்த விவரணை களுக்குப் பொருந்தக்கூடியதாகவே அந்த வீடு இருந்தது என்றாலும், அது வாரணாசியில்தான் இருக்கிறது என்பதற்கான எவ்விதமான அடையாளமும் இல்லாதிருந்தது. அதனால், அதனைத் தவிர்த்து விட்டு, எங்களுக்குச் சொல்லப்பட்ட மற்றொரு வீட்டைப் பார்க்கச் சென்றோம்.

சத்யஜித் ரே ◆ 181

இரண்டாவது வீடு நக்வாயில் அமைந்திருந்தது. அதிலும் குறிப்பாக, லன்கா எனும் இடத்தில் அவ்வீடு இருந்தது. அந்த வீடு உத்திரப் பிரதேசத்தில் இருந்த பல்கலைக்கழகமொன்றில் முன்னாள் துணை வேந்தராக பணியிலிருந்த மரியாதைக்குரிய கயான் சக்கர வர்த்திக்குச் சொந்தமானது. அவர் சில வருடங்களுக்கு முன்புதான் இறந்துபோயிருந்தார். இப்போது அவ்வீடு டால்மியா கம்பெனிக்கு உரிமையானதாக இருந்தது. அதிகளவிலான மரங்களின் பின்னால் மறைந்திருந்த அவ்வீட்டின் வாசலை அடைய நாங்கள் நீண்ட தூரம் வளாகத்தின் உள்ளாக அமைக்கப்பட்டிருந்த பாதையின் வழியே காரில் பயணிக்க வேண்டியிருந்தது. அதுவொரு மிகப்பெரிய மேன்ஷன். அப்போது அவ்வீட்டில் ஒருவரும் வசிக்கவில்லை. அதனது கம்பீரமான அரண் சுவர்கள் முன் காலத்திய அதனது பெருமையைப் பறைசாற்றும் வகையில் இருந்தன. ஆமாம். இந்த வீடு என் திரைப்படத்தில் கோஷால்ஸின் வீடாகக் காண்பிப்பதற்கு பொருத்த மாக இருந்தது. அங்கிருந்து வெகு அருகில் ஆறு ஓடிக் கொண்டி ருந்தது என்றாலும், அதன் அமைவிடத்தின் காரணமாக மழைக் காலங்களில் வெள்ளமேற்பட்டால், தண்ணீர் உட்புக முடியாது எனும் உறுதி எங்களுக்கு அளிக்கப்பட்டது. அதோடு, உண்மையில் அவ்வீடு முன்காலங்களில் ஒரு ஆங்கிலேயேப் பெண்மணிக்கு உரிய தாக இருந்தது. கயான் சக்கரவர்த்தியை அறிந்துகொண்ட உடனேயே, அந்தப் பெண்மணி அவர் தனது முந்தைய ஜென்மத்தில் தனது மகனாக இருந்திருக்கிறார் என்கின்ற விசித்திரக் கனவும் அதன் மீதான விடாப்பிடியான உறுதியும் உண்டானது. பல வருடங்களாக வாரணாசியில் தங்கியிருந்ததன் பயனாக, அந்தப் பெண்மணி இந்திய இறை நம்பிக்கைகளால் தாக்கத்திற்குள்ளாகி இருந்ததோடு, மறுபிறப்பு சார்ந்த எண்ணங்களையும் நம்பத் துவங்கியிருந்தார். இதன் தொடர்ச்சியாக, அவள் அந்த நிலம் உட்பட தனது சொத்துக்கள் அனைத்தையும் சக்கரவர்த்தியின் பெயருக்கு எழுதி வைத்துவிட்டார். அந்த வீடு ஐம்பது வருடங்களுக்கு முன்பு கட்டியெழுப்பப்பட்டது. இப்போது 1978இல் எங்களது பெலுடா கதை நிகழும் தளமாக அந்த வீடு தன்னை உருமாற்றிக் கொண்டிருந்தது.

அந்த வீட்டின் மேற்கூரைதான் எங்களது உடனடி கவனத்தை ஈர்த்தது. மேற்கூரையில்தான் ருக்குவின் நமது திரைப்படத்தின் நாயகனின் விளையாட்டு அறை இருந்தது. அதனால், சில காட்சி களை நாங்கள் மேற்கூரையில் படமாக்க வேண்டியிருந்தது. அதோடு, முதல் தளத்தில் படியின் அருகிலேயே அமைந்திருந்த அறை ஒன்றும் புத்தகத்தில் ருக்குவின் அறையென நாங்கள் குறிப்பிட்டிருந்த விவரணைகளுடன் மிகக் கச்சிதமாகப் பொருந்துவதாக இருந்தது.

அந்த மேற்கூரையில் அமர்ந்தபடியே, வாரணாசியின் அழகு மிகுந்த நிலவெளியை நம்மால் பார்க்க முடியும். தொலைவில் ரயில்வே பாலத்தைக் கடந்தும் ஆறு பயணித்துக் கொண்டிருந்தது. அதன் வளைவு நெளிவுகள் ராட்சச அரிவாளொன்றின் கூரிய முனைபோல பார்வைக்குப் புலனானது. அதிகாலையில் பனியும் புகைப் படலமும், நமது பார்வையை முழுமையாக மறைத்துவிடும். ஆனால், சூரியன் மெல்ல மேலே ஏற ஏற முழு புகையும் மெல்ல கரைந்து, முழு வாரணாசி நகரத்தையும் நம்மால் பார்க்க முடியும். தென்புறத்தில், பார்வைக்குத் தென்பட்ட ஆற்றின் சுழல் பாதை வரையிலான முழு நிலமும் சவுத்திரிக்கு சொந்தமான நிலங்களாக இருந்தன. அப்போது அங்கு துவரம் பருப்பு பயிரிடப்பட்டிருந்தது. அதோடு, நிலம் முழுவதிலும் சாமந்தி பூத்துக் குலுங்கியது. துர்கா பூஜைக்குப் பயன்படுத்தப்பட்ட சாமந்தி பூக்கள் இங்கிருந்துதான் கொண்டுவரப்படுவதாக எங்களிடம் சொல்லப்பட்டது.

எங்கள் எல்லோருக்கும் அவ்வீடு மனதிற்கு உகந்த இடமாகத் தோன்றியது. எல்லாவற்றையும் விட, இந்த வீட்டில் படப்பிடிப்பு நடத்துவதற்கான அனுமதி பெறுவது வெகு சுலபமானது. நான்காவது நாளில், அங்கிருந்து கிளம்பி, கல்கத்தாவை அடைந்திருந்தோம். மனமும் சிறிய ஓய்வை எதிர்பார்த்திருந்தது. கல்கத்தாவில் நாங்கள் கழித்த அடுத்த சில தினங்களில் ருக்கு கதாபாத்திரத்தை ஏற்று நடிக்க பொருத்தமான சிறுவனைத் தேட வேண்டியிருந்தது. வாரணாசியில் எங்களின் படப்பிடிப்பு, பிப்ரவரி மாதம் பதிமூன்றாம் தேதியில் இருந்து துவங்குவதாக நாங்கள் முடிவு செய்திருந்தோம்.

* * *

என் இந்த மிகச்சிறிய வாரணாசி பயணத்தில் என்னுடன் நான்கு பேர் உடன் வந்தார்கள். எங்களது ஒளிப்பதிவாளர் செய்யிமொண்டூ, கலை இயக்குனர் அசோக் (வாரணாசி கட்டிடங்களைப் போன்ற அரங்குகளை சில காட்சிகளுக்காக இவர் கல்கத்தாவில் அமைக்க வேண்டும்), என் உதவியாளர் புனு சென் மற்றும் எங்களது தயாரிப்பு மேற்பார்வையாளர் அனில் பாபு. நாங்கள் தேர்வு செய்கின்ற அனைத்து இடங்களுக்கும் சிக்கலின்றி அனுமதி வாங்குவதும், ஒட்டுமொத்தத் திரைப்படக் குழுவினரையும் வழிநடத்தவும் அதோடு செலவுகளைக் கறாராத்தன்மையில் கையாளுவதும் அனில் பாபுவின் வேலையாகவே இருந்தது.

மீண்டும் நாங்கள் வாரணாசிக்கு படப்பிடிப்புக்காகச் சென்றிருந்த போது எங்களது குழுவில் மொத்தம் இருபத்தி மூன்று நபர்கள்

இருந்தோம். வழக்கம்போலவே, ரயிலில் ஒரு முழுப் பெட்டி எங்களது குழுவினருக்காக ஒதுக்கப்பட்டிருந்தது. நடிகர்களைப் பொருத்த வரையில் பெலுடா மட்டும் எங்களுடன் இருந்தார். மற்றவர்கள் படப்பிடிப்புக்கு ஒருநாள் முன்னதாக, வாரணாசியில் இருந்தால் போதும் என்று தகவல் அளிக்கப்பட்டிருந்தது. அனில் பாபு கல்கத்தாவில் இருந்து பிற நடிகர்களும் சரியான நேரத்தில், சரியான ரயில் பிடித்து வாரணாசிக்கு வர ஏற்பாடுகளைக் கவனித்துக் கொண்டிருந்தார்.

முன்னதாகவே ருக்கு கதாபாத்திரத்திற்கு ஒரு சிறுவனை தேடிப்பிடிக்க வேண்டும் என்று குறிப்பிட்டிருந்தேன் அல்லவா? ஹவ்ராவில் இருந்து வாரணாசிக்கு ரயில் பயணத்தைத் துவங்கு வதற்கு சில மணிநேரத்துக்கு முன்னால்தான் அந்தச் சிறுவனைக் கண்டுபிடித்தோம். நாங்கள் முன்பு தேர்வு செய்திருந்த ஒருவனை படத்தில் இருந்து நீக்க வேண்டியதாயிற்று. கதையின்படி, ருக்குவுக்கு ஏழு வயது. முன்னதாகத் தேர்வு செய்யப்பட்டிருந்த சிறுவனுக்கு எட்டு வயது ஆகியிருந்தது. எனினும், திரையில் பார்க்கையில், அவன் பத்து வயது சிறுவனுக்குரிய உடலமைப்புடன் காணப் பட்டான். அவன் ஒத்திகையின்போது, தனது சிறப்பான பங்களிப்பை வழங்கினான் என்றாலும், கதைக்குப் பொருந்தமாட்டான் என்பதால், அவனை நாங்கள் நிராகரிக்க வேண்டியிருந்தது.

ஒரு புதிய நடிகரைப் படத்துக்கு தேர்வு செய்வதற்கு முன்னதாக, ஒத்திகை பார்ப்பது எப்போதுமே முக்கியமானது. அவரிடம் தான் ஏற்கவிருக்கின்ற கதாபாத்திரத்தின் வசனங்களில் சிலவற்றைக் கொடுத்து, பேசச் செய்ய வேண்டும். அவன் அந்த வசனங்களை நன்கு உணர்ந்து, முழுமையாகத் தன்னில் இருத்திக்கொண்டு, கேமிராவின் முன்னால் இயக்குனர் வேண்டுகின்ற வகையில் தனது பாவனைகளை வெளிப்படுத்துகிறவனாய் இருக்க வேண்டும். அதன்பிறகு, அவன் நடித்த காட்சியைப் பெரிய திரையில் போட்டு பார்த்து, நடிப்புத் திறனை ஆராய வேண்டும். இந்த முடிவு என்பது எப்போதும், நாம் திரையில் அவனது நடிப்பை பார்ப்பதன் வழியாக மட்டுமே அடைந்துவிட முடியாது. பொதுவாக, நாம் ஒருவருடன் உரையாடும்போதும், அவரது கண்களை நேருக்கு நேராக இமை மூடாமல் பார்த்துக்கொண்டிருக்க மாட்டோம். ஆனால், கேமிரா அதனைச் செய்கிறது. அதனால்தான் நடிகர்களின் பாவனைகளில் பல நுணுக்க வேறுபாடுகள் உருவாகிவிடுகிறது. அதேபோல, ஒருவர் கேமிராவின் முன்னால் வெகு இயல்பாகத் தோன்றுகிறார் என்றாலும், அவரது பலத்தை முழுமையாக சுவீகரித்துக்கொள்வதன் மூலமாக, மிகத் திறன்மிக்கவராக காட்சிப்படுத்தும் குணத்தையும் கேமிரா பெற்றிருக்கிறது.

நாங்கள் தேர்வு செய்திருந்த சிறுவனை நிராகரிப்பதால், எங்களுக்கும் நிறைய சிரமங்கள் இருந்தன. பல சிறுவர்களுடன் நாங்கள் ஒத்திகை பார்த்தோம் என்றாலும், இவனைத் தவிர்த்து வேறு எந்தவொரு சிறுவனும், கதாபாத்திரத்திற்குப் பொருத்தமாக இருக்க வில்லை. எங்களிடம் நேரமும் இல்லாதிருந்தது. படப்பிடிப்பு தினம் முன்னதாகத் தீர்மானிக்கப்பட்டிருந்தது. அதனால், ரயில் பயணச் சீட்டுகளும், வாரணாசியில் எங்களது தங்கும் அறைக்கான ஏற்பாடு களும் செய்யப்பட்டிருந்தது. மிக விரைவாக, நாங்கள் புறப்பட வேண்டிய தினமும் வந்துவிட்டது. இரவில் டூன் எக்ஸ்பிரஸ்ஸில் பயணிப்பது என்று ஏற்பாடாகியிருந்தது. காலை பதினொன்றரை மணிவாக்கில் என் உதவியாளர் புனு, டோலி கஞ்சில் இருந்து உற்சாகமான குரலில் போனில் என்னை அழைத்தார். அதாவது, ஒரு கடையின் வாயிலில் சிறுவன் ஒருவனைப் பார்த்திருந்த அவர், அந்தச் சிறுவனையே பின்தொடர்ந்து அவனது வீடு வரையில் சென்றிருக்கிறார். அதன்பிறகு, அவர் அந்தச் சிறுவனின் அம்மா விடம் கேட்க, அவரும் தனது மகன் நமது திரைப்படத்துக்கு பொருந்துவதாக இருந்தால், நிச்சயமாகப் பயன்படுத்தி கொள்ளுங்கள் என்று தெரிவித்திருக்கிறார். நான் புனுவிடம், அந்தச் சிறுவனையும், அவனது தாயாரையும் என் வீட்டிற்கு அழைத்துவரச் சொன்னேன். அரைமணி நேரத்தில் மூவரும் என் வீட்டிற்கு வந்தார்கள். ஜித் போஸ் என்கின்ற அந்தச் சிறுவனைப் பார்த்தவுடனே என் கதைக்கு அவன் பொருத்தமானவனாக இருப்பான் என்பதை உணர முடிந்தது. அவனுடனான ஒன்றிரண்டு உரையாடலும் அந்த எண்ணத்தை மேலும் உறுதிப்படுத்தியது. இறுதியில், நாங்கள் ருக்குவைக் கண்டு பிடித்துவிட்டோம்.

இப்படி முற்றிலும் எதிர்பாராத வகையில், ஒரு சிறுவயது நடிகரை நான் தேர்வு செய்திருப்பது இது முதல் முறையல்ல. முன்பே குறிப்பிட்டதுபோல, நான் பதேர் பாஞ்சாலியை உருவாக்கிய காலத் தில், துவக்கத்தில் என்னால் அப்பு கதாபாத்திரத்திற்கு பொருத்த மான சிறுவனைத் தேர்வு செய்ய முடியவில்லை. இறுதியில், அப்பு கதாபாத்திரத்திற்கு உரிய சிறுவனை முற்றிலும் எதிர்பாராத வகையில், அருகில் இருந்த வீட்டின் மொட்டை மாடியில் கண்ட டைந்தோம்.

திரைப்படத்துக்கு எங்களுக்கு சற்றே வளர்ந்த அப்பு தேவைப் பட்டான். மறுபடியும், ஏராளமான சிறுவர்களுடன் நேர்முகங்கள் மேற்கொள்ளப்பட்டன என்றாலும், அப்போதும் எங்களால் கதைக்குப் பொருத்தமான சிறுவனைக் கண்டுபிடிக்க முடியவில்லை. பின் ஒரு நாள், சொனார்பூரில் இருந்து நான் ரயிலில் திரும்பிக் கொண்டி ருக்கையில், மாணவக் குழுவொன்று நான் இருந்த பெட்டியினுள்

ஏறியது. அவர்கள் பள்ளிச் சுற்றுலா ஒன்றை முடித்துவிட்டு, வீடு திரும்பிக் கொண்டிருந்தார்கள். அவர்களில் ஒரு பையனைப் பார்க்கையில், அவனது தோற்றமும், உடலசைவுகளும் அப்புவின் கதாபாத்திரத்திற்கு பொருந்தக்கூடியவனாக இருப்பான் என்று உணர்த்தியது. எனினும், ரயிலில் பெருத்த மனிதக்கூட்டம் நிரம்பி இருந்ததால், என்னால் அவனை நெருங்கி உடனடியாகப் பேச முடியவில்லை. பாலிகாஞ்சில் ரயில் நின்றதும், நான் இறங்க, சில மாணவர்களும் அந்த நிறுத்தத்தில் இறங்கினார்கள். நான் அந்த சிறுவனைப் பார்த்தபடியே இருந்தேன்.

சாலையின் குறுக்காக ஊர்ந்து நகரும் டிராம் ஒன்றில் அவன் ஏறிக்கொண்டான். உடனடியாக நானும் அதே டிராமை ஓடிச் சென்று பிடித்து ஏறிக்கொண்டேன். அதன்பிறகு, அவனை நெருங்கி, அவனருகில் அமர்ந்து பேசத் துவங்கினேன். எனக்கு என்ன வேண்டுமென்பதை அவனிடம் வெளிப்படையாகத் தெரிவித்திருந்த நான் அவனது பதிலுக்காகக் காத்திருக்க வேண்டியிருந்தது. எனினும், சில நொடிகளுக்குள்ளாகவே, தலை அசைத்து, தான் நடிக்க ஒப்பு கொள்வதாகத் தெரிவித்தான். "உனது பெற்றோர் உன்னை அனுமதிப் பார்கள் என்பதை எப்படி நம்புகிறாய்?" என்று நான் கேட்டேன். அப்போதுதான் அவனது தந்தை இறந்துவிட்டார் என்றும், நிச்சய மாக அம்மா இதற்கு மறுப்பு கூறப்போவதில்லை என்பது தனக்குத் தெரியும் என்றும் அந்தச் சிறுவன் கூறினான். அவன் தனது அம்மாவிடம் கேட்கக்கூட வேண்டியதில்லை. அதுபோலவேதான் நிகழ்ந்தது. ஒரு விபத்துபோல, அப்பு கதாபாத்திரத்துக்கு அவன் எங்களுக்குக் கிடைத்திருந்தான். எனினும், அதே திரைப்படத்துக்கு, அப்புவின் பெண் தோழியாக வருகின்ற லீலா என்கின்ற பெண் கதாபாத்திரத்துக்கு சரியான பெண்ணை எங்களால் தேர்ந்தெடுக்க முடியவில்லை. இறுதியில், அந்தக் கதாபாத்திரம் திரைப்படத்தில் இருந்து நீக்கப்பட்டது.

ஜெய் பாபா பெலுநாத் படப்பிடிப்புக்காக வாரணாசிக்கு நான் சென்றிருந்த தருணத்தில், நடிகர் தேர்வு முற்றிலுமாக நிறைவடைந் திருந்தது. வாரணாசியில் அனைத்து நடிகர்களுக்கும் வெகு சொற்ப காட்சிகள்தான் படம்பிடிக்க வேண்டும். மீதிக் காட்சிகள் கல்கத்தாவில் அமைக்கப்படும் அரங்கினுள்ளாக மார்ச் அல்லது மே மாதத்தில் படமாக்கப்படும். சௌமித்ரா சாட்டர்ஜியை (பெலுடா கதாபாத்தி ரத்தில் நடித்தவர்) தவிர்த்து மேலும் ஒரு நடிகரும் எங்களுடன் பயணித்துக் கொண்டிருந்தார். அவருக்கு நடிப்பைத் தாண்டி வேறு சில வேலைகள் இருந்தது. எங்கள் எல்லோருக்கும் வாரணாசியின்

குறுகலான பாதை அமைப்புகள் பற்றிய புரிதல் இருந்தது. படித் துறைகளில் கூட்டம் அதிகளவில் குவிந்திருக்கும். எங்களது குழுவில் இருந்த இரண்டு நபர்கள், இப்படியான கூட்டங்களைக் கட்டுப் படுத்துவதில் கைத்தேர்ந்தவர்களாக இருந்தார்கள். ஒருவர் பானு கோஷ். இவர் தனது கனத்த குரலில் மக்களைப் பார்த்துக் கர்ஜிப்பார். மக்கள் பின்வாங்கிவிடுவார்கள். மற்றொருவர் நடிகர் காமு முகர்ஜி (சோனார் கெல்லா திரைப்படத்தில் வில்லன் கதாபாத்திரமான மந்தார் போஸாக நடித்தவர்). இவர் எங்களுடன் பலமுறை ரயிலில் பயணம் செய்திருக்கிறார். கூப்பி கெய்னின் போதும், ராஜஸ்தானில் நடைபெற்ற சோனார் கெல்லா படப்பிடிப்புத் தருணங்களிலும் இவர் எங்களுடன் ஒன்றாகப் பயணம் செய்திருக்கிறார்.

ஒவ்வொருநாள் காலையிலும் ரயில் குறிப்பிட்டதொரு நிறுத்தத்தில் நின்றிருக்கும்போது காமுதான் சத்தமாக, ஜாகோ பெங்காலி என்று குரல் கொடுப்பார். அவரது இந்த ஒரேயொரு சொல் ஒட்டுமொத்தத் திரைப்படக் குழுவினரின் உறக்கத்தையும் கலைத்து விடும் ஆற்றல்கொண்டது. அதன்பிறகு, ஒவ்வொரு வருக்கும் காமுவின் ஏற்பாட்டின்படி சூடான தேநீர் பருகக் கொடுக்கப்படும். ஒரு குறிப்பட்ட காட்சியை அந்தத் திரைப்படத்துக் காக பதிவு செய்துகொண்டிருந்த நாளில், காமுதான் அதிக விஷமுடைய தேள் ஒன்றினை எடுத்து தனது விரல்களின் இடுக்கில், கடிபடாதவாறு லாவகமாகப் பிடித்துக்கொண்டிருந்தார். உண்மையைச் சொல்ல வேண்டும் என்றால், காமுவின் விசித்திரமான இயல்புகளை ஒருவர் புத்தகமாக எழுதிவிடலாம்.

நாங்கள் முதல்முறையாக ராஜஸ்தானுக்கு, கூப்பி கெய்ன் பாகா பைன் படமாக்கச் சென்றிருந்தபோது, ராஜ்குமார் லாஹிரி எனும் நடிகர் ஒருவரும் எங்களுடன் பயணித்தார். ரயில் ராஜஸ்தான் எல்லையை அடைந்ததுதான் தாமதம், உடனடியாக பல்வேறு வகையிலான வடிவமைப்புகளாலான காலணிகளை வாங்கிக் குவிக்கத் துவங்கி விட்டார். அவரது குடும்பம் மிகப் பெரிதானது. அதனால், அவர்கள் அனைவரும் ராஜஸ்தானில் இருந்து தங்களுக்கு காலணி வாங்கிவரச் சொல்லியிருக்கிறார்கள். மிஸ்டர் லாஹிரி, அனைத்துக் காலணிகளையும் மொத்தமாக கயிற்றால் கட்ட முயற்சித்துக் கொண்டிருந்தார். ஜெய்சால்மரை நாங்கள் அடைந்திருந்தபோது, லாஹிரியின் காலணி மூட்டை, சலவைத் தொழிலாளியின் துணி மூட்டைக்கு நிகரான வகையில் கொழுத்து திரண்டிருந்தது.

ஜெய்சால்மரில் இருந்த மஹாராஜாவின் விருந்தினர் மாளிகை யான ஜவஹர் நிவாஸில் நாங்கள் தங்கியிருந்தோம். முதல் தளத்தில், என் அறையின் அடுத்த அறை லாஹிரிக்கு ஒதுக்கப்பட்டிருந்தது.

மஞ்சள் மணல் கட்டிகளால் கட்டியெழுப்பப்பட்ட சிறிய கட்டிடமே அந்த விருந்தினர் மாளிகை. எனினும், நன்கு அமைக்கப்பட்ட உட்கூரையுடன் பெரிய அறைகளை அந்த மாளிகை கொண்டிருந்தது. ஒவ்வொரு அறை ஜன்னலின் வழியாகவும், ஒருவர் கோட்டையைப் பார்க்க முடியும் அல்லது மணல்பரப்பைப் பார்க்க முடியும்.

இரண்டு தினங்கள் எவ்விதப் பணிகளுமின்றி கடந்து சென்றன. மூன்றாவது நாளில், என் அறையில் அமர்ந்துகொண்டு அடுத்த நாளான படப்பிடிப்புத் தினத்தில் மேற்கொள்ள வேண்டிய திட்டங்களை வகுத்துக் கொண்டிருக்கையில், லாஹிரி என் அறைக்கு வந்தார். மெல்ல தனது தொண்டையைச் செருமியபடியே, "எனக்கு.. எனக்..கு.. ஒரு பிர.. பிரச்சனை... உருவாகியிருக்கிறது.." என்று குழைவான குரலில் நெளிந்தபடியே சொல்லிவிட்டு நிறுத்திவிட்டார். புகார் தெரிவிக்கும் அளவுக்கு வந்திருக்கிறதென்றால், நிச்சயமாக அது முக்கியத்துவம் வாய்ந்த ஒன்றாகத்தான் இருக்க வேண்டும் என நான் புரிந்துகொண்டேன். அதனால், "என்ன பிரச்சனை மிஸ்டர் லாஹிரி?" என்று கேட்டேன்.

'என்னால் ஒரேயொரு காலணியைக் கூட பார்க்க முடியவில்லை'

'ஒரேயொரு காலணி கூட இல்லையா?'

'ஆமாம். ஒரேயொரு காலணியைக்கூட என்னால் பார்க்க முடியவில்லை, ஏதோ ஒன்று நிகழ்ந்திருக்கிறது.'

மிஸ்டர் லாஹிரி அனைத்துக் காலணிகளும் தொலைந்து போயிருந்த சம்பவத்தை நெருடலுடன்தான் என்னிடம் பகிர்ந்து கொண்டார். மொத்தமாக அவரது காலணிகள் திருடப்பட்டிருந்தன. "என்னால் முயன்றதை நான் செய்கிறேன்" என்று அவருக்கு உறுதியளித்தேன். அவர் அப்போது அங்கிருந்து நகர்ந்துவிட்டார் என்றாலும், அவரது முகத்தில் படர்ந்த கவலையை என்னால் பார்க்க முடிந்தது.

உடனடியாக ஒவ்வொருவருடனும் நான் விசாரிக்கத் துவங்கினேன். எனினும், ஒருவரும் அது குறித்த உண்மையை வெளிப்படுத்த விரும்பவில்லை. எல்லோரும் சென்றதற்குப் பிறகு, காமு என்னை நெருங்கி வந்தார். முன்னதாக, அவர் மீது எனக்கு சந்தேகம் உருவாகியிருந்தது. அவரிடம் நேரடியாக காலணி திருடப்பட்ட சம்பவம் குறித்து உங்களுக்கு ஏதேனும் தெரியுமா என்று அவரது கண்களைப் பார்த்துக் கேட்க, சட்டென அவர் முகத்தில் ஒருவித பதற்ற உணர்வு தொற்றிக்கொண்டது. "திருடப்பட்டிருக்கிறதா?" அவர் அழுதேவிட்டார். "யார் சொன்னது, அவை திருடப்பட்டிருக்கின்றன என்று?

அவை லாஹிரியின் அறையில்தான் பத்திரமாக வைக்கப்பட்டிருக்கின்றன. என்னுடன் வாருங்கள். நான் உங்களுக்கு அவற்றைக் காண்பிக்கிறேன்" என்றார்.

நான் அவருடன் அடுத்த அறைக்குச் சென்றேன். காமு அவ்வறையின் மேல் சுவரைக் காண்பித்தார். அங்கு ஏராளமான காலணிகள் சரவிளக்கின் பல்வேறு கிளைகளைப்போல தொங்க விடப்பட்டிருந்தது. சரியாக லாஹிரியின் படுக்கைக்கு மேலாக, உயரமாக ஏற்றி தொங்கவிடப்பட்டிருந்ததால், ஒருவராலும் அதனை எளிதில் காண முடியவில்லை.

"அறையில் பெரும்பகுதியிலான இடத்தை இந்தக் காலணிகளே ஆக்கிரமிப்பு செய்துகொண்டிருந்ததால், அவற்றை மேல்சுவரில் தொங்கவிடலாம் என்று நினைத்தேன்" என்ற காமு, தனக்கு எதிரில் உச்சபட்ச கோபத்தில் நின்றிருந்த லாஹிரியின் முகத்தைப் பார்த்து, "இதனை ஒரு பெரிய விசயமாக எடுத்துக்கொண்டு, புகார் சொல்லப் போவீர்கள் என்று முன்னதாகக் கணித்திருந்தால் என்ன செய்திருப்பேன் தெரியுமா? நீங்கள் தூங்குகிற வரையில் அமைதியாகக் காத்திருந்து விட்டு, காலணிகள் தொங்கவிடப்பட்டிருக்கும் நூல்களை மெல்ல ஒவ்வொன்றாக அறுத்திருப்பேன். ஒரு நயாகரா நீர் வீழ்ச்சியைப் போல உங்களது காலணிகள் மேலிருந்து அருவிபோல விழுந்திருக்கும்" என்றார்.

இவ்விடத்தில் காமு பற்றிய மற்றுமொரு விசேஷ அம்சத்தையும் குறிப்பிட்டாக வேண்டும். விநோதமான அதே சமயத்தில் மிகப் பொருத்தமான ஒப்புமைகளைத் தெரிவிப்பதில் அவர் மிகுந்த திறனுடையவர். ஒருமுறை, எங்களது வீட்டிற்கு அவர் வந்திருந்த போது, என் மனைவி ஒரு தட்டில் சில பிஸ்கட் துண்டுகளை வைத்து அவரிடம் நீட்டினாள். காமு ஒரேயொரு சிறு துண்டை மட்டும் சுவைத்துவிட்டு, "ரொட்டிகளின் மீது சைலன்சரை பொருத்தியிருக்கிறீர்களா?" என்று கேட்டார். அவர் தெரிவிக்க விரும்பியது என்னவென்றால், அந்த பிஸ்கட் துண்டுகள் மெல்லும் போது மொறுமொறுப்பாக இல்லாமல் மிருதுவாகவும், மென்மையாகவும் இருக்கிறது என்பதைத்தான்.

நாங்கள் ஜெய்சால்மரில் தங்கியிருந்த போது, ஒருநாள் காமு கதிர் அறுக்கும் இயந்திரத்தின் சப்தத்தால் தன்னால் இரவில் தூங்க முடியவில்லை என்று சொன்னார். குழப்பமுற்ற நாங்கள், கதிரடிக்கும் இயந்திரத்தை ஜெய்சால்மரில் எங்கு பார்த்தீர்கள் என்று கேட்ட பொழுது, தனது அறையைப் பகிர்ந்திருந்த மூத்த நடிகரான கோவிந்த் சக்கரவர்த்தியை விரல் உயர்த்தி காமு காண்பித்தார். சக்கரவர்த்திக்கு ஆஸ்துமா இருந்ததால், அதிகாலையில் தொடர்ச்சியாக அதிர்ந்து

இருமுவது அவரது இயல்பாகிப் போயிருந்தது. ஒரு ஆஸ்துமா நோயாளியின் இருமல் சப்தத்தையும், கதிரடிக்கும் இயந்திரங்களின் சப்தத்தையும் கேட்டு உணர்ந்திருக்கும் ஒருவர் காமுவின் ஒப்புமை எவ்வளவு பொருத்தமானதாக இருக்கிறது என்பதை கண்டு ஆச்சர்யமடைவார் என்பதில் சந்தேகமில்லை.

* * *

வாரணாசியை அடைந்தவுடன், முதல் இரண்டு தினங்களுக்கு முன்னதாக நாங்கள் தேர்வு செய்திருந்த இடங்களை மீண்டும் உறுதிப்படுத்திக்கொண்டோம். அதோடு, படகுவீடு ஒன்றையும் வாடகைக்குப் பிடித்துக்கொண்டோம் (ஸ்ரீநகரில் இருக்கும் படகுவீடுகளைப் போன்றவை அல்ல இவை. இந்தப் படகுவீடுகளைப் பாஜ்ரா என்று அழைப்பார்கள்). இந்தப் படகு திரைப்படத்தின் வில்லனான மகன்லாலின் தனிப்பட்ட படகாகப் பயன்படுத்தப்படும். அதோடு படப்பிடிப்புக்கு அவசியமில்லாத தினங்களில், ஒரு படித் துறையில் இருந்து மற்றொரு படித்துறைக்கு எங்களது உபகரணங் களை ஏற்றிச் செல்வதற்கு பயன்படுத்தப்படும். பெரிய படகொன்று இதற்காகத் தேர்வு செய்யப்பட்டது. உடனடியாகப் பல பணியாளர்கள் அதன் மீது புதிதான வண்ணமும், படங்களைப் பொருத்தும் வேலை யிலும் இறங்கினார்கள்.

அந்தப் படகின் வாயிற்கதவருகே துப்பாக்கி ஏந்திய பாது காவலர்களின் படங்களை வரைந்திருந்த அவர்கள், ஜன்னல் பகுதியில் கொடிகளில் படர்ந்திருக்கும் பூக்களை வரைந்தார்கள். வாரணாசியில் இருந்த பல வீடுகளில் தங்களது முன்சுவர்களின் மீது ஓவியங்களை வரையும் பழக்கம் இருந்துவந்தது. யானைகள், குதிரைகள், மயில்கள், கிளிகள், புலிகள், அரசர்கள், படைவீரர்கள் எனப் பல்வேறு விதவிதமான ஓவியங்கள் அந்தச் சுவர்களில் வரையப்பட்டிருக்கும். பொதுவாக, இவை அவ்வீட்டில் திருமணம் உள்ளிட்ட நிகழ்வுகள் நடைபெறும் காலங்களில் வரையப்பட்டி ருக்கும். இருபது வருடங்களுக்குப் பிறகு, ஒவ்வொரு ஓவியமும் ஒருவித நேர்த்தியுடன், சிறந்த ஓவியர் ஒருவரால் வரையப்பட்டி ருந்ததை உணர்ந்தேன். ஆனால், இக்காலங்களில் அந்தளவிற்கு ரசனை மிகுந்த ஓவியக் கலைஞர்களை எவ்வளவு தேடினாலும் காண்பது அரிது.

படப்பிடிப்பு தினத்தில் தர்பங்கா படித்துறையை நாங்கள் காலை ஆறரை மணிக்கு அடைந்திருந்தோம். மாச்லி பாபாவின் ரகசிய அறைக்கு அழைத்துச் செல்லும் அனைத்துக் காட்சிகளையும் அடுத்த நான்கு மணி நேரத்தில் நாங்கள் படமாக்கினோம். திரைப்

படத்தில் நாம் பார்க்கும் வெறும் மூன்று நிமிடக் காட்சி, ஒரு முழு நாளில் படம்பிடித்து முடித்தாலே, அன்றைய தினம் பெரு வெற்றி அடைந்திருக்கிறது என்பதை திரைப்படத் துறையில் பணி புரிபவர்களால் உணர முடியும். பொதுவாக இரண்டு மணிநேரம் ஓடக்கூடிய திரைப்படத்தின் முழுப் படப்பிடிப்பும் மொத்தமாக நாற்பத்தி ஐந்து தினங்களில் எடுத்து முடிக்கப்படும். ஸ்டூடியோவின் உள்ளாக பணிசெய்திடும்போது, மூன்று நிமிட காட்சிப் பதிவு எட்டு மணிநேர அயராத தொடர் பணியின் மூலமாகவே சாத்தியமாகும். வெளிப்புறங்களில் அதே மூன்று நிமிடக் காட்சி இன்னும் சிரமம் மிகுந்ததாக, நேரத்தை இழுப்பதாக இருக்கும். ஆனால், அன்றைய தினத்தில் நாங்கள் கிட்டத்தட்ட ஐந்து நிமிடக் காட்சி அளவுக்கான காட்சியை எடுத்து முடித்து சாதனை புரிந்து விட்டோம்.

அதுதான் படப்பிடிப்பின் முதல் நாள் என்பதால், படித்துறை களில் பெருங்கூட்டம் எங்களைச் சூழாதிருந்தது. எங்களது செயல்பாட்டைப் பார்வையிட அன்றைய தினத்தில் குவிந்திருந்தவர் களைக் காட்சி சட்டகத்தில் பின்னால் நகர்ந்துகொண்டிருக்கும் மனிதர்களாகப் பயன்படுத்திக் கொண்டோம். வாரணாசி படித்துறை களுக்கு தினமும் பல்வேறு வகையிலான மனிதர்கள் வருவது வாடிக்கை. அதனால், எங்களது காட்சியின் தன்மைக்கு ஏற்ற மனிதர்களைத் தேர்வு செய்வது அவசியமாக இருந்தது. அதனால் காவி உடையில் இருந்த சாதுக்கள், பண்டாரங்கள், பாதசாரிகள், தடிகளை ஊன்றிய நிலையில் நடந்துசென்று கொண்டிருந்த கூன்விழுந்த மூதாட்டிகள் எனத் தேர்வுசெய்து நாங்கள் படத்தில் பயன்படுத்தினோம். அவர்கள் எங்கள் பார்வையில் பட்டவுடனேயே, அவர்களை நெருங்கி உரையாடி படத்தில் பங்குபெற சம்மதிக்கச் செய்ய வேண்டும். அதேபோல படித்துறையில் உலவக்கூடிய மாடுகள், ஆடுகள், நாய்கள் போன்ற உயிரினங்களும் படத்தில் பயன்படுத்தப்பட்டிருந்தது. எங்களுக்கு தேவையாய் இருந்திருந்தால், உள்ளூர் காவல் துறையினரை உதவிக்கு அழைத்து படித்துறையில் மனிதர்களை அகற்றி விட்டு படம்படித்திருக்க முடியும். ஆனால், மற்ற அனைவரையும் தவிர்த்துவிட்டு பெலுடாவை மட்டும் வைத்து வாரணாசியில் படம்பிடிப்பது முற்றிலும் இயல்புக்கு புறம்பானதாக காட்சியில் தெரிந்துவிடும். அதனால், பெரும் தொந்தரவுகளை எதிர் கொண்டாலும்கூட, காட்சிக்குப் பொருத்தமான யதார்த்தச் சூழலை நாங்கள் கட்டமைக்க வேண்டியிருந்தது.

தர்பங்கா கோட்டையில் நாங்கள் பார்த்திருந்த உடைந்த நாற்காலிகளை இப்போது நாங்கள் முதல் தளத்தில் மாச்லி மறைவிடத்தின் அருகில் கொண்டுவந்து வைத்தோம். இதன்மூலமாக, பெலுடா அவ்விடத்திற்கு உளவு பார்க்க வரும்போது, திடீரென

எதிர்பாராதவகையில் அங்கொரு மனிதர் வந்துவிடும் போது, உடைந்த நாற்காலிகளின் பின்பாக அவரால் மறைந்து கொள்ள முடியும்.

காலையில் படம்பிடிக்க வேண்டியிருந்த காட்சிகளைப் பதிவு செய்துவிட்டு, பதினொன்றரை மணியளவில் எங்களது விடுதிக்குத் திரும்பினோம். மாலை நான்கு மணிக்கு மீண்டும் அதே படித் துறைக்கு நாங்கள் செல்ல வேண்டியிருந்தது. மாச்லி பாபாவைச் சந்திப்பதற்காக மகன்லால் படகில் வருகின்ற காட்சியை மாலையில் படம்பிடிப்பதென்று முடிவு செய்திருந்தோம்.

* * *

மாலையில் எங்கள் திட்டத்தின்படியே மீண்டும் படித்துறைக்கு திரும்பியிருந்தோம். எனினும், அதிகாலையில் முழு அமைதியில் வெறுமை கவிந்த நிலையிலிருந்த அவ்விடம் இப்போது கிட்டத்தட்ட கால்பந்தாட்ட மைதானத்துக்கு நிகரான மக்கள் பெருக்கத்தால் மூழ்கியிருந்தது. ஆற்றின் மீது படகுகளின் எண்ணிக்கை அதிகளவில் இருந்தது. படிகளில் நிற்கும் அளவுக்கு கூட இடமில்லாத நிலையில், நம்மால் ஆற்றின் கரையில் நின்று வேடிக்கை மட்டும்தான் பார்க்க முடியும். உண்மையைச் சொல்லவேண்டுமென்றால், வாரணாசியில் குவிந்திருந்த பெரும் எண்ணிக்கையிலான மனிதர்களை ஏற்றிச் செல்லுமளவுக்கு படகுகள் அங்கிருக்கவில்லை. அங்கு வருகைதரும் மக்கள் பொதுவாக, மாலை இருளில் கங்கை ஆற்றின் குறுக்காக படகு சவாரி செய்வதை வெகுவாக விரும்புவார்கள். ஆனால், இப்போது முழு படித்துறையும் மக்கள் வெள்ளத்தில் திளைத் திருந்தது. இதனால், நாங்கள் பதற்றமடைந்தோம். பெரும் எண்ணிக் கையிலான மக்கள் உங்களது படப்பிடிப்புத் தளத்திற்கு பார்க்க வருவது எத்தகைய அபாயகரமான விளைவுகளை உண்டு பண்ணும் என்பதற்கு என் முந்தைய திரைப்படங்களில் இருந்தே ஒரு உதாரணத்தை என்னால் சொல்ல முடியும்.

சிரியாஹனா திரைப்படத்தின் வெளிப்புறக் காட்சிகளைப் படம்பிடிப்பதற்காக, கல்கத்தாவுக்கு அருகில் இருந்த பம்முங்காச்சி எனும் கிராமத்திற்குச் சென்றிருந்தோம். மாந்தோப்புக்கு இடையில் இருந்த பரந்தவெளியில், எங்களது திரைப்படத்துக்கு தேவையான கொலாப் காலனியைச் சுற்றிலும் பெரிய அரண்கள் அமைத்து உருவாக்கினோம். கதையின்படி ஓய்வுபெற்ற நீதிபதி ஒருவர் உருவாக்கியிருக்கும் காலனி அது. அந்தக் காலனியில் சிறுவர்களை வளர்க்கும் இடமும், குளமும், ஆறு குடியிருப்புகளும், நீதிபதிக்கான பங்களாவும், பத்து மாட்டுப் பண்ணைகளும், வேலி அமைக்கப்பட்ட

கோழிப் பண்ணைகளும் உருவாக்கப்பட்டிருந்தது. நாங்கள் தேர்வு செய்திருந்த அவ்விடம் மனித நடமாட்டத்தில் இருந்து விலகியிருந்த தால், அதீத உழைப்பைக் கோருகின்ற கட்டுமானப் பணிகள் நடைபெறும்போதிலும்கூட மிகுந்த அமைதியே அவ்விடத்தில் நிலவியிருந்தது. ஒட்டுமொத்த அரங்கு வடிவமைப்புக்கும் எங்களுக்கு ஒருமாத காலம் தேவைப்பட்டது. அதன்பிறகு படப்பிடிப்பு துவங்கியது. மேலும் ஒரு மாத காலம் எங்களுக்குத் திரைப்பட உருவாக்கத்திற்கு தேவையாய் இருந்தது.

அவ்வூரின் ரயில் நிலையம் கொலாப் காலனி அமைக்கப் பட்டிருந்த இடத்துக்கு சற்றே அருகில்தான் இருந்தது. அதனால், அவ்வப்போது ஒரு ரயில் அவ்வழியாகப் போவதை எங்களால் உணர முடிந்தது. கல்கத்தாவில் இருந்து ஒரு ரயில் தினமும் மதியவேளையில் அந்த ஊரைக் கடந்துசெல்கிறது என்பதை பிற்பாடு அறிந்துகொண்டோம்.

முதல் சில நாட்களுக்கு நாங்கள் எவ்விதமான இடையூறு களையும் எதிர்கொள்ளவில்லை. ஆனால், ஒருநாள் மதியப் பொழுதில், அந்த நிறுத்தத்தில் இருந்து கல்கத்தா ரயில் புறப்படும் தருணத்தில் எங்களால் அதிக அளவிலான மனிதர்களின் சப்தத்தைத் தொலைவில் கேட்க முடிந்தது. பெரும்கூட்டமாக மக்கள் உரக்கக் குரல் எழுப்புவதைப்போல அந்தச் சத்தம் எங்களுக்குத் தோன்றியது. மெல்ல மெல்ல அந்தச் சப்தம் அதிகரித்தபடியே இருந்தது. அப்போது தான் சில இளைஞர்கள் கூட்டமாக எங்களை நோக்கி வந்து கொண்டிருந்ததை நாங்கள் உணர்ந்தோம். அவர்கள், “படப் பிடிப்பைக் காண எங்களை அனுமதிக்க வேண்டும். இன்குலாப் ஸிந்தாபாத்!” என்ற கோஷங்களை எழுப்பினார்கள். அவர்கள் நெருங்கி வரவரத் தான், கைகளில் அவர்கள் ஏந்தியிருந்த பொரு ளொன்றின் கூர்முனையை எங்களால் பார்க்க முடிந்தது. கடவுளே, அவர்கள் ஆயுதங்களுடனா வருகிறார்கள்? ஆனால், உண்மையில் அவர்களின் கையில் இருந்தது ஆயுதங்கள் அல்ல. வழியில் அவர்கள் நிலத்தில் இருந்து பிடுங்கியிருந்த ஐம்பது கரும்புகளே அவை.

முதல் வேலையாக, அவர்கள் கொலாப் காலனியின் அரணுக்கு வெளியில் இருந்த மரங்களின் மீது ஏறிக்கொண்டார்கள். மா மரங் களின் கிளைகளில் அமர்ந்திருந்த அவர்கள் முழுவதுமாக தங்களது உடல்களால் மரத்தின் இலைகளைப் பார்வைக்கு புலனாகாத வகையில் மறைத்திருந்ததைப் பார்க்கையில், பெரும் வியப்பு எங்களுக்கு உண்டானது. முதலில் அவர்களிடம் உரையாடுவதன் மூலமாக, எங்களது நிலையை விளக்கலாம் என்று நினைத்து முயற்சித்தோம். ஆனால் அவர்கள் உடனடியாக கற்களை கையிலெடுத்து

எங்களை நோக்கி வீசியெறியத் துவங்கிவிட்டார்கள். அதனால், இனியும் அவர்களுடன் சச்சரவுகளில் ஈடுபடுவதில் எவ்விதப் பயனும் இல்லை என்பது தெரிந்ததும், எங்களது பணிகளை நாங்கள் துவங்கிவிட்டோம். ஆனால், ஒருமணி நேரத்திற்குள்ளாகவே வெளியிலிருந்து வந்த பெருத்த அலறல் ஓசையால், எங்கள் படப் பிடிப்பை நிறுத்த வேண்டிய நிலை உருவாகிவிட்டது. தொடர்ந்து ஓலமும், அழுகையும் எங்களது காதுகளில் விழுந்தன.

ஏழு இளைஞர்கள் ஒன்றாக அமர்ந்திருந்த மரக்கிளை முறிந்து கீழே விழுந்திருக்கிறது. அதிலொருவனுக்கு பலமான காயம் உண்டாகியிருந்ததால், எங்களது குழுவில் இருந்த நடிகரான சுப்ஹெறந்து அவனுக்கு உடனடியாக முதலுதவி அளித்தார். சுப்ஹெறந்து முன்பு மருத்துவக் கல்லூரி மாணவராக இருந்தவர்.

இத்தகைய கொடும் நிகழ்வுக்குப் பின்னரும் அந்த இளைஞர் களது ஆர்வம் குன்றியிருக்கவில்லை. மற்ற இளைஞர்கள் அனை வரும் திரும்பவும் மரக்கிளைகளில் ஏறி அமர்ந்துகொண்டார்கள். அடுத்த நான்கு தினங்களும் அவர்களது இடையூறுகளை எதிர் கொண்டபடியேதான் படப்பிடிப்பை நிகழ்த்த வேண்டியிருந்தது. அதில், முற்றிலும் எதிர்பாராமல் நிகழ்ந்தது என்னவென்றால், சில பெண்களையும் இப்போது மாமரக் கிளைகளில் எங்களால் பார்க்க முடிந்தது. சில சிறுவர்கள், மத்திம வயதுடைய பெண்கள் மரக் கிளைகளின் மீது ஏறுவதற்கு உதவி புரிந்ததை என்னால் பார்க்க முடிந்தது. பெண்களும் தங்களுக்குக் கிடைத்திருக்கும் இந்த பொன்னான வாய்ப்பைத் தவறவிட விரும்பவில்லை. பல மணி நேரங்கள் எவ்விதச் சோர்வும் அடையாமல் மரக்கிளைகளின் மீது அவர்களால் அமர்ந்திருக்க முடிந்தது. ஆனால், உண்மை என்ன வென்றால் பெரும்பாலான மக்கள், திரைப்படம் என்பது திரை யரங்கில் பார்க்கக்கூடிய கலை என்பதை மறந்துவிடுகிறார்கள். படப்பிடிப்பை ஒரு தொடர் நிகழ்வு போலவோ அல்லது நாடகத் தைப் போலவோ பரந்தவெளியில் நடைபெறும் ஒரு நிகழ்த்துக் கலையென்று அவர்கள் நினைக்கிறார்கள்.

இப்போது நாம் வாரணாசியின் படித்துறைகளுக்குள் பயண மாவோம். அங்கு நிறைய மனிதர்கள் அவ்வேளையில் குழுமியிருப் பார்கள் என்று நாங்கள் முன்பே கணித்திருந்ததால், அடர்ந்த உருளைக் கயிற்றை கையோடு கொண்டுவந்திருந்தோம். பானுவும், காமுவும் இந்தப் பொறுப்பை ஏற்றிருந்தார்கள். கதையின் முக்கியக் கதாபாத்திரங்கள் பங்குபெறும் இடத்துக்கு குறுக்காக அந்தக் கயிறு கட்டப்பட்டது. இப்போது நாங்கள் மிகப் பொறுமையுடனும், துளியும் குரலை உயர்த்தாமலும் வேலை செய்ய வேண்டும். ஏனெனில்,

மக்கள் நம்மைப் புரிந்துகொள்ளவில்லை என்றால், விளைவுகள் எவ்வளவு மோசமானதாக இருக்கும் என்பதை நாங்கள் அறிந்திருந் தோம். அனைவரிடமும் எங்களது தேவையை மிக மென்மையாக நாங்கள் விவரிக்க வேண்டும். அதனால், அங்கு கூடியிருந்த மக்களிடம் 'நீங்கள் ஒத்துழைப்பு வழங்காவிட்டால், நாங்கள் படப்பிடிப்பை ரத்து செய்துவிட்டு, எங்களது வசிப்பிடத்திற்கு சென்றுவிடுவோம்' என்று தெரிவித்ததன் பின்பாகத்தான், சிறிது சிறிதாக மக்கள் எங்களுக்கு ஒத்துழைப்பை வழங்கினார்கள். ஏனெனில், படப்பிடிப்பு ரத்து செய்யப்பட்டால், அவர்களால் எதையும் பார்க்க முடியாதல்லவா? எங்களது அறிவிப்பு வெளியிடப்பட்டதும், ஒட்டுமொத்த மக்களும் பின்வாங்கி, நாங்கள் கட்டியிருந்த கயிற்றுக்குப் பின்னால் நின்று கொண்டார்கள்.

கூட்டத்தை நாங்கள் கட்டுப்படுத்திக் கொண்டிருந்த அதே சமயத்தில் உத்பால் தத் (மகன்லால் மெஹ்ராஜ் கதாபாத்திரம் ஏற்றிருந்த நடிகர்) படகு ஒன்றில் ஏறி வேறொரு படித்துறைக் கரைக்கு சென்றுவிட்டார். அவருடன் எங்களது குழுவைச் சேர்ந்த மற்றொரு வரும் இருந்தார். இங்கு அனைத்து ஏற்பாடுகளும் செய்து முடிக்கப் பட்டு, அவருக்கு சமிக்ஞை வழங்கினால், உடனடியாக எங்களது படித்துறையை நோக்கி அவர்களது படகு மெல்ல நீரில் மிதந்து வரும். தர்பாங்கில் படித்துறையில், பெலுடாவும், லால்மோகன் பாபுவும், டோப்ஷியும் நின்றிருப்பார்கள். அதோடு விடுதி மேலாளர் கதாபாத்திரமான நிரஞ்சன் சக்கரவத்தியாக நடித்திருந்த சத்யா பந்தோபாத்யாவும் அவர்களுடன் நின்றிருப்பார். அவர்தான், தொலைவில் வந்துகொண்டிருக்கும் மகன்லாலின் படகை பெலுடாவுக்கு அடையாளம் காண்பிக்க வேண்டும். உடனடியாக, பெலுடா தன் கையில் இருக்கும் தொலைநோக்கி கருவியின் மூலமாக அவரைக் கரையில் நின்றபடியே அண்மைக் காட்சிகளில் பார்வையிடுவார். அதன்பிறகு, மகன்லாலின் படகு கரையைத் தொட்டவுடன் அவரை வரவேற்க அங்கு காத்துக் கொண்டிருக்கும் உதவியாளர்களில் ஒருவர், பட்டுத் துணியால் போர்த்தப்பட்டிருக்கும் வெள்ளித் தட்டு ஒன்றை அவர் கைகளில் ஒப்படைப்பார். மாச்லி பாபாவுக்கு அன்பளிப்பாக வழங்குவதற்காக அதனை அவர் எடுத்துச் செல்கிறார். திரைப்படத்தில் மகன்லால் பாபாவின் தீவிரப் பற்றாளராகவும், பக்தராகவும் விளங்குகிறார். அவர் தன் வழியில் நின்றிருக்கும் பெலுடாவைக் கடந்து மாச்லி பாபாவைச் சந்திக்க சென்று கொண்டிருப்பார்.

மாச்லி பாபா தர்பங்கா படித்துறையின் ஓர் எல்லையில் அக்கணத்தில் சொற்பொழிவு ஆற்றிக்கொண்டிருப்பார். அதைத்

தொடர்ந்து நிறைய சாகச நிகழ்வுகளின் தொகுப்பும் நடைபெறும். இதனையெல்லாம் அவ்விடத்தில் படமாக்குவது சாத்தியமில்லாதது என்பதால், ஸ்டூடியோவில் அதனையெல்லாம் பின்னர் படமாக் கலாம் என்று முடிவு செய்யப்பட்டது. அதனால், அந்தக் கணத்தில், பிப்ரவரியில் மகன்லாலின் வருகையை மட்டும் பதிவுசெய்வது எங்கள் திட்டமாக இருந்தது. ஏப்ரலில், கல்கத்தாவில் மாச்லி பாபாவுடனான அவரது சந்திப்பும், அதைத் தொடர்ந்து வெள்ளித் தட்டை அன்பளிப்பாக அவர் கொடுக்கும் காட்சிகளும் படமாக்கப் படும். திரைப்படத்தைப் பார்க்கின்றவர்கள் அடுத்தடுத்து வருகின்ற இவ்விரு காட்சிகளுக்குள் நிலவுகின்ற காலமாற்றத்தை உணர மாட்டார்கள்.

முதல்நாள் நாங்கள் படமாக்கிய காட்சி, திரைப்படத்தின் முதல் சில நிமிடங்களுக்குள் வரக்கூடியது. இரண்டாவது நாள் நாங்கள் படமாக்கிய பகுதிகள், திரைப்படத்தில் இறுதி சில கணங்களில் வரக்கூடிய காட்சிகள். முதல் காட்சியைப்போலவே, இக்காட்சியிலும் மகன்லால் படகில் பயணித்து, வேறொரு புதிய அன்பளிப்பு பொருளுடன் கரை சேர்கிறார். ஆனால், இந்தமுறை அவரை டோப்ஷியும், லால்மோகன் பாபுவும் மட்டும்தான் கண்காணிக் கிறார்கள். இருவரும் அவ்விடத்தில் அசௌகரியமாக உணருகி றார்கள். ஏனெனில், பெலுடா அவர்களைச் சாதுக்களின் உடையில் தோன்றி உளவு பார்க்கச் சொல்லியிருந்தார். அதனால் அவர்கள் காவி உடையை அணிந்தபடியும், பல மடிப்புகள் கொண்ட சுருள் கேசத்துடனும், முன்நெற்றியில் குங்குமப் பொட்டு வைத்தபடி, கழுத்தில் உருளும் ருத்ராட்ச மாலையுடனும் நின்றிருக்கிறார்கள். லால்மோகன் கையில் செம்புக் கலசம் ஒன்றும் இருக்கிறது. அவ்வப்போது முகம் சுளித்தபடியே மந்திரம் ஓத முயற்சித்துக் கொண்டிருக்கும் லால்மோகனை, மிகையாக நடித்துவிடாதபடி டோப்ஷி கட்டுப்படுத்துகிறான். எங்களது ஒப்பனைக் கலைஞர் செய்திருந்த வெகு சிறப்பான பங்களிப்பால், லால்மோகன் பாபு படித்துறையை அடைந்தவுடன் பண்டாரம் ஒருவர் மெல்ல அவர் முன்னால் குனிந்து தன்னை ஆசீர்வதிக்கும்படி சொன்னார். இது எங்களுக்கு மிகப்பெரிய நம்பிக்கையை அளித்திருந்தது. லால் மோகனும் தனது கண்களைப் பாதி மூடிய நிலையில், அலட்சியப் போக்குடன் நிதானமாக அவருக்கு ஆசி வழங்கினார்.

படப்பிடிப்புத் தளத்தில் திரண்டிருந்த ஒட்டுமொத்தப் பார்வை யாளர்களையும் கடந்து, எங்களால் இக்காட்சியை மிக எளிதாக படம்பிடிக்க முடிந்தது. காட்சிப் பதிவு முடிந்ததும், உடனடியாக நாங்கள் படகில் ஏறி பயணிக்கத் துவங்கினோம். எங்களின்

முன்னால் திரண்டிருந்த நூற்றுக்கணக்கான மனிதக் கூட்டத்திற்குள் புகுந்து வெளியேறுவது சாத்தியமில்லாதது என்பதால், நீர் மார்க்க மாக, எங்களது பயணத்தைத் திட்டமிட்டிருந்தோம். படகு எங்களை தஷ்வமேத் படித்துறைக்கு அழைத்துச் சென்றது.

மதிய உணவை ஆற்றின் மீது பயணித்தபடியே உண்பது என்று முடிவு செய்தோம். முழு நாளும் படித்துறைகளிலேயே வேலை செய்துகொண்டிருந்த அந்த நாட்களில் இப்படி ஆற்றுப் பயணத்தின் போதே உணவு உண்பது வாடிக்கையாகிவிட்டது. நாங்கள் கையோடு எடுத்துவந்திருந்த உணவுப் பொட்டலங்களைப் பிரித்து, படகில் இருந்தபடியே சாப்பிடுவோம். பயன்படுத்தப்பட்ட பெட்டிகளில் நாங்கள் வீசியெறிய, காகங்கள் விரைவாக அவற்றை நெருங்கி வந்து, அதனில் ஏதேனும் இறைச்சித் துண்டுகள் இருக்கின்றனவா என்று சோதனையிடத் துவங்கிவிடும்.

* * *

தர்பங்கா படித்துறையில் படப்பிடிப்பை நிறைவு செய்துவிட்டு, அங்கிருந்து சில அடி தூரத்தில் இருந்த கெதர் படித்துறைக்கு நகர்ந்தோம். அங்கு நாங்கள் படப்பிடிப்பு நடத்தத் திட்டமிட்டிருந்ததை ஒருவரும் தெரிந்து வைத்திருக்கவில்லை என்பதால், அவ்விடத்தில் வெறுமை கவிந்திருந்தது. எனினும், ஒரு சில நிமிடங்களுக்குள்ளாக, எங்களது வருகை குறித்து தகவல் காட்டுத்தீப்போல பரவிவிட்டது. அதனை நாங்கள் உணர்ந்து கொள்ளும் முன்பாகவே, ஆயிரக் கணக்கான மக்கள் மீண்டும் எங்களைச் சூழ்ந்து நின்றிருந்தார்கள். இப்போது மீண்டும் ஒரு யுத்தத்திற்கு நாங்கள் தயாராக வேண்டி யிருந்தது.

நல்லவேளையாக, மக்கள் நாங்கள் கட்டியிருந்த கயிற்றை அவிழ்க்க முயற்சிக்காமல், கட்டுக்கோப்புடன் வெகு நிதானமாக அவ்விடத்தில் நின்றிருந்தார்கள். எனினும், லால்மோகன் பாபு பங்கேற்றிருந்த அக்காட்சியில் பல வேடிக்கையான தருணங்கள் இருந்தபடியால், பல நேரங்களில் அங்கு கூடியிருந்த மக்கள் பலமாகச் சிரித்துக் கொண்டிருந்தார்கள். இதனால், நடிகர்கள் பேசும் வசனங் களை மீறி சிரிப்பலையே எங்களது காட்சிப் பதிவில் பதிவாகி யிருந்தது. அப்படியெனில், ஒவ்வொரு சிறு கணத்தில் அதிர்ந்து சிரிக்கின்ற பார்வையாளர்களின் சிரிப்புச் சத்தத்தை மீறி நம்மால் எப்படி அவர்களது வசனத்தைத் தெரிந்துகொள்ள முடியும்? எனினும், நாங்கள் படப்பிடிப்பில் நடிகர்களால் பேசப்படுகின்ற வசனங்களைக் கூடுமானவரையில் பதிவு செய்து முடித்தோம். கல்கத்தாவுக்குத்

திரும்பிய பின்னர், இந்த நடிகர்கள் தாங்கள் நடித்த காட்சியைப் பார்த்து, பதிவு செய்யப்பட்டிருக்கின்ற வசனங்களை உள்வாங்கி, மீண்டும் திரையில் தோன்றும் தங்களது உதட்டசைவுக்குத் தக்கபடி பேச வேண்டும். இத்தகைய குரல் பதிவை, திரைத்துறையில், "டப்பிங்" என்று குறிப்பிடுவார்கள்.

இத்தனை சிக்கல்களையும் கடந்து, படித்துறையில் நாங்கள் காட்சிகளை எடுத்து முடித்துவிட்டோம். இப்போது நாங்கள் குறுகலான சந்துப்பகுதிகளின் மீது எங்களது கவனத்தைக் குவிக்க வேண்டும். பெலுடாவும் பிறரும் தஷ்வமேத் படித்துறையின் அருகில் இருக்கின்ற கல்கத்தா விடுதியில் தங்கியிருக்கிறார்கள். அதனால், அவர்கள் விடுதியில் இருந்து வெளியேறி கயான் பாப்பி மஸ்ஜித்தை கடந்து, விஸ்வநாதர் ஆலயத்தையும் கடந்து, பல்வேறு சந்துகளில் நடந்துசென்று, மகன்லாலின் வீட்டை அடைய வேண்டும். இந்தக் காட்சியிலும், லால்மோகன் பாபு காளை ஒன்றைப் பார்த்து கலவரமடைந்து பரிதவிக்கும் காட்சியிலும் சில வசனங்கள் இருந்தன. கயான் பாப்பி மற்றும் கோவில் அருகிலான காட்சிகளைப் பதிவு செய்துவிட்டு, குறுகலான சந்தில் மூவரும் காளையைப் பார்க்கும் காட்சியைப் படம் பிடிக்கச் சென்றிருந்தோம். கல்கத்தாவில் இந்தப் படத்தின் திரைக்கதையை நான் எழுதிக் கொண்டிருந்தபோது, வாரணாசி காளை இனம் மெல்ல அழிந்து கொண்டிருக்கிறது என்பதை அறிந்திருக்கவில்லை. எனினும், என்னால் காளைகள் இல்லாத வாரணாசியைக் கற்பனை செய்யவே முடியவில்லை. அதேபோல, காளையின் முன்னால் லால்மோகன் பதற்றமடையும் காட்சி இல்லாமல் என் திரைப்படத்தையும் உருவாக்க எனக்கு விருப்பமில்லை. அங்கு வசித்துவந்தவர்கள், சுற்று வட்டாரத்தில் எங்குமே காளைகள் இல்லை என்று தெரிவித்தனர். எங்களுக்கு காளை நிச்சயமான தேவையாக இருந்தால், அங்கிருந்து ஒரு மைல் தொலைவில் இருந்த மற்றொரு படித்துறையில்தான் எங்களால் அதனைப் பார்க்கவே முடியும். ஒரு மைல் தொலைவு என்பது மட்டுமே சிக்கலில்லை. ஒரு காளையை அங்கிருந்து இவ்வளவு தூரம் அழைத்துவர முடியும் என்பதும், துளியும் சாத்தியமில்லாததாகவே இருந்தது.

காமு தானாக, இந்தப் பொறுப்பை கையிலெடுத்துக்கொள்ள முன்வந்தார். சில பசலைக் கீரைகளையும், காய்கறிகளையும் எடுத்துச் சென்று, காளைகளிடம் காண்பித்து நமது சந்துப்பகுதி வரையில் அவற்றை மேய்த்துக்கொண்டு வர முடியும் என்று காமு தெரிவித்தார். இதுவொரு நல்ல யோசனையாக எனக்குப்பட்டது. எங்களது பாராட்டுகளையும் வாழ்த்துக்களையும் பெற்றுக்கொண்டு, காமு

அங்கிருந்து காளையைத் தேடிச் சென்றிருந்தார். இதனால், நாங்கள் சில மணி நேரங்களுக்கு ஓய்வெடுத்துக் கொண்டிருந்தோம். நாங்கள் அதிகாலையில் மிக விரைவாக அவ்விடத்திற்கு வந்திருந்ததால், காலை உணவை நாங்கள் சாப்பிட்டிருக்கவில்லை. அதனால் அருகில் இருக்கும் ஒரு கடையில் எங்களது காலை உணவை முடித்துக் கொண்டோம்.

லால்மோகன் எனக்கு சாதுர்யமுடையவராகத் தோன்றினார். எனினும் அந்தக் குறிப்பிட்ட காட்சி குறித்த பய உணர்வு அவரிடத்தில் மிகுதியாகவே காணப்பட்டது. முன்னதாக, சோனார் கெல்லா திரைப்பட உருவாக்கத்தின்போது அவர் ஒட்டகத்தைச் சமாளிக்க வேண்டியிருந்தது. அந்தச் சந்தர்ப்பத்தில் அவரிடம் தயக்கம் காணப்பட்டது. எனினும், காளையை விட ஒட்டகம் அபாயகரமான விலங்கினம் இல்லை. காளையின் செய்கைகள் எப்போது எப்படி இருக்கும் என்பதை நம்மால் கணிக்கவே முடியாது.

இது எனக்கு சோனார் கெல்லா திரைப்பட உருவாக்கத்தின் போது அதீத கவலையில் ஆழ்ந்திருந்த மற்றொரு நடிகரை நினைவுபடுத்துகிறது. அந்தத் திரைப்படத்தின் ஒரு காட்சியில் வில்லன் மந்தார் போஸ், டாக்டர் ஹஜ்ரா என்பவனை மலையின் மீதிருந்து தள்ளிவிடுகிறார். ஹஜ்ராவாக, சைலன் முகர்ஜிதான் அத்திரைப்படத்தில் நடித்திருந்தார். அவருக்கு காட்சியில் என்ன நிகழப்போகிறது என்பது தெரியும். எனினும், அதனை எவ்வகையில் நான் படம்பிடிக்க திட்டமிட்டிருக்கிறேன் என்பதை அவரிடத்தில் நான் தெரிவித்திருக்கவில்லை. சத்யஜித் ரேயின் திரைப்படங்கள் மிகுந்த யதார்த்த பாணியில் அமைக்கப்பட்டிருக்கும் என்கின்ற புரிதல் அவருக்கு இருந்ததால், மலையின் மீதிருந்து கீழே குதிக்கச் சொல்வதற்கான சாத்தியங்கள் இருப்பதாக அவர் கருதினார்.

ராஜஸ்தானில் இருந்து படப்பிடிப்புக்குக் கிளம்பும்போது, தனது குடும்ப உறுப்பினர்களிடத்தில், "திரும்ப வரும்போது என் கால் எலும்புகள் நொறுங்கிப்போய் இருந்தால், அதனை ஏற்றுகொள்ளத் தயாராக இருங்கள்" என்று சொல்லியிருக்கிறார். நாங்கள் ஜெய்ப்பூரை அடைந்து, அந்தக் காட்சிக்கான சரியான தருணம் வருகின்ற வரையில் அதனை நான் எப்படிப் படமாக்கப்போகிறேன் என்பதை அவர் அறிந்திருக்கவில்லை. மந்தார் போஸ் அவர் உடலின் மீது லேசாக கைவைத்து தள்ளியவுடன், சற்றே தொலைவில் பானு அவரை தாங்கிப் பிடிக்க தயாராக இருப்பார். அதனால் அவர் கீழே விழும் அபாயம் தவிர்க்கப்படும். அடுத்த ஷாட்டில் தரையில் காயத்துடன் அவர் விழுந்துகிடப்பது காண்பிக்கப்படும். அதனால் அவர் கவலைப்படுவதற்கான காரணங்கள் எதுவும் இல்லாதிருந்தது.

இந்தக் காட்சிப் பதிவு முடிந்தவுடன் சைலன் தனது குடும்ப உறுப்பினர்களுக்கு போன் செய்து, "ஷாட் முடிந்துவிட்டது. நான் இன்னமும் முழுமையாகத்தான் இருக்கிறேன்!" என்றார்.

வாரணாசியில் அந்தச் சந்துப்பகுதியில் நடைபெறும் காட்சியைப் பதிவாக்க தாங்கள் தயாராகிக் கொண்டிருந்தபோது, அங்கு எண்ணற்ற மக்கள் குவிந்துவிட்டார்கள். படித்துறைக் காட்சிப் பதிவுகளின்போது குழுமியிருந்தவர்கள் பலரும் பெங்காலிகளாக இருந்தார்கள். ஆனால், இங்கு திரண்டிருப்பவர்கள் ஹிந்தி மொழி பேசுபவர்கள். ஒரு திரைப்படம் எப்படி உருவாக்கப்படுகிறது என்பதை கூர்ந்து கவனிக்கும் ஆர்வம் அவர்களிடத்தில் மிகுந்திருந்தது. காமு காளையொன்றைக் கண்டுபிடித்துவிட்டால் கூட இந்தக் கூட்டத்தை கடந்து எப்படி அவரால் படப்பிடிப்புத் தளத்துக்கு அதனை அழைத்துவர முடியும் என்று நான் யோசனையில் ஆழ்ந்திருந்தேன். சரியாக ஒருமணி நேரம் கழித்து அயர்ச்சியுற்ற முகத்துடன் காமு காளை இல்லாமல் தனியாகத் திரும்பி வந்தார். அவரிடத்தில் நான் காளை மாடு குறித்து கேட்கையில், உறுதியற்ற குரலில் அங்கு என்ன நடந்திருக்கிறது என்பதை விளக்கமாக காமு கூறினார்.

உண்மையில், அவரது திட்டத்தின்படி காளை ஒன்று அவரைப் பின்தொடர்ந்து வந்திருக்கிறது. பாதி வழி வரையில் சரியாக எங்களது திட்டத்தைப்போல வந்த காளை, பின்பு தனது எண்ணத்தை மாற்றிக்கொண்டிருக்கிறது. அதனால் அங்கிருந்து திரும்பி மீண்டும் அதனது இடத்திற்குச் சென்றிருக்கிறது. இப்போது நாங்கள் என்ன செய்யப்போகிறோம்? காளை சம்பந்தப்பட்ட முழுக் காட்சியையும் தவிர்த்துவிடப் போகிறோமா? சாத்தியமே இல்லை.

திடீரென அந்தக் குறுகிய சந்துப்பகுதியின் வாயிலில் சலசலப்பு உண்டாகியது. எங்களுக்கு ஒரு காளை தேவை என்பது செவி வழிச் செய்தியாக அந்தப் பகுதி முழுக்கப் பரவியிருக்கிறது. அதனால் உள்ளூர்வாசி ஒருவர் எங்களுக்கு உதவும் முனைப்புடன் காளை ஒன்றைக் கண்டுபிடித்திருந்தார். அதோடு, அவர் அந்தக் காளையின் உரிமையாளரையும் தேடிப் பிடித்திருந்தார். இது எங்களுக்குக் கிடைத்த ஒரு அற்புதமான தகவல்தான் என்றாலும், மீண்டும் ஒரு சிக்கல் உருவெடுத்தது. நாங்கள் இருந்த சந்துப்பகுதியின் நுழைவில் இருந்து இரும்புப் பாதையொன்று வெளியே நீண்டு சென்று கொண்டிருந்தது. அதனால், அந்தக் காளையால் உள்ளே நுழைய முடியவில்லை. ஒரு சராசரி உடலமைப்பைக் கொண்டிருக்கும் காளையாக இருந்தால், அதனால் அவ்வெளிக்குள் நுழைந்துவிட முடியும். இந்தக் காளை உருவத்தில் மிகப் பெரியது. அதே சந்துப் பகுதியின் மற்றொரு முனையில் இதுபோன்ற இரும்புப் பாதைகள்

எதுவும் இருக்கவில்லை என்றாலும், அந்தக் காளை அவ்வழியை அடைய மேலும் நான்கு குறுகலான சந்துப் பகுதியை சுற்றிக் கொண்டு வர வேண்டும். ஆனால், இந்தக் காளையும் தனது எண்ணத்தை மாற்றிக்கொள்ளாது என்பதில் என்ன நிச்சயம்? எங்களால் செய்ய முடிந்தது என்னவென்றால், கேமிராவை சுமந்துகொண்டு, அந்த இரும்புப் பாதைக்கு வெளியில் சென்று விட்டோம்.

அந்தக் காட்சி இப்படியிருக்கும்: பெலுடாவும், டோப்ஷியும் மற்றொரு நீல நிறச் சட்டை (வில்லனான மகன்லாலால் பணியில் அமர்த்தப்பட்டவன்) அணிந்தவனும் அந்தக் காளையை கடந்து சென்று கொண்டிருப்பார்கள். அதன்பிறகு, பெலுடா சட்டெனப் பின் திரும்பி அங்கே தயக்கத்துடன் நின்றுகொண்டிருக்கும் லால்மோகன் பாபுவை பார்ப்பார். அவரது தயக்கத்தின் காரணத்தைப் பெலுடா கேட்கையில், 1978ஆம் வருடத்தில் அவர் ஒரு அபாயகர மான சூழலை எதிர்கொள்ள வேண்டியிருக்கும் என்று ஜோதிடர் ஒருவர் தெரிவித்திருப்பதாக லால்மோகன் கூறுவார். அதனால், இந்தக் காளைதான் அந்த அபாயகரமான சூழலாக உருவெடுத்து வந்தி ருக்கிறதோ என்கின்ற எண்ணம் அவருக்குள் எழுகிறது. பெலுடா அவரிடம் முட்டாளைப்போல நடந்துகொள்ள வேண்டாம் என்று சொல்கிறார். லால்மோகன் தனது ஒட்டுமொத்த தன்னம்பிக்கையைத் திரட்டி அந்தக் காளையை கடந்து, நிம்மதிப் பெருமூச்சு விடுகிறார்.

கேமிராவைப் பொருத்துவதற்குரிய மற்றொரு இடத்தைத் தேர்வு செய்துவிட்டு, நாங்கள் ஒருமுறை ஒத்திகைப் பார்க்கத் துவங்கினோம். அதற்குள் அங்கு குழுமியிருந்த பார்வையாளர்களிடத்தில் இருந்து பலத்த எதிர்ப்புக் குரல் வெளிப்பட்டது. பசுவும், காளையும் அவர்களைப் பொருத்தவரையில் புனித விலங்குகளாகக் கருதப் பட்டன. அதனால், அங்கு குழுமியிருந்தவர்களில் பலரும் அந்தக் குறுகிய வெளியில் பசுக்களை அடைத்து படம்பிடிப்பது தங்களது நம்பிக்கையை அவமதிக்கும் செயல் என்று குமுறினார்கள். அதனால், எங்களால் மேற்கொண்டு ஒத்திகையில் எல்லாம் நேரத்தை வீணடிக்கும் நிலைமை இல்லாதிருந்தது. சிறியளவில் பிரார்த்தனை செய்துவிட்டு, கேமிராவை இயக்கத் துவங்கிவிட்டோம். நான் "ஆக்ஷன்" என்று சொன்னவுடன் பெலுடாவும், டோப்ஷியும், நீலச் சட்டை அணிந்த மூன்றாவது நபரும் காளையைக் கடந்து விட்டார்கள். அந்த மூன்றாவது நபர் உள்ளூர்க்காரர் என்பதால், அவரால் எளிதாகக் காளையை எதிர்கொள்ள முடிந்தது. அவர் ஆர்வமற்ற வகையில் நடந்தபடியே அந்தக் காளையை லேசாக தொட்டு விலகியபடியே முன் நகர்ந்து கொண்டிருந்தார்.

பெலுடாவும், டோப்ஷியும் உடனடியாக அவரைப் பின் தொடர்ந்து சென்றார்கள். பாபு காளையிடமிருந்து சில அடிகள் விலகி நின்றிருக்க வேண்டும். அவரும் திரைக்கதையில் எழுதியிருந்ததைப் போலவே அவ்விடத்தில் நின்று, பதற்றத்துடன் அதனைப் பார்த்துக் கொண்டிருக்க, திடீரென காளை அவர் திசையில் தலையைத் திருப்பியது. அதோடு, வெறிபிடித்தாற்போல தனது கொம்புகளை லால்மோகன் நின்றிருக்கும் திசையைப் பார்த்தபடியே அசைக்க, லால்மோகன் வெளவெளத்துப் போய்விட்டார். அவரது கண்களில் ததும்பியிருந்த அச்சவுணர்வு அசலானது என்பதால், அவர் நடிக்க வேண்டிய அவசியமே இல்லாமல்போனது. அதனால், நான் நினைத்திருந்ததை விடவும் அக்காட்சி மிக அற்புதமானதாக நிகழ்ந்து கொண்டிருந்தது. ஆனால், இதில் துயரார்ந்த விசயம் என்னவென்றால், பிற்பாடுதான் அக்காட்சி பதிவின்போது கேமிராவில் ஏதோவொரு கோளாறு நிகழ்ந்திருக்கிறது என்பதை எங்களால் புரிந்துகொள்ள முடிந்தது. அந்த அற்புதமான காட்சி ஒருபோதும் எவராலும் பயன்படுத்த முடியாமல் போயிருந்தது. இறுதியில், நாங்கள் ஒரு பசு மாட்டை வைத்து அந்தக் காட்சியை எடுப்பது என்று முடிவு செய்தோம்.

சமயங்களில் திரைப்படத்தில் வெகு சாதாரணமானதாகவும், இயல்பானதாகவும் தோன்றும் ஒரு காட்சி, அந்த இயக்குனர் மற்றும் அவரது குழுவினருக்கு மிகப்பெரிய தலைவலியை ஏற்படுத்தக்கூடிய ஒன்றாக அமைந்துவிடும். ஜெய் பாபா பெலுநாத் திரைப்படமும் இதற்கு விதிவிலக்கானதல்ல. உங்களுக்கு ஒரு உதாரணத்தைச் சொல்கிறேன்.

திரைப்படத்தின் முதல் காட்சியில் பெலுடா சைக்கிள் ரிக்ஷா ஒன்றில் தனியே பயணித்துக் கொண்டிருக்க, அவனைத் தொடர்ந்து மற்றொரு சைக்கிள் ரிக்ஷாவில் டோப்ஷியும், லால்மோகன் பாபுவும் பயணிக்கிறார்கள். கல்கத்தாவில் விடுதியில் தங்குவதற்காகத் தங்களது உடமைகளுடன் அப்போது அவர்கள் பயணிக்கிறார்கள். இதனைத் தொலைதூரக் காட்சிகளாக படம்பிடிப்பதில் எவ்விதச் சிக்கலும் இல்லை. ஆனால், அப்படிப் பதிவு செய்தால் பார்வையாளர்களுக்குத் திருப்தி உருவாகாது. அதிலும் அது திரைப்படத்தின் முதல் காட்சியென்பதால், ஒவ்வொரு கதாபாத்திரத்தையும் அண்மையில் அணுகி அவர்களது முகங்களையும், இயல்புகளையும் பதிவு செய்து காட்சிரீதியிலான விளக்கத்தைப் பார்வையாளர்களுக்குக் கொடுத்தாக வேண்டும். உதாரணத்துக்கு, லால்மோகன் ஒவ்வொரு முறையும் ரிக்ஷாவில் கோவிலொன்றைக் கடக்கும்போது, தனது வலக்கையால் பக்தியுடன், நெற்றியைத் தொடுவார். இது அவரது கடவுள் பக்தி

குறித்த தெளிவைப் பார்வையாளர்களுக்கு வழங்கும். அதிலும் இப்போது அவர் புனித நகரமான வாரணாசியில் பயணம் செய்து கொண்டிருக்கிறார்.

குளோஸப் காட்சியைப் பதிவு செய்வதில் உள்ள சிக்கல் என்னவென்றால், இத்தகைய காட்சியைப் பதிவு செய்வதற்கு கேமிராவை ரிக்ஷாக்காரரின் இருக்கையில் வைக்கவேண்டும். கேமிரா ரிக்ஷாக்காரரின் இருக்கையில் வைக்கப்படுகிறது என்றால், வெளிப்படையாகவே ரிக்ஷாவை நம்மால் நகர்த்திச் செல்ல முடியாது. பலவாறாக மூளையைக் கசக்கிப் பிழிந்து இறுதியில் இதற்கொரு தீர்வை நாங்கள் கண்டடைந்தோம். ரிக்ஷாக்காரரின் இருக்கையையும், முன் சக்கரத்தையும் அகற்றிவிட்டு, கார் ஒன்றின் பின்னால் பின்னிருக்கையை இணைத்துவிட்டால், ஒளிப்பதிவாள ரால் காரின் மீது அமர்ந்து அண்மைக் காட்சியைப் பதிவு செய்து விட முடியும். ஆனால், கார் அப்போது மிக மெதுவாக ரிக்ஷா பயணிக்கும் வேகத்தில் முன்நகர வேண்டும்.

பல ரிக்ஷா ஓட்டுநர்களுடன் பேசியதன் பயனாக இறுதியில் ஒருவர் தனது ரிக்ஷாவைக் கழற்றி பாகம் பிரிப்பதற்கு ஒப்புக் கொண்டார். ஓட்டுநர் இருக்கையை அகற்றிவிட்டு, பின்னிருக் கையை மட்டும், நாங்கள் வாடகைக்கு எடுத்திருந்த மூன்று கார்களில் ஒன்றின் பின்னால் கயிறு ஒன்றால் இணைத்துக் கட்டிவிட்டோம். காரின் பின்னால் இருக்கும் பெட்டியைத் திறந்து அந்த மேல் பாகத்தையும் ஒருவர் கழற்றிவிட்டிருந்தார். அவ்விடத்தில் ஒளிப் பதிவாளர் அமர்ந்து இயங்குவதற்காகப் பயன்படுத்தப்பட்டது. ஆனால், அப்போதுதான் ஒளிப்பதிவாளருக்கும், ரிக்ஷாவில் அமர்ந் திருப்பவருக்குமான இடைவெளி மிகக் குறுகியதாக இருப்பதை எங்களால் உணர முடிந்தது. பயணியால் பின்னால் நகர முடியாது என்பதால், நாங்கள் கேமிராவைப் பின்னால் நகர்த்த வேண்டி யிருந்தது. அதனால், வாகனங்களை அறுவைச் சிகிச்சைக்கு உட்படுத்தும் பணி மேலும் விரிவுகொண்டது. இப்போது காரின் பின் கண்ணாடியையும் நாங்கள் அகற்றிவிட்டோம். கேமிரா காரின் பின் இருக்கையில் பொருத்தப்பட்டது. ஒருவழியாக, இப்போதுதான் நான் நினைத்திருந்த வகையிலான அண்மைக் காட்சி எங்களுக்குக் கிடைத்தது.

இந்த வேலைகளை நாங்கள் செய்து கொண்டிருந்த நேரத்தில், வழக்கம்போல பலரும் எங்களைச் சூழ்ந்துகொண்டார்கள். காரை ஓட்டத்துவங்கிவிட்டு, என் முதல் ஷாட்டை இயக்கும் மனநிலையில் நானிருந்தபோது, டோப்ஷியும், லால்மோகனும் பயணிக்கும் ரிக்ஷாவுக்கு இருபுறமும் சில உள்ளூரைச் சேர்ந்த இளைஞர்கள்

தங்களது சைக்கிளை ஓட்டியபடியே வந்துகொண்டிருந்தார்கள். இதன்மூலம், அவர்களும் திரையில் வர வேண்டும் என்பது அவர் களது எண்ணமாக இருந்தது. இதுபோன்ற மனிதர்களுடன் நம்மால் பொறுமையாகப் பணியாற்ற முடியாது. அதனால், எங்களது குழுவினர்கள் ஒன்றிணைந்து அவர்களைக் காட்சிப் பதிவாகும் இடத்துக்கு வெளியே அனுப்புவதில் ஈடுபடலாயினர். அவர்களில் ஒவ்வொருவராக வெளியே நகர்த்திவிட்டு, இறுதியாக உடன் வந்துகொண்டே இருந்த இளைஞனையும் வெளியேற்றுவதற்குள் நாங்கள் ஒரு மைல் தூரம் பயணித்திருந்தோம். அப்போது, எங்களைச் சுற்றிலும் இயல்பான மனிதர்களும், பாதசாரிகளும் மட்டுமே சூழ்மியிருக்கிறார்கள், காட்சி ஆக்கிரமிப்பாளர்கள் எவரும் இல்லை என்பது உரைத்ததும்தான், என் இரு நடிகர்களிடமும் உரக்கக் குரலெழுப்பி உண்மையான காட்சிப் பதிவு இப்போதுதான் துவங்குகிறது என்று தெரிவித்தேன். லால்மோகன் மற்றும் டோப்ஷியின் அண்மைக் காட்சிகளை எடுத்து முடித்ததும், பெலுடாவையும் அதே ரிக்ஷாவில் அமரச் செய்து அவருக்கான அண்மைக் காட்சிகளையும் எடுத்து முடித்தோம். அரை சைக்கிள் ரிக்ஷாவையும், பகுதியளவில் நீக்கப்பட்ட காரினையும் அறிந்திருக் காதவர்கள் இந்தக் காட்சியை நாங்கள் எப்படி படம்பிடித்தோம் என்று உணர்ந்துகொள்வது மிகக் கடினமானது.

வாரணாசியில் நாங்கள் ஒரேயொரு காட்சியைத்தான் இரவில் படமாக்கினோம். அனைத்துக் காட்சிகளுமே பகல்வெளிச்சத்தில் தான் படம் பிடிக்கப்பட்டன. ஏனெனில் வாரணாசியில் இரவில் காட்சிகளை இயக்குவது மிகவும் சிரமமானது என்பதோடு கடினமானதும்கூட. முதலில், காட்சிக்குத் தேவையான அனைத்து விளக்குகளையும் ஏற்பாடு செய்ய வேண்டும். ஸ்டூடியோக்களில் பயன்பாட்டில் இருக்கும், இரும்புத் தடிகளுடன் இணைந்திருக்கும் பிரகாசமான ஒளி உமிழும் விளக்குகளை இங்கு சுமந்து வர வேண்டும். இந்த விளக்குகள் எங்களுக்கு ஒரு சுமையாக மாறிவிடும் என்பதோடு, எங்கெங்கெல்லாம் இந்த விளக்குகளைப் பயன்படுத்து கிறோமோ அங்கெல்லாம் மின்சார இணைப்புகளுக்கும் நாங்கள் ஏற்பாடு செய்தாக வேண்டும். ஒரு குறிப்பட்ட பகுதியில், மின்சார வசதி இல்லையென்றால் ஜெனரேட்டரை நாங்கள் பயன்படுத்தியாக வேண்டும். வெளிப்படையாகச் சொல்ல வேண்டுமென்றால், இரவில் நாங்கள் எந்தப் பகுதியில் படம்பிடித்தாலும், அப்பகுதி மக்களுக்கு பெரும் தொந்தரவு உண்டாகும் என்பதோடு, அவர்களது இரவு உறக்கமும் பாதிக்கப்படும். வாரணாசியில் நாங்கள் படம்பிடித்த ஒரேயொரு இரவுநேரக் காட்சி பாண்டே ஹாவ்லியில் நடத்தியது மட்டும்தான்.

இந்தக் காட்சி குறித்துப் பேசுவதற்கு முன்னதாக, இதற்கும் முன்பு சோனார் கெல்லா படப்பிடிப்பின்போது நிகழ்ந்த இரவுநேர அனுபவம் ஒன்றைக் குறிப்பிட்டாக வேண்டும். நாங்கள் படமாக்க வேண்டிய காட்சி நள்ளிரவு நேரத்தில் ரயிலொன்றை ஒரு நிலையத்தில் நிறுத்தப்படுவதாகும். இந்த முழுக் காட்சியையும் நாங்கள் குளிரான முழு இருளில் பதிவு செய்தோம்.

பெலுடாவும், லால்மோகன் பாபுவும், டோப்ஷியும் அந்த ரயிலில் ஏறி ஜெய்சால்மரில் இருக்கும் ராமோத்ரா எனும் ஊருக் கான பயணத்தைத் துவங்க வேண்டும். நிலையத்தில் இருந்து ரயில் தனது பயணத்தை மீண்டும் துவங்கியவுடனேயே, ராஜஸ்தானி உடையில் இருக்கும் வில்லனான மந்தார் போஸ், அவர்களது பெட்டிக்குள் தாவி ஏற வேண்டும். இதற்குப் பிறகான காட்சி ஸ்டூடியோவில் படமாக்கப்படும். ஆனால், குறிப்பிட்ட அந்த ரயில் நிலையக் காட்சியை அசலான இடத்தில் மட்டுமே பதிவு செய்ய முடியும். இதில் மிகவும் அபாயகரமான பகுதி எதுவென்றால், மந்தார் போஸ் ரயில் பெட்டியின் வாயிற்புற இரும்புக் கம்பியைப் பிடித்து மற்றொரு பெட்டிக்குள் தாவும் காட்சியைப் படமாக்குவது தான். ஹாலிவுட்டில் இக்காட்சியைப் படம்பிடித்திருந்தால், தேர்ந்த சண்டைக்காட்சி வடிவமைப்பாளர்களைப் பயன்படுத்தியிருப்பார்கள். ஆனால், துரதிர்ஷ்டவசமாக, வங்காளத் திரைத்துறையில் அத்தகைய சண்டைக்காட்சி வடிவமைப்பாளர்கள் என்று எவரும் இல்லை. பல வருடங்களுக்கு முன்பு ‘ஜல்சாகர்’ உருவாக்கும்போதே இதனை நாங்கள் உணர்ந்துகொண்டோம். அந்தத் திரைப்படத்தின் இறுதிக் காட்சியில், கதையின் நாயகனான ஜமீன்தார் விஸ்வாம்பார் ராய் குதிரையில் இருந்து கீழே விழ வேண்டும். ஆனால், முன்னணி நடிகர் ஒருவரை அத்தகையதொரு நிலைக்கு நாம் எப்படி நகர்த்த முடியும்? அதனால், கல்கத்தாவில் ஓரளவுக்கு அறியப்பட்டிருந்த சண்டை வடிவமைப்பாளரான கான் ஷாகிப்பின் உதவியை இந்தக் குறிப்பிட்ட காட்சிக்கு நாடுவது என்று முடிவு செய்யப்பட்டது. அவரும் திட்டமிட்டபடியே குதிரையில் இருந்து குதித்துவிட்டார் என்றாலும், அடுத்த மூன்று நாட்களுக்கு அவர் மருத்துவமனைப் படுக்கையில் வீழ்ந்துகிடக்க வேண்டியதாயிற்று. சோனார் கெல்லா காட்சியின்போது காமு தானாகவே முன்வந்து நகர்ந்து கொண்டிருக்கும் ரயில் கதவைப் பிடித்துக்கொண்டு தொங்கியபடியே மற்றொரு பெட்டிக்குத் தாவும் செயலை கையிலெடுக்கப் போவதாக என்னிடத்தில் தெரிவித்தார். எனக்கு உள்ளுக்குள் பயம் பிடித்துக் கொண்டது என்றாலும், அவரது அசாத்தியமான தன்னம்பிக்கை என் மனதைக் கரைத்தது.

இந்தக் காட்சியைப் பதிவு செய்வதற்காக சிறிய ரயில் நிலைய மான லத்தியை நாங்கள் தேர்வு செய்தோம். எங்களது படப்பிடிப்புக் கென்றே பிரத்யேகமாக அனுப்பப்பட்டிருந்த ரயில் தயார் நிலையில் நின்றிருந்தது. அந்த என்ஜின் ஓட்டுநருக்கு நாங்கள் அனைத்தையும் முழுமையாக விவரித்துவிட்டோம். எப்போது வேண்டுமானாலும் முன்னும்பின்னுமாக ரயிலை இயக்க வேண்டிய சூழல் வரலாம் என்று அவருக்குச் சொல்லப்பட்டது.

இந்தக் காட்சிப் பதிவின்போது டிராலியையும் பயன்படுத்துவது என்று நாங்கள் முடிவு செய்தோம். குறிப்பிட்ட ரயில் பயணிக்கும் தடத்துக்கு பக்கவாட்டில் இருக்கும் தண்டவாளத்தில் இந்த டிராலி இயக்கப்படும். கேமிரா இந்த டிராலியின் மீது பொருத்தப்பட இரண்டு பணியாளர்கள் டிராலியை முன்னும்பின்னுமாக நகர்த்த உதவி புரிவார்கள். ஆனால், சிரமங்கள் இதோடு முடிந்துவிட வில்லை. எங்களிடம் மற்றொரு கேமிராவும் இருந்தது. உதவி ஒளிப்பதிவாளரான புர்நந்து ரயிலின் மீது படுத்த நிலையில் அந்த கேமிராவை இயக்கிக் கொண்டிருப்பார். மந்தார் போஸின் சாகசத்தை அவரது தலைக்கு மேலாக இருந்து பதிவு செய்திருப் பதைப்போன்ற உணர்வை இரண்டாம் கேமிராவில் பதிவாகும் காட்சிகள் உண்டாக்கும். இது பார்வையாளர்களின் உணர்வுகளை மேலும் தீவிரமாகக் கிளர்த்திவிடக்கூடிய தன்மையிலானது.

ஆனால், முதல் ஷாட்டைப் படமாக்க நாங்கள் தயாரானபோதே நள்ளிரவைத் தொட்டிருந்தது. அந்த ரயில் நிலையம் பாலை வனத்தின் மையத்தில் இருந்தது. காமு பெட்டிக்குள் தாவி ஏறி, ஒரு பெட்டியில் இருந்து மற்றொரு பெட்டிக்கு போக உதவும் இரும்புக் கம்பியைப் பிடிக்கையில், ஷாக் அடித்ததைப்போல தனது கைகளை அதிலிருந்து எடுத்துவிட்டார். அந்த இரும்புக் கம்பி பிடிக்க முடியாத வகையில் குளிர்ந்து போயிருந்தது. அதனால், அதனை எப்படிக் கையாளுவது என்பதைப் புரிந்துகொள்ளவே அவருக்கு ஐந்து நிமிடங்கள் தேவைப்பட்டன. அதன்பிறகு, மீண்டும் நாங்கள் என்ஜின் ஓட்டுநரின் திசையில் டார்ச் விளக்கை அடித்து, மீண்டும் ரயிலை இயக்கச் சொன்னோம்.

ரயில் நகரத் துவங்கியவுடனேயே, டிராலியைப் பணியாளர்கள் நகர்த்தத் துவங்கினார்கள். ரயில் சீரான வேகத்தை அடைந்ததற்கு பிறகுதான், முதல் ஷாட்டை நாங்கள் படமாக்க முடியும். என் ஒளிப்பதிவாளர் செய்யிமொண்டூவும் நானும் டிராலியில் அமர்ந் திருக்க, புர்நந்து ரயிலின் மேற்கூரையில் தயாராக அமர்ந்திருந்தார். எங்களது டிராலியை நகர்த்திக் கொண்டிருந்த பணியாளர்கள் நம்ப இயலாத வகையில் ரயிலின் வேகத்துக்கு இணையான வேகத்தில்

எங்களை முன்செலுத்திக் கொண்டிருந்தார்கள். டிராலியில் சிறிய விளக்கு ஒன்றும் பொருத்தப்பட்டிருந்தது. அந்த இருள்வெளியில் மந்தார் போஸின் முகத்தைத் தெளிவாகப் பதிவுசெய்வது கடின மென்பதால், அந்த விளக்கு பயன்படுத்தப்பட்டது.

படம்பிடிப்பதற்கான சரியான தருணத்தை எதிர்பார்த்து நாங்கள் சில கணங்கள் காத்திருக்க வேண்டியிருந்தது. அதுவரை யிலும், காமு ஒரு வௌவாலைப்போல ரயில் நுழைவாயிலில் தொங்க வேண்டும். இப்போது அனைவருக்கும் சிக்னல் கொடுக்கப் பட்டுவிட்ட நிலையில், சர்க்கஸில் கயிறைப் பிடித்துக் கொண்டு தொங்கும் கலைஞரைப்போல ஒவ்வொரு கதவாகப் பிடித்துத் தாவ வேண்டும். அவரது சிறப்பான பங்களிப்பால் காட்சியை மறுபடியும் படம் பிடிக்க வேண்டிய தேவை இருக்கவில்லை.

இந்தக் குறிப்பிட்ட காட்சி படமாக்கப்பட்ட சூழலும், நேரமும் எந்தவிதமான பார்வையாளர்களின் குறுக்கீடுகளையும் எங்களுக்கு உண்டாக்கவில்லை. அதனால், எங்களது காட்சியை அமைதி யாகவும், விரைவாகவும் முடிக்க முடிந்தது. வாரணாசியில் இரவுக் காட்சியைப் பதிவாக்குவது என்று முடிவு செய்ததும், இரவு எட்டு மணி அளவிலேயே பாந்தே ஹாவ்லியில் படம்பிடிப்பதென்று தீர்மானித்தோம். பெலுடா மற்றும் பிறரும் இரவு உணவுக்குப் பிறகு சிறு நடைக்குச் செல்லும் காட்சி அது. இந்தக் குறிப்பிட்ட காட்சி முழுக்க முழுக்க லால்மோகன் பாபுவைச் சார்ந்தே உருவாக்கப் பட்டது. அவர் தனது அடுத்த நாவல் பணிக்காக வாரணாசியில் இரவு நேரத்தில் சுற்றித்திரிவது அவசியமானது என்று கருதுகிறார். இரவுநேர வாரணாசி அவரது சிந்தனையைத் தூண்டும் என்கின்ற நம்பிக்கை அவருக்கு இருக்கிறது. அவர்கள் தங்களுக்குள் உரையாடிய படியே இருட்டான பாதையில் நடந்து செல்ல வேண்டும். அச்சுறுத்தக்கூடிய வகையிலான அமைதி அவ்விடத்தில் நிலவியிருக் கிறது. அப்போது எதிர்பாராத வகையில், மற்றொரு சாலையில் கொடூரமான கொலையொன்று நடக்கிறது.

அந்த மூவரும் தங்களுக்காக எழுதப்பட்டிருக்கும் வசனங்களை முழுமையாகப் பேசியபடியே நடந்து செல்வதற்கு எவ்வளவு நேரமாகும் என்பதை முன்னதாகவே நாங்கள் கணித்திருந்தோம். இந்தக் கணக்கின்படி, பாந்தே ஹவாலியில் மூன்று பாதைகள் தேர்ந் தெடுக்கப்பட்டன. பெலுடாவும், மற்றவர்களும் இந்த மூன்று பாதை களிலும் இறங்கி நடக்கவேண்டும். அந்த மூன்று சாலைகளிலும் மிக சன்னமான அளவிலேயே வெளிச்சம் பரவியிருந்தது. அதனால், நாங்கள் செயற்கை ஒளிகளை அங்கு அமைக்க வேண்டியிருந்தது. மாலை ஆறு மணி அளவில் எலெக்ட்ரீசியன்கள் அங்கு வந்து

விளக்குகளைப் பொருத்த வேண்டும். இதனால், படப்பிடிப்புக்கு முன்னதாக அனைத்தும் தயாராகிவிடும்.

ஆனால், எட்டு மணிக்கு நாங்கள் அங்கு சென்றிருந்தபோது முற்றிலும் எதிர்பார்த்திராத காட்சி ஒன்று எங்கள் கண்ணில்பட்டது. இரண்டு குறுகலான பாதைகளுக்கும் இடையிலிருந்த வெளியில் ஆயிரக்கணக்கான மக்கள் குழுமி நின்றிருந்தார்கள். இளையவர்கள், ஆண்கள், பெண்கள், பெங்காலிகள், பெங்காலி அல்லாதவர்கள் எனப் பாரபட்சமின்றி அவ்விடம் பல்வேறு மனிதர்களால் பிதுங்கிக் கொண்டிருந்தது. இதனால், எங்களது படப்பிடிப்புக் கருவிகளை வைப்பதற்குக் கூட அங்கு இடம் இல்லை. ஒவ்வொரு மனிதரும், அங்கேயே உறுதியுடன் அசையாதிருந்தார்கள். அவர்கள் அங்கிருந்து நகர்ந்திராத வரையில், படப்பிடிப்பைத் துவங்குவதற்கான சாத்தியமே இல்லை என்பதை ஒருவரும் உணர்ந்திருக்கவில்லை.

இப்போது நான் என் குரலை உயர்த்த வேண்டியிருந்தது (கூட்டமாக நின்றிருந்தவர்கள் துளியும் அமைதியைக் கடைப்பிடிக்க வில்லை). நானும் என் குழுவில் இருந்த வேறு சிலரும், அவர்கள் அங்கிருந்து நகரும் வரையில் படப்பிடிப்பு நிகழப்போவதில்லை என்று உரக்கத் தெரிவித்தோம். இந்த எச்சரிக்கை தொடர்ச்சியாக ஐந்து முறை விடப்பட்டது என்றாலும், அவர்கள் கேட்கும் திறனிழந்தவர்களைப்போல எவ்வித அசைவுமின்றி அங்கேயே நின்றிருந்தார்கள். அதனால், என் குழுவினரிடம் அனைத்தையும் மூட்டைகட்டிக்கொண்டு விடுதிக்குச் செல்லும்படி உத்தரவிட்டேன். அவ்விடத்தில் படப்பிடிப்பு நிகழ்த்துவது துளியும் சாத்தியமில்லா திருந்தது. அதனால், இதேபோன்ற குறுகலான பாதைகளை ஸ்டூடியோவில் அமைத்துப் படம்பிடித்துக்கொள்ளலாம் என்று தீர்மானித்தோம்.

ஏமாற்றத்துடன் எங்களது விடுதிக்குத் திரும்பியிருந்த நாங்கள் இரவு உணவை முடித்துவிட்டு, உறங்கச் செல்வதற்கு ஆயத்த மானோம். அப்போது திடீரென வாயிற்புறத்தில் அழைப்பு மணி ஒலித்தது. கதவைத் திறந்தபோது அங்கு இரண்டு இளைஞர்கள் நின்றிருந்தார்கள். அவர்கள் பாந்தே ஹாவ்லி பகுதியைச் சேர்ந்த வர்கள் என்பது புரிந்தது. அவர்கள் எங்களிடம் மன்னிப்புக் கேட்ப தற்காகவும், மேலும் கோரிக்கை ஒன்றை வைப்பதற்காகவும் அங்கு வந்திருந்தனர். ‘மன்னியுங்கள் சார். நாளை இரவு எட்டு மணியைக் கடந்ததற்குப் பின்னர் உங்களது படப்பிடிப்பை நடத்திக் கொள் ளுங்கள். நாளை நீங்கள் வருகையில், எந்தவிதமான தொந்தரவும் உங்களுக்கு உண்டாகாது என்று நாங்கள் உறுதி அளிக்கிறோம். இவ்வளவு தூரம் வந்துவிட்டு, எங்கள் பகுதியில் படம்பிடிக்காமல்

நீங்கள் திரும்பிவிட்டால், அது எங்களுக்கு மிகப்பெரிய அவப் பெயரை உருவாக்கிவிடும். காலாகாலத்துக்கும் அந்த அவப்பெயர் எங்கள் பகுதியின் மீதாக நிலைத்திருக்கும்" என்றனர்.

பிரச்சனை ஒரு முடிவுக்கு வந்துவிட்டதாக எனக்குப்பட்டது. மீண்டும் நாம் முயற்சித்துப் பார்க்கலாம். "ஆனால், சிறிய அளவி லான மனித நடமாட்டத்தை அங்கு பார்த்தால்கூட மீண்டும் நாங்கள் திரும்பிவிடுவோம். சரியா?" என்றேன்.

மறுநாள் இரவு பதினோரு மணிவாக்கில், அவ்விடத்திற்கு நாங்கள் சென்றிருந்தபோது, அந்த இளைஞர்கள் தங்களது உறுதிமொழியைக் காப்பாற்றுவார்கள் என்று நம்பவில்லை. ஆனால், உண்மையில் அவ்விடம் துளி மனித நடமாட்டமும் இல்லாமல் ஆழ்ந்த அமைதியில் உறைந்திருந்தது. அதனால் எவ்வித தொந்தர வும் இல்லாமல், எங்களால் அவ்விடத்தில் பணியாற்ற முடிந்தது. அன்றைய இரவின் முழுப் படப்பிடிப்பும் நிறைவடைந்தபோது அதிகாலை மூன்று மணி ஆகியிருந்தது. உண்மையில் ஸ்டூடியோவில் கூட எங்களால் இந்த அளவிற்கு தொந்தரவு இல்லாமல் படம் பிடித்திருக்க முடியாது.

எங்களுக்கு நேர்ந்திருந்த ஒரேயொரு மிகச் சிறிய அளவிலான தொந்தரவு என்னவென்றால், ரிங்கு சில்க் ஹவுஸ் என்ற கடையின் உரிமையாளருக்கு இருந்த பரவச உணர்வுதான். அவர்கள் தங்களது கடையின் விளம்பரப் போஸ்டரை சுவர் முழுக்க அவ்விடத்தில் ஆங்காங்கே ஒட்டியிருந்தார்கள். நாங்கள் எந்தத் திசையில் திரும்பி னாலும் வீட்டுச் சுவர்கள், கோவில் சுவர்கள், நுழைவுக் கதவுகள், தெரு விளக்குகள் அனைத்து இடங்களிலும் ரிங்கு கடைக்குப் பிறரை வரவேற்கும் விளம்பரப் போஸ்டர்கள் எங்கள் கண்ணில் தென் பட்டது.

அந்தக் கடையின் உரிமையாளரை நாங்கள் பார்க்க முடிந்த தால், அவரிடத்தில் 'திரைப்படங்களைப் பார்க்கும் மக்கள், இந்த விளம்பரங்களின் மீது ஈர்க்கப்பட்டு முழுக் கவனத்தையும் அதில் குவித்துவிட்டார்கள் என்றால், எங்களது திரைப்படப் பாத்திரங் களான பெலுடா மற்றும் அவரது சகாக்களின் செய்கைகளை மக்கள் கவனிக்க மாட்டார்கள். உங்கள் கடைக்கு இதனால் நல்லதொரு லாபம் உண்டாக வாய்ப்பிருக்கிறது. ஆனால், எங்களது திரைப்படம் முற்றிலுமாகச் சிதைந்துவிடும். அந்தப் போஸ்டரை அகற்றாமல் படப்பிடிப்பைத் துவங்குவது சாத்தியமானதல்ல' என்று புரியும்படி விளக்கமளித்தோம். அந்த மனிதர் நொறுங்கிப்போனவராக காட்சி யளித்தார். எனினும், தொலை தூரத்தில் இருந்த ஒன்றிரண்டு போஸ்டர்களைத் தவிர்த்து மற்ற அனைத்தையும் பானுவும், எங்களது குழுவைச் சேர்ந்த வேறு சிலரும் அகற்றிவிட்டார்கள்.

அடுத்து எங்களது முழுக் கவனத்தையும் ஒலிப்பதிவு செய்வதில் குவித்திருந்தோம். பொதுவாக, வெளிப்புறக் காட்சிகளில் நடிகர்கள் பேசும் வசன ஒலிகளை நம்மால் திரைப்படத்தில் பயன்படுத்த முடியாது. ஏனெனில் அங்கு நிலவும் சூழலின் சப்தமும், பிற இரைச்சல்களும் நடிகர்களின் குரலொலியுடன் சேர்ந்து பதிவாகி இருக்கும். அதனால், படப்பிடிப்புத் தளத்தில் பதிவாகும் குரல்கள், ஒரு வழிகாட்டியாக மட்டுமே பயன்படும். அந்தப் பதிவுகளை கேட்டுத்தான் டப்பிங் பணியின்போது, நடிகர்கள் தங்கள் முகங் களைப் பார்த்து உதட்டசைவுக்கு ஏற்ப வசனங்களை உச்சரிப் பார்கள்.

நாங்கள் அப்போது படம்பிடிக்கவிருந்த காட்சியில் வேறொரு சிக்கலும் நிலவியது. பெலுடாவும், டோப்ஷியும், லால்மோகன் பாபுவும் தொலைவில் இருந்தே காட்சிப்படுத்தப்படப் போகிறார்கள். அந்தக் குறுகலான பாதையின் வழியே உரையாடியபடியே அவர்கள் நடப்பார்கள். இப்போது, ஒலிப்பதிவாளர் அந்த உரையாடலைப் பதிவு செய்வதற்காக அவர்களுடனேயே நகரத் துவங்கினார் என்றால், கேமிராவில் அவரது உருவமும் பதிவாகிவிடும்.

இந்தச் சிக்கலை தீர்ப்பதற்காக, லால்மோகன் பாபுவிடம் ஒரு தோல் பை கொடுக்கப்பட்டது. அந்தத் தோல் பையில் டேப் ரெக்கார்டர் பொருத்தப்பட்டிருந்தது. காட்சி படம்பிடிக்கத் துவங்கும் சமயத்தில், அந்த டேப் ரெக்கார்டர் ஆன் செய்யப்பட்டது. காட்சிப் பதிவுக்குப் பிறகு அந்த ரெக்கார்டரை ஒலிக்கச் செய்து வசனங்கள் அனைத்தும் தெளிவாகப் பதிவாகியிருக்கிறதா என்று பார்த்தோம். லால்மோகன் பாபுவின் தோளில் தொங்கியபடியே அந்த டேப் ரெக்கார்டர் தனக்கு இடப்பட்டிருந்த பணியை மிகச் செறிவாக செய்திருந்தது. மூவரின் வசனங்களையும் எங்களால் நன்றாகக் கேட்க முடிந்தது.

* * *

வாரணாசியில் நாங்கள் பதிமூன்று நாட்கள் தங்கியிருந்தோம். இந்த நாட்களில் சராசரியாக ஒவ்வொரு நாளும் திரையில் மூன்று நிமிடம் வரக்கூடிய அளவில் காட்சிகளைப் பதிவு செய்திருந்தோம். இதன்மூலமாக, கல்கத்தாவிற்குத் திரும்பும் சமயத்தில் எங்கள் திரைப்படத்தின் மூன்றில் ஒரு பகுதி படமாக்கப்பட்டுவிட்டது.

ப்ளீஸ் ப்ளீஸ் புலி மாமா

கூப்பி கெய்ன் பாகா பைன் திரைப்படம் வெளியாகிப் பல வருடங்கள் கடந்திருந்த நிலையில், அதன் இரண்டாம் பாகமான ஹிராக் ரஜார் தேஷே உருவாக்கலாம் என்று முடிவு செய்தேன். ஹிராக் எனும் கொடுங்கோல் அரசன் ஆண்டுவருகின்ற பிரதேசத்தை அடைந்ததும் கூப்பியும், பாஹாவும் பல சாகச நிகழ்வுகளை எதிர் கொள்கிறார்கள். ஹிராக் அரசனின் கருவூல அறையில் பெரும் அளவில் வைரம் குவித்து வைக்கப்பட்டிருக்கிறது. கூப்பியும், பாஹாவும் வைரங்களைத் திருட வேண்டும் என்றால், கருவூல அறைப் பாதுகாவலர்களுக்கு லஞ்சம் கொடுத்து தங்கள் பக்கம் இழுக்கவேண்டும். வைரத்தை இழக்கும் மன்னன் தனது ஆட்சியதி காரத்தையே இழந்ததைப்போலத்தான். அதனால், கருவூல அறைப் பாதுகாவலர்களை விலைக்கு வாங்குவது, அரசனை அரியணையில் இருந்து கீழிறக்கும் செயலில் முக்கிய அங்கம் வகிக்கும் காரியமாகும். இது உள்ளூர் ஆசிரியரான உதயன் பண்டிட் வகுத்திருக்கின்ற திட்டம். அரசனின் கொடுங்கோல் ஆட்சியை அகற்ற அந்த நல்லெண்ணம் கொண்ட ஆசிரியர் கூப்பி மற்றும் பாஹாவுடன் கைக்கோர்த்திருக்கிறார்.

இருவரும் கருவூல அறைக்குள் வருகிறார்கள். அதன் வாயிலில் எதிரும்புதிருமாக நின்றிருக்கும் இரு காவலாளிகளைப் பார்க்கி றார்கள். இந்த இடத்தில், பேய்களின் அரசனிடம் கூப்பி வரம் பெற்றிருப்பதை நினைவுபடுத்த விரும்புகிறேன். அதனால், அவன் தனது பாடலை உரக்கப் பாட, அந்தக் காவலாளிகள் செயலிழந்து சிலைபோல அப்படியே நின்றுவிடுவார்கள். அந்தத் தருணத்தைப் பயன்படுத்தி, பாஹா அந்தக் காவலர்களின் உடலையும், வாயையும் இறுகக் கட்டிவிட்டு அவர்களிடமிருந்து கருவூல அறையின் சாவியை எடுத்துவிடுகிறார்கள். மெல்ல மையக் கதவில் அமைக்கப்பட்டிருக்கும் துவாரத்தின் வழியே சாவியை நுழைத்து உள்ளே நுழைகிறார்கள். இனி எந்தவொரு தடையும் வைரத்தை நோக்கிய தங்களது பயணத்தில் எதிர்படப் போவதில்லை என்று நம்புகிறார்கள். ஆனால், அவர்களுக்குத் தெரியாதது என்னவென்றால், அவ்வறையில்

வைரங்களுக்குப் பாதுகாப்பாக புலி ஒன்று அமர்ந்திருக்கிறது என்பதுதான். வைரம் பாதுகாக்கப்பட்டிருக்கும் பெட்டகத்தில் இருக்கும் மூன்று சாவி துவாரங்களுக்கு முன்பாக, அந்தப் புலி அமர்ந்திருக்கிறது. கூப்பி பாடத் துவங்கினால் புலி அசைவுகளற்று உறைந்துபோய்விடும் என்பது உண்மைதான் என்றாலும், புலியைப் பார்த்தவுடன் உண்டாகிய அதிர்ச்சியில் இருந்து அவன் இன்னமும் மீளவில்லை. அவனது குரலும் வறண்டு போய்விடுகிறது. அவனால் எப்படிப் பாட முடியும்?

அவன் முயற்சிக்கிறான் என்றாலும், அவனால் பாடல் வரிகளை அக்கணத்தில் நினைவுபடுத்த முடியவில்லை. இறுதியில் கிடைக்கும் சொற்களை கோர்த்துப் பாடலாகப் பாடுகிறான்.

மன்னியுங்கள், மன்னியுங்கள், புலி மாமா
உங்கள் நிதானத்தை இழந்துவிடாதீர்கள்,
யாருக்குத் தெரியும் இவ்வறை உங்களுக்குரியது என்று?

அவனது அப்பாவித்தனம் அவ்விடத்தில் வேலை செய்கிறது. புலி அசைவற்று அமைதியாக அவன் முன்னால் அமர்கிறது. பாஹா ஓரடி முன்னால் எடுத்துவைத்து, புலியின் அருகில் குனிந்து, சுவரில் தொங்கும் அந்த மூன்று சாவிகளையும் கையிலெடுத்துக் கொள்கிறான். அதன்பிறகு, வைரத்தை எடுத்துக்கொண்டு வெளியேறி விட வேண்டும்.

இந்தக் காட்சியைத்தான் நாங்கள் படம்பிடிக்க வேண்டியிருந்தது. ஹிராக் ரஜார் தேஷே திரைப்படத்தைப் பார்த்தவர்கள் இக்காட்சி படத்தில் இடம்பெற்றிருப்பதைப் பார்க்க முடியும். இப்போது அந்தக் காட்சி எவ்வாறு உருவாக்கப்பட்டது என்று சொல்கிறேன்.

பல ஹிந்தித் திரைப்படங்களில் இப்போது புலிகளையும், சிங்கங்களையும் பயன்படுத்துகிறார்கள். அவற்றில் பல விலங்குகள் மெட்ராஸில் இருந்து வரவழைக்கப்பட்டவை. இக்காலங்களில், பெயர் பெற்றிருக்கின்ற சர்க்கஸ் குழுக்கள் அனைத்தும் தென்னிந்தியாவைச் சேர்ந்தவை. அதனால் இந்தக் காட்சியை நாங்கள் மெட்ராஸில் இருந்த ஸ்டூடியோ ஒன்றில் படம்பிடிப்பது என்று முடிவுசெய்தோம். பத்து வருடங்களுக்கு முன்பு கூப்பி கெய்ன் பாகா பைன் திரைப்படத்தை உருவாக்கும்போது, புலி ஒன்றை வரவழைத்து மூங்கில் காடுகளில் வைத்துப் படம்பிடிக்க வேண்டியிருந்தது. அது என்றும் மறக்க முடியாத அனுபவமாக எனக்கு அமைந்தது. இந்த முறையும், முற்றிலும் வித்தியாசமானதொரு அனுபவம் எங்களுக்குக் கிடைத்தது.

மெட்ராஸில் அப்போது வசித்துவந்த பெங்காலி ஒருவரிடம் ஒரு புலியைத் திரைப்படத்துக்கு வாடகைக்குப் பெறுவது தொடர்பாக விசாரித்தோம். அவருக்குத் திரைப்பட உலகத்தில் பல தொடர்புகள் இருந்தன என்பதோடு, வங்கத்தில் இருந்து மெட்ராஸ் வருகின்ற வங்காளிகளுக்கு பெரும் உதவி செய்கிறவர்கள் என்கின்ற நற்பெயரையும் பெற்றிருந்தார். அவரது உண்மையான பெயரைப் பயன்படுத்துவது ஒருவேளை சிக்கலானதாக இருக்கலாம். அதனால், அவரை மிஸ்டர் 'பி' என்றே அழைக்க விரும்புகிறேன்.

மிஸ்டர் 'பி' அவர்களுக்கு நாங்கள் புலியைப் பயன்படுத்த விருக்கும் காட்சி குறித்து விரிவாகத் தெரிந்துகொள்ளும் ஆர்வ மிருந்தது. நாங்களும் தெரிவித்தோம். அதன்பிறகு அவர் திரைப் படத்தில் நாங்கள் பயன்படுத்த இருக்கும் கூப்பியின் பாடலைக் கேட்க விரும்பினார். அந்தப் பாடல் புலியின் முன்பு பலமுறை ஒலிபரப்பப்பட்டு அந்தப் பாடலுக்கு புலி பழக்கப்படுத்தப்பட்டு விட்டது என்றால், கூடுதல் நல்விளைவுகளை அது ஏற்படுத்தும். பொதுவாக, அனைத்துப் பாடல்களும் திரைப்படத்தின் படப்பிடிப்பு துவங்கும் முன்பாக பதிவு செய்யப்படும். அதனால், கூப்பியின் பாடலான, “மன்னியுங்கள், மன்னியுங்கள், புலி மாமா” என்கின்ற பாடலை மெட்ராஸுக்கு அனுப்பி வைப்பதில் எங்களுக்குத் துளியும் பிரச்சனை இல்லை.

படப்பிடிப்பு துவங்குவதற்கு பத்து நாட்களுக்கு முன்னதாக, எங்கள் குழுவிலிருந்த அசோக் போஸ் மெட்ராஸில் இருந்த பிரசாத் ஸ்டூடியோவில் நடைபெற்றுவந்த எங்களது திரைப்படத்தின் பணிகளில் பங்கேற்க மெட்ராஸுக்கு கிளம்பிவிட்டார். அவரது வேலை பிரசாத் ஸ்டூடியோவில் கருவூல அறையைக் கட்டி யெழுப்புவதுதான். பொதுவாக, மரச் சட்டகங்கள்தான் அரங்குகளை உருவாக்க ஸ்டூடியோக்களில் பயன்படுத்தப்பட்டு வந்தன. அவை சுண்ணாம்பு சாந்துகளால் பூசி மொழுகப்பட்டிருக்கும்போது, உறுதியானதாகவும், யதார்த்தத்தில் கட்டடங்கள் அமைக்கப் பயன்படுத்தப்படும் செங்கற்சுவருக்கு ஒத்த தரத்திலும் அமைந் திருக்கும். அதனைத் தட்டிப் பார்க்கும்போது மட்டும்தான், அதன் ஒலியை வைத்துப் போலியாக அது உருவாக்கப்பட்டிருக்கிறது என்பதை ஒருவரால் புரிந்துகொள்ள முடியும்.

கருவூல அறைக்கு அடுத்ததாக அமைக்கப்பட்டிருக்கும் அறையொன்றில் புலி காத்திருக்கும் என்று தீர்மானிக்கப்பட்டது. இந்த இரு அறைகளுக்கும் இடையில் ஒரு வளைவு ஒன்று அமைக்கப் பட்டிருக்கும். புலி நின்றிருக்கும் இடத்துக்கு மேலாக, சுவரில் ஆணி அடிக்கப்பட்டு அதனில் சாவிகள் தொங்கவிடப்பட்டிருக்கும்.

படப்பிடிப்பு துவங்குவதற்கு இரண்டு நாட்கள் முன்பாக, நாங்கள் மெட்ராஸுக்கு சென்றுவிட்டோம். எங்கள் எல்லோருக்கும் புலியைப் பார்க்க வேண்டும் என்கின்ற ஆர்வம் மிகுதியாகவே இருந்தது. புலி அச்சுறுத்தக்கூடியதாகவும், பார்வைக்கு வலிமையான தாகவும் தெரியவில்லை என்றால் காட்சி முழுவதும் வீணாகிவிடும். மிஸ்டர் 'பி' தொடர்ச்சியாக எங்களுக்கு நம்பிக்கை அளித்து வந்தாலும், கண்களால் அந்தப் புலியை நாங்கள் பார்க்கும் வரையில், எங்களால் நிம்மதியாகவே இருக்க முடியாது. அதனால், மறுநாள் காலையில் புலியைப் பார்ப்பதற்காக மிஸ்டர் 'பி' உடன் நாங்கள் சென்றோம். அங்கு வேறு சில விலங்குகளும் இருந்தன. சிறிய யானை ஒன்று அங்குமிங்கும் உலவிக் கொண்டிருந்தது. மிஸ்டர் 'பி' தனது கையில் கொத்தாக வாழைப்பழங்களை எடுத்து வந்தார். அந்தச் சிறிய யானைக்கு ஒவ்வொரு வாழைப்பழமாக உண்ணக் கொடுத்தார். ஏன் அவர் இதனைச் செய்கிறார்? நிச்சயமாக, நாங்கள் இங்கு புலியைத்தான் பார்க்க வந்திருக்கிறோமே தவிர யானையை அல்ல? பின்புதான், புலியின் பயிற்சியாளர் வெளியில் எங்கோ சென்றிருக்கிறார் என்பதை நாங்கள் புரிந்துகொண்டோம். அவரது வருகையை எல்லோரும் ஆவலுடன் எதிர்பார்த்துக் காத்திருந்தோம்.

பயிற்சியாளர் வந்ததற்குப் பின்னர், ஒரு அறைக்கு எங்களை அவர் அழைத்துச் சென்றார். அங்கு புலி ஒரு கூண்டில் அடைந்து கிடந்தது. எங்களிடம் முன்பு விவரிக்கப்பட்டிருந்த அதே புலிதான் அது. கூப்பியின் பாடலைத் தொடர்ச்சியாகக் கேட்டதன் வழியாக, படப்பிடிப்புக்கு ஏற்ற மனநிலையுடன் அது தயாராக இருந்தது.

அவ்வறை இருளில் மூழ்கியிருந்தது. எங்களால் புலியைத் தெளிவாகப் பார்க்க முடியவில்லை. அதனால் நான் அதிருப்தி அடைந்து பயிற்சியாளரிடம், "அந்தப் புலியைக் கூண்டில் இருந்து வெளியில் கொண்டு வர முடியுமா?" என்றேன்.

"நிச்சயமாக"

சில புரிபடாத காரணங்களில், பயிற்சியாளர் தயக்கத்துடன் காணப்பட்டார். மிஸ்டர் 'பி'யின் முகமும் விறைப்புடன் காணப் பட்டது. இங்கு என்ன நடந்து கொண்டிருக்கிறது?

அதன் காரணத்தை வெகு சீக்கிரமாகவே நாங்கள் புரிந்து கொண்டோம். புலி அதனது கூண்டில் இருந்து விடுவிக்கப்பட்டு வெளியில் உலவத் துவங்கியதும் எங்களால் வயது முதிர்ந்த புலி என்பதைக் கண்டுகொள்ள முடிந்தது. உண்மையைச் சொல்ல வேண்டுமென்றால், அதுபோன்ற தள்ளாட்டத்துடன் கூடிய தோல் சுருங்கிய புலியை நான் கிராமப்புற சர்க்கஸில் மட்டுமே பார்த் திருக்கிறேன். அதனது பார்வை மங்கி இருந்தது. ரோமங்களும்

மெல்ல மெல்ல உதிரத் துவங்கியிருந்தன. அந்தப் புலி விடுவிக்கப்பட்ட உடனேயே உற்சாகமாக உறுமியது. அங்கு கூடியிருந்த மனிதர்களின் சலசலப்பு மிகுந்த உரையாடலுக்கு எதிராக தனது எதிர்ப்பைப் பதிவு செய்வதைப்போல அதனது குரல் ஒலித்தது. இந்தப் புலியா, கருவூலத்தைப் பாதுகாக்கப் போகிறது? நிச்சயமாக இல்லை!

என்னருகில் குற்றவுணர்வுக்கு ஆட்பட்டு நின்றிருந்த மிஸ்டர் 'பி' யை நான் பார்த்தேன். "இந்தப் புலியைத்தான் மெட்ராஸில் நன்கு பயிற்றுவிக்கப்பட்ட புலியென்று தெரிவித்தீர்களா?" என்று அவரிடத்தில் கேள்வியெழுப்பினேன். மிஸ்டர் 'பி' தலையசைத்தார். இந்தக் குறிப்பிட்ட புலியைப் பாடலுக்குத் தக்கவாறு செயல்பட வைக்க, அதன் பயிற்சியாளருக்கு முன்பணமாக இரண்டாயிரம் ரூபாய் அளிக்கப்பட்டிருந்தது. திரைப்படத்தின் பட்ஜெட்டுடன் ஒப்பிடும் போது இரண்டாயிரம் என்பது அதிகமான பணமல்ல. எனினும், சிக்கல் அதுவல்ல. நாங்கள் அனைவரும் ஒட்டுமொத்தக் குழுவினருடன் வங்கத்தில் இருந்து மெட்ராஸுக்கு வந்து, படப்பிடிப்புக்கு தேவையான அரங்குகள் அனைத்தையும் அமைத்து, மறுநாள் படப்பிடிப்பைத் துவங்கத் திட்டமிட்டிருக்கும் நிலையில், தளர்ந்த நிலையில் இருந்த வயதான புலிதான் எங்களுக்குக் கிடைத்திருக்கிறது. இப்போது நாங்கள் என்ன செய்வது?

எங்களது தங்கும் விடுதிக்குத் திரும்பியிருந்த நாங்கள், பெரிதும் கவலை அடைந்திருந்தோம். மிஸ்டர் 'பி'யிடம் மாலைக்குள் எவ்விதச் சமரசங்களுமின்றி கதைக்குப் பொருத்தமான புலியைக் கண்டுபிடிக்க முடியவில்லை என்றால், நாங்கள் ஒரு ரூபாய் கூட தரப்போவ தில்லை என்பதைத் தெரிவித்திருந்தோம்.

மாலையில் ஸ்டூடியோவுக்கு நான் சென்றிருந்தேன். அங்கு ஒருவிதமான பதற்றச் சூழல் நிலவியிருந்தது. எங்களது ஒட்டுமொத்தத் திட்டமிடலும் பாழாகப் போகிறது என்பதை நான் உணர்ந் திருந்தேன். ஒன்று நாங்கள் இந்தக் காட்சியைப் படத்தில் இருந்து நீக்க வேண்டும் அல்லது காலையில் பார்த்த அதே பயிற்றுவிக்கப் பட்ட கிழப் புலியை வைத்து படப்பிடிப்பைத் தொடர வேண்டும்.

நான் ஸ்டூடியோவை அடைந்திருந்த வெகு சில நிமிடங்களுக் குள்ளாகவே, அவ்விடத்துக்கு வந்திருந்த மிஸ்டர் 'பி' தான் வேறொரு பயிற்சியாளரை அணுகியிருப்பதாகவும், அது மிகவும் இளமையான புலி என்றும் தெரிவித்தார். அந்தப் புலி மறுநாள் படப்பிடிப்புக்குள் தயாராகிவிடும் என்று சொன்னதோடு, அந்தப் பயிற்சியாளரின் வீடு வெகு அருகில்தான் இருக்கிறது என்றும் குறிப்பிட்டார்.

அதனால், நானும் மிஸ்டர் 'பி'யும் காரில் ஏறி அந்தப் பயிற்சி யாளரின் வீட்டை நோக்கிப் புறப்பட்டோம். மிஸ்டர் 'பி' கார்

ஓட்டுநருக்கு வழி காண்பித்தபடியே பயணம் செய்து கொண்டிருந்தார். ஒரு குறிப்பிட்ட இடத்தை அடைந்தவுடன், மிஸ்டர் 'பி', "இதுதான் இந்த இடம்தான்" என்றார்.

அந்தப் பயிற்சியாளர் பல்வேறு விலங்குகளுடன் அவ்விடத்தில் வசித்து வருகிறார் என்பதை வெளியிலிருந்து பார்த்து உணருவது மிகக் கடினமானது. அந்தச் சாலையின் அருகிலேயே, மெலிதான ஷீட்டுகளால் தரைத்தளம் மூடப்பட்டிருந்த திறந்தவெளி இடமொன்று இருந்தது. பயிற்சியாளரின் அறை அவற்றின் பின்னால்தான் அமைந்திருந்தது. ஆனால், நாங்கள் அவ்வளவு தூரம் செல்ல வேண்டிய தேவை இருக்கவில்லை. காரில் இருந்து இறங்கி சில அடிகள் முன்வைத்ததும், எங்களது இடப்புறத்தில் கூண்டில் அடைக்கப்பட்டிருந்த சிறுத்தையை எங்களால் பார்க்க முடிந்தது. அதன் அருகிலேயே பிற மூன்று கூண்டுகள் அமைந்திருப்பதை எங்களால் பார்க்க முடிந்தது. அவற்றில் ஒரு கூண்டில் இரண்டாவது சிறுத்தை இருந்தது. மற்ற இரு கூண்டுகளில் முறையே ஒரு சிங்கமும், புலியும் அடைத்து வைக்கப்பட்டிருந்தது.

ஒரே பார்வையில், அந்தப் புலி என் அத்தனை சந்தேகங்களையும் களைந்து மீண்டும் என்னை ஆசுவாசமடையச் செய்தது. நான் என்ன மாதிரியான புலியை மனதில் நினைத்திருந்தேனோ அதே புலியை இத்தகைய சிறிய வெளியில் என்னால் கண்டடைய முடியும் என்பதை யார் எதிர்பார்த்திருக்கக் கூடும்? அந்தப் புலியிடம் ஒருவிதமான கம்பீரம் குடிகொண்டிருந்தது. கிட்டத்தட்ட அந்தப் புலியின் தோற்றம் பார்வைக்கு பெரும் விருந்தாக இருந்தது.

அந்தப் புலியின் பயிற்சியாளரும் என் அளவுக்கு அந்த புலியின்பால் ஈர்க்கப்பட்டிருந்தார். அவரது பெயரே டைகர் கோவிந்தராஜன்தான். மெட்ராஸில் இருந்த அனைத்துப் புலி பயிற்சியாளர்களும் தங்களது பெயருக்கு முன்னால் 'டைகர்' என்ற அடைமொழியைச் சேர்த்திருந்தார்கள். கோவிந்தராஜனின் பூர்வீகம் ராஜஸ்தான். பல வருடங்களுக்கு முன்பு மெட்ராஸுக்கு வந்திருந்த அவர், மெல்ல மெல்ல வந்த ஊருக்கு உரியவராகவே தன்னை உணர்ந்து, தனது பெயரையும் தமிழ்ப் பெயராகச் சூடிக்கொண்டார். முன்னொரு காலத்தில், அவர் சர்க்கஸில் வேலை செய்து கொண்டிருந்தவர். இப்போது விலங்குகளைத் திரைப்படங்களுக்கு ஒருங்கிணைத்துத் தருகின்ற வேலையைச் செய்து கொண்டிருந்தார். அவர் தனக்கு ஐந்து முறை திருமணம் நடைபெற்றிருப்பதாக என்னிடத்தில் தெரிவித்தார். அப்போது அவருடன் குடும்பம் நடத்தி வந்த பெண் அவரது ஐந்தாவது மனைவி. கணவன் மற்றும் மனைவி இருவருமே விலங்குகளைப் பயிற்றுவிக்கும் தொழிலைத்தான் செய்துவந்தார்கள்.

"என் புலி என்ன செய்ய வேண்டுமென்று நீங்கள் விரும்பு கிறீர்கள்?" என்றார் டைகர் கோவிந்தராஜன்.

"அது எளிதானதுதான்" என்று நான் பதிலளித்தேன் எங்களது நடிகர்களில் ஒருவர் பாட்டு ஒன்றைப் பாடுவார். அதனில் மனம் பறிக்கொடுத்து புலி அமைதியாக தரையில் அமர்ந்திருக்க வேண்டும். பாடலைக் கேட்டபடியே மெய் மறந்து ரசித்துக் கொண்டிருக்க வேண்டும். அவ்வளவுதான்" என்றேன்.

கோவிந்தராஜன் அதிருப்தியுடன் தலையை அசைத்தார். "ஒரு விமான ஓட்டுநரிடம் மாட்டுவண்டியை ஓட்டச் சொன்னால் அவர் செய்வாரா? என் புலி ஒரு வேட்டை உயிரினம். அது பம்பாயைச் சேர்ந்த பல்வேறு திரைப்பட நட்சத்திரங்களுடன் இணைந்து சாகசங்கள் புரிந்திருக்கிறது. அதை எப்படி ஒன்றும் செய்யாமல் அறையின் ஒரு மூலையில் அமரச் செய்வீர்கள்?"

அடக் கடவுளே இப்போது புதியதொரு பிரச்சனையும் எழுந்துவிட்டதே!. "உங்கள் புலியை ஸ்டூடியோவுக்கு அழைத்து வாருங்கள். அந்தப் புலியை வைத்து என்ன செய்ய முடியும் என்பதைப் பிறகு பார்த்துக்கொள்ளலாம்" என்றேன்.

அப்போது பயிற்சியாளர் சற்றே தளர்வடைந்து போயிருந்தார். ஒருவிதமான பரிதாப உணர்வு அவரிடத்தில் மேலிட்டிருந்தது. "சரி.." என்று சொன்ன அவர், "புலிக்கு என் சிறப்புப் பயிற்சி எதுவும் தேவையில்லை. அதனால், என் மனைவியே அனைத்தையும் பார்த்துக்கொள்வார்" என்றார்.

கூப்பி கெய்ன் பாகா பைன் திரைப்படத்தில் கூப்பியோ அல்லது பாஹாவோ புலியின் அருகில் செல்லும்படியான காட்சிகள் எதுவும் இல்லை. மூங்கில் மரங்களின் இடையே மறைந்திருக்கும் புலியிடமிருந்து நாற்பது அல்லது ஐம்பது அடி தூரத்தில் தான் நடிகர்கள் இருப்பார்கள். அதோடு, அந்தப் புலியின் உடலின் மீது ரோமங்களால் பின்னப்பட்டிருந்த ஆடை ஒன்று அணிவிக்கப்பட்டு, மெல்லிய கம்பியால் அது இணைக்கப்பட்டிருந்தது. அதன் மறுமுனையை பயிற்சியாளர் கையில் பிடித்தபடி நின்றிருப்பார். ஆனால், இக்காட்சியில் நாங்கள் வேறொரு அணுகுமுறையைக் கையாள வேண்டிய சூழல் நிலவியது.

இப்போது கேமிராவைப் புலிக்கு வெகு அண்மையில் பொருத்த வேண்டும். அதோடு அதன் மீது எவ்விதமான ரோம ஆடைகளோ அல்லது மெல்லிய கம்பிகளோ இணைக்க முடியாது. ஏனெனில், கேமிரா வெகு அண்மையில் நிறுத்தப்பட்டிருந்ததால், அதனது உடலில் இருக்கும் கம்பியை நம்மால் மறைக்க முடியாது. அப்படிச்

செய்தால் அது ஒரு மோசமான காட்சியாக மாறிவிடும். அதோடு, இப்போது பாஹாவும் புலிக்கு நெருக்கமாக நின்றபடியே சுவரில் தொங்கும் சாவிகளைக் கையில் எடுத்தாக வேண்டும்.

ஒரு காட்டு விலங்கைத் திரைப்படத்தில் பயன்படுத்தும்போது, அதனை மயக்க நிலைக்கு கொண்டுசெல்லும் மருந்துகளை அளிப்பது வழக்கமானது. நாங்களும் அதனைச் செய்வதென்று முடிவெடுத்தோம். பயிற்சியாளரின் மீது முழுமையான நம்பிக்கை நமக்கு இருந்தால், மயக்க மருந்துகளைப் பயன்படுத்த வேண்டிய அவசியம் இருக்காது. ஆனால், கோவிந்தராஜனின் நடவடிக்கைகள் எங்களுக்கு நம்பிக்கையூட்டுவதாக இல்லை. அதோடு, நாம் விலங்குகளுக்கு மயக்க மருந்துகளை அளித்தாலும், அதனது விளைவு வெகு சொற்பமான கால அளவுதான் இயக்கத்தில் இருக்கும். இந்தத் திரைப்படத்தின் உருவாக்கத்தின்போதுதான் நான் இதனை அறிந்துகொண்டேன். அந்த நாளில்தான் மயக்க மருந்து அளித்தோ அல்லது கொடுக்கப்படவில்லை என்றாலோ ஒரு காட்டு விலங்கைக் கையாளுவது என்பது எப்போதும் மிகவும் சிரமமானது என்பதைப் புரிந்துகொண்டோம்.

மறுநாள் காலை ஒன்பது மணியளவில் ஸ்டூடியோவை அடைந்தோம். புலி பத்து மணிக்கு வரும் என்று சொல்லப்பட்டது. அதே போல, டிரக் ஒன்றில் பிரத்யேகமான கூண்டு அமைக்கப்பட்டு சரியான நேரத்தில் புலி ஸ்டூடியோவை வந்தடைந்தது. அந்தக் கூண்டுக்கும் சக்கரங்கள் இருந்தன. டிரக்கில் இருந்து கீழிறக்கப்பட்ட கூண்டை அந்தச் சக்கரங்களின் மூலமாக, கருவூல அறையின் வாயிலுக்குத் தள்ளிச் சென்றார்கள். இப்போது புலி கூண்டில் இருந்து முற்றிலுமாக விடுவிக்கப்பட்டது. இப்போது அதனால், தனக்கு ஒதுக்கப்பட்டிருக்கும் இடத்துக்கு நடந்து செல்ல முடியும். அந்தப் புலியுடன், பயிற்சியாளரின் மனைவியும், மற்றுமொரு இளைஞனும் வந்திருந்தார்கள். அந்த இளைஞன் விலங்குகளின் பண்புகளை நன்கு உணர்ந்தவனாகக் காணப்பட்டான். மிஸ்டர் கோவிந்தராஜன் நிகழும் காட்சிகளைப் பார்த்தபடியே பதினைந்து அடி உயரத்தில் நின்று கொண்டிருந்தார்.

எங்கள் ஒட்டுமொத்தக் குழுவினருக்கும் அந்தத் தருணத்தில் நிலவிய உணர்வுகளை வார்த்தைகளில் விவரிப்பது கடினமானது. எல்லோரும் அமைதியுடன் அங்கு எதுவும் நிகழவில்லை என்பதைப் போன்ற மனோநிலையில் இருக்க முயற்சித்தோம். அதனால் ஸ்டூடியோவில் புலி இருந்தால் என்ன? ஆனால், பிறர் வேண்டு மானால் தங்களது பயத்தைக் கட்டுப்படுத்திக் கொண்டு அங்கு இருக்க முடியும். என்னால் அப்படியிருக்க முடியவில்லை. கூண்டில்

இருந்து விடுவிக்கப்பட்ட புலியை அவ்வளவு நெருக்கத்தில் பார்த்தபோது என் நாடித்துடிப்பு இரு மடங்கு அதிகரித்திருந்தது.

பாஹாவின் கதாபாத்திரத்தை ரோபி கோஷ் ஏற்று நடித்துக் கொண்டிருந்தார். அன்றைய தினம் அவரது வாழ்க்கையில் பெரும் முக்கியத்துவம் வாய்ந்தது. ஏனெனில், அன்றைய தினத்தில் அவரது நடிப்புத் திறன் மட்டுமே சோதனைக்கு உட்படுத்தப்பட்டிருக்க வில்லை. அவரது துணிவும்தான் கேள்விக்குள்ளாகியிருந்தது. அவர்தானே புலியை நெருங்கிச் செல்ல வேண்டும்?

முதலில் புலி மட்டுமே பங்குகொள்ளும் காட்சிகளைப் படமாக்குவது என்று முடிவு செய்தோம். கேமிரா புலியிடமிருந்து பதினைந்து அடி தூரம் விலகி நிறுத்தப்பட்டது. நிதானமாக கேமிராவின் பார்வை வட்டத்தின் வழியே நான் புலியைப் பார்த்துக் கொண்டிருந்தேன். தனது கொந்தளிப்புமிக்க நடவடிக்கைகளை நிறுத்திவிட்டு புலி எங்களைப் பார்க்கத் துவங்கிய நிமிடத்தில் கேமிராவின் இயக்கம் ஆரம்பமானது. அசைவற்று அப்படியே புலி அமர்ந்திருக்கும்வரையில், கேமிராவின் இயக்கம் நிறுத்தப்படவில்லை. இதிலிருந்து கிடைக்கின்ற சிறப்புமிக்க தருணங்களை, கூப்பி பாடல் வரிகளை உச்சரிக்கும் காட்சியின் இடையில் பொருத்திவிடலாம் என்று திட்டமிடப்பட்டது. இதன் மூலமாக, கூப்பியின் பாடலைத் தான் புலி கேட்கிறது எனும்படியான தோற்றம் உருவாகும்.

ஒரு மணிநேரம் கடந்திருந்த நிலையில், அதுவரையிலும் என் வாழ்நாளில் பார்த்திராத நிகழ்வு ஒன்றைப் பார்த்தேன். மெட்ராஸின் வெப்பம்மிகுந்த தட்பவெட்ப நிலைக்கு என் நன்றி. ஒளியமைப்புக் கருவிகளில் இருந்து வெளியேறிய வெப்பம் எங்கள் எல்லோரையும் எளிதில் புழுக்கமடைய செய்துவிட்டது. அனைவரின் உடல்களிலும் வியர்வை வழிந்து உருண்டது. இப்போது, புலியின் ரோம சுருள்களின் மீதும் எங்களால் அதிகளவிலான வியர்வைத் துளி களைப் பார்க்க முடிந்தது. ஒரு விலங்கினத்துக்கு – எந்த விலங்காக வேண்டுமானாலும் இருக்கலாம் – வியர்வை துளிர்க்கும் என்பதை எங்களில் ஒருவரும் அதுவரையிலும் அறிந்து வைத்திருக்கவில்லை. இதனால், கலவரமடைந்த கோவிந்தராஜன் விறுவிறுவென தான் நின்றிருந்த தளத்தில் இருந்து கீழே இறங்கி வந்தார். பதற்றமான குரலில், "புலிக்கு கொஞ்சம் தூய்மையான காற்று தேவைப்படுகிறது. ஒரு ஐந்து நிமிடத்திற்கு காட்சியை ஒத்தி வைக்க முடியுமா?" என்றார்.

புலியின் கூண்டு கருவூல அறைக்கு வெளியில்தான் இன்னமும் இருந்தது. மீண்டும் அதனில் புலி ஏற்றப்பட்டு, காற்றைச் சுவாசிப்பதற் காக ஸ்டூடியோவுக்கு வெளியில் கொண்டுசெல்லப்பட்டது.

பதினைந்து நிமிடங்கள் புலி வெளியில்தான் இருந்தது. அந்த நேரத்தில், அடுத்த காட்சிப் பதிவுக்காக நாங்கள் தயாராகிக் கொண்டிருந்தோம். இப்போது மிகவும் கடினமான காட்சிகளைப் படமாக்குவது என்று நான் முடிவு செய்தேன். அதனால் பாஹா விடம், "உனக்கான நேரம் வந்துவிட்டது. தயாராக இரு" என்று சொன்னேன்.

பயிற்சியாளர் வெளியில் நின்றிருக்கும்போதே, எங்களது நடிகர்களில் ஒருவர் புலியின் அருகில் நிற்க வேண்டியிருக்கிறது என்று தெரிவிக்கப்பட்டது. நான் அவரிடம், "எந்தவொரு சிக்கலும் ஏற்படாது என்று நம்புகிறேன்" என்றேன். பதிலுக்குப் பயிற்சியாளர், "அந்தப் புலியின் பெயர் உமா. அதனால், அந்தப் புலியை நெருங்கிச் செல்லும் யாராக இருந்தாலும், தொடர்ச்சியாக அதன் பெயரை உச்சரித்தபடியே இருக்க வேண்டும். அதனால் நம்மை நெருங்கி வரும் மனிதன் நமக்கு அன்னியமானவன் அல்ல என்று புலி புரிந்து கொள்ளும். அதனால் எந்தவிதச் சிக்கலும் இருக்காது" என்றார். இதன் மூலமாக, எங்களுக்கு பயத்தை ஏற்படுத்திக் கொண்டிருந்த அந்தப் புலி ஒரு பெண் பாலினத்தைச் சேர்ந்தது என்பதை நாங்கள் புரிந்து கொண்டோம். அதனால், பாஹா உறுதியாக புலியை, "அத்தை புலி" என்றுதான் அழைக்க வேண்டும்.

இப்போது புலி மீண்டும் ஸ்டூடியோவுக்குள் கொண்டுவரப் பட்டது. பயிற்சியாளர் எங்களிடம் தெரிவித்த யோசனைகளைப் பாஹாவிடம் நாங்கள் பகிர்ந்துகொண்டோம். அவரும் மிகுந்த துணிச்சலுடன் பலமுறை, "உமா! உமா! உமா!" என்று உச்சரித்த படியே புலியை நெருங்கிச் சென்றார். புலியும் எவ்வித எதிர்ப்பையும் காண்பிக்காமல் அமைதியாகவே இருந்தது. பயிற்சியாளர் இதனை உணர்ந்து, பெண் புலிக்கு பாஹாவைப் பிடித்துவிட்டது என்றார். இதனால், எங்கள் எல்லோரின் வேலையும் சுலபமானது. அந்தக் காட்சி படம்பிடிப்பதற்கு முன்னதாக, பாஹா தனியாகவே நான்கு முறை அந்தப் பயிற்சியை செய்து பார்த்தார். அன்றைய படப்பிடிப்பை நிறைவு செய்திருந்ததற்குப் பிறகு, புலியை தான் நெருங்கிச் செல்லும் போது, தனது பயமும், பதற்றமும் அதீதமாகப் பெருகியிருந்தது என்றும், ஆனாலும் அதனை வெளியில் காண்பித்து விடக்கூடாது என்பதில் உறுதியாக இருந்ததாகவும் சொன்னார்.

பாஹா புலியைக் கடந்து அந்த மூன்று சாவிகளை எடுத்தால் மட்டும் அந்தக் காட்சி வீரியம் மிகுந்ததாக மாறிவிடாது. அதனால், அந்தக் காட்சியை மேலும் மெருகேற்ற, வேறொரு செயலையும் நாங்கள் இக்காட்சியில் புகுத்தினோம். புலியைக் கடக்கையில், பாஹா பதற்றத்தில் தடுமாறிக் கீழே சரிந்துவிட வேண்டும். வெகு அண்மையில்

புலி இருப்பதால், பயம் அவரை மேலெழ விடாமல், அந்த நிலையிலேயே இருக்கும்படிச் செய்கிறது. புலியின் அருகில் மற்றுமொரு விலங்கைப்போலவே, கைகளை தரையில் ஊன்றி நின்றிருக்கிறார். அவரால் அசைய முடியவில்லை. இந்த நிலையில் புலியின் எதிரில் கூப்பியின் பாடல் இன்னமும் தொடர்ந்து கொண்டிருக்கிறது. கூப்பி அந்தப் பாடலின் ஊடாக, மெல்ல தனது இடத்தில் இருந்து அசைந்து, பாஹாவின் இடுப்பைப் பிடித்து அவரை மேலே உயர்த்திவிட வேண்டும். இந்தக் காட்சிப் பதிவுகளின் போது, நம்பவியலாத வகையில் புலி அற்புதமான பங்களிப்பை எங்களுக்கு வழங்கியது. தொடர்ச்சியாக அதனது இயக்கத்தைக் கட்டுப்படுத்த பெரும் உழைப்பைச் செலுத்திய பயிற்சியாளரின் மனைவி மற்றும் அந்த இளைஞரின் செயல்களால்தான் இது சாத்தியமானது.

உணவு இடைவேளைக்குப் பிறகு சிக்கல் உருவெடுத்தது. பொதுவாக, ஸ்டூடியோவில் பணியாற்றும்போது மதியம் ஒன்றில் இருந்து இரண்டு மணிவரை உணவு இடைவேளை விடப்படும். இந்த நேரத்தில் நாங்கள் அடுத்த காட்சிக்கான முன்னெடுப்புகளை செய்து கொண்டிருந்தோம். சுவர் ஒன்றிற்கு எதிராகப் புலி அமர்ந்திருப்பதைப்போல காண்பிக்கப்பட்டது. அதனால், அந்தக் குறிப்பிட்ட சுவரில் சதுர வடிவிலான துளை ஒன்று அமைக்கப் பட்டது. கேமிரா அங்கு பொருத்தப்பட்டு, காட்சியைப் பதிவுசெய்யும். இந்தத் துளைக்கு பக்கவாட்டில் நான்கடி அகலம் கொண்ட மரப் பலகை ஒன்று வைக்கப்பட்டிருந்தது. அந்தப் பலகை மரச்சட்டகத்தின் ஒரு பகுதியாக இருந்தது. அதற்கும் பின்னால்தான் கருவூல அறை அமைக்கப்பட்டிருந்தது. சதுர வடிவிலான துளையில் போடப்பட்டி ருந்த மரப்பலகையின் மீது கேமிராவின் லென்ஸ் ஊன்றப்பட்டது. இதனால், புலியின் அண்மைக் காட்சிகளை எங்களால் சுலபமாகப் பதிவு செய்ய முடியும். கூப்பியும், பாஹாவும் வைரம் குவித்து வைக்கப்பட்டிருக்கும் பேழை இருக்கும் அடுத்த அறையில் இருக் கிறார்கள்.

காற்றுக்காக சில நிமிடங்கள் வெளியில் சென்றுவிட்டு, புலி மீண்டும் அறைக்குள் நுழைந்தது. இப்போது கேமிராவுக்கு மிக அருகிலேயே புலி அமர்ந்திருக்க, எங்களுக்கும், அந்தப் புலிக்கும் இடையில் மரப்பலகை மட்டுமே பாதுகாப்புக்காக அரண்போல இருந்தது.

ஆனால், இந்தமுறை புலி அமைதியாக உட்கார மறுத்து விட்டது. பயிற்சியாளரின் மனைவி இறுக்கமான முகத்துடன்

அளித்த கட்டளைகளையும் மீறி, புலி அடங்காத சீற்றத்துடன் உறுமியபடியே இருந்தது. புலிக்கு நாங்கள் அளித்திருந்த மயக்க மருந்து வலுவிழந்து, மீண்டும் புலி தனது இயல்பு நிலைக்குத் திரும்பியிருக்கிறது என்பது வெளிப்படையாகத் தெரிந்தது. எனினும், அது அமைதியாக அமர்ந்து கூப்பியின் பாடலைக் கேட்க வேண்டும்.

எங்களுக்குப் பின்னால் சில அடி தொலைவில்தான் ஸ்டூடியோவின் அசலான சுவர் இருந்தது. அதனால், உண்மையான சுவருக்கும், படப்பிடிப்புக்காக உருவாக்கப்பட்டிருந்த சுவருக்கும் இடையிலிருந்த அந்த இறுகலான வெளியில் சுவாசிக்க சாத்தியமில்லாமல் நான்கு பேர் நின்றிருந்தோம். கேமிராவின் கண்களின் வழியே நான் முன்நிகழும் காட்சியைப் பார்த்துக் கொண்டிருக்க, எனக்கு அருகில் புகைப்படக் கலைஞர் நிமாய் கோஷ் தனது கையடக்க நிக்கான் கேமிராவைச் சுமந்துகொண்டு நின்றிருந்தார். என் இரண்டாவது உதவி இயக்குனர் சந்தீப்பும், ஒளிப்பதிவாளர் செய்யிமொண்டூவும் இடதுபுறத்தில் நின்றிருந்தார்கள். கூப்பியும், பாஹாவும் அடுத்த அறையில் கருவூலப் பெட்டியுடன் தயாராக இருந்தனர். அவ்வப்போது பாடலை ஒலிக்கவிடுவதும், பின் மீண்டும் நிறுத்துவது, மறுபடியும் ஒலிக்கவிடுவது என இச்செயல் தொடர்ந்தபடியே இருந்தது.

எங்களது ஒரு மணிநேர தொடர் போராட்டத்துக்குப் பிறகு, சில புரிபடாத காரணங்களால் சில நிமிடங்களுக்குப் புலி தனது சீற்றத்தைக் குறைத்துவிட்டு, எங்களது காட்சிப் பதிவுக்கு தேவையான மிகச் சரியான திசையில் பார்க்கத் துவங்கியது. இதனால், தொடர் போராட்டத்தின் பயனாக, புலியின் ஒத்துழைப்பைப் பெற்று அந்தக் காட்சியை அற்புதமாகப் படம்பிடித்தோம். ஆனால், அதற்கும் அடுத்த கணத்திலேயே என்ன நிகழ்ந்தது என்பதை நினைக்கையில், இப்போதும் என் உடல் திடுக்கிடுகிறது. இந்த நொடி வரையில், காட்சிக்கு மிக மென்மையானதாக புலி தோன்றியது. ஆனால், இப்போது, திடீரென அதன் இயல்பு முற்றிலுமாக மாறி அதீத கர்ஜனையுடன் தனது கூரிய நகமுடைய பாதத்தை மேலுயர்த்தி, ஓங்கி அந்த மரப்பலகையின் மீது தன்னால் இயன்றவரையிலான வலுவுடன் அடித்தது. அந்த அடி ஒரு ஆறு அங்குலம் வலது புறத்தில் விழுந்திருந்தால், கேமிராவும் அதன் லென்ஸும் முழுவதுமாகச் சிதறி நொறுங்கிப் போயிருக்கும்.

இறுதியாக, அன்றைய நாளின் முடிவில் நான் பேக் அப் என்று சொன்னவுடன், புலி மீண்டும் அதனது கூண்டுக்குள் அடைக்கப்

பட்டு, ஸ்டூடியோவுக்கு வெளியே கொண்டு செல்லப்பட்டது. எனினும் ஒரு கணத்தில் தனது முழு ஆக்ரோஷத்துடன் அன்றைய தினத்தில் அதன் மீது திணிக்கப்பட்ட ஆதிக்கத்துக்கு எதிராக உறுமி தனது எதிர்ப்புணர்வை வெளிப்படுத்தியது. அதன் கர்ஜனை அவ்வெளியில் ஐந்து நிமிடங்களுக்கு தொடர்ந்து கேட்டபடியே இருந்தது.